NEBULA

Kanuni ya Machafuko

Francisco Angulo de Lafuente

Kanuni ya Machafuko

Francisco Angulo de Lafuente

Published by The Old Sailboat, 2024.

This is a work of fiction. Similarities to real people, places, or events are entirely coincidental.

KANUNI YA MACHAFUKO

First edition. October 4, 2024.

ISBN: 979-8227912022

Written by Francisco Angulo de Lafuente.

Yaliyomo

Dibaji

Jua lilikuwa likitua Madrid, likipaka rangi ya chungwa iliyoko kwenye madirisha ya majumba hayo, kana kwamba jiji lote lilikuwa linawaka moto. Katika nyumba ndogo iliyo na vitu vingi katikati ya Lavapiés, Daniel Sánchez aliketi mbele ya msongamano wa nyaya na skrini zinazomulika, macho yake ya damu yakiwa yameelekezwa kwenye mistari isiyoisha ya kanuni.

Mlio wa mara kwa mara wa mashabiki wa kompyuta ulikuwa kama sauti mbovu, sauti pekee katika nafasi iliyonukia kahawa iliyochakaa na ndoto zilizonyauka. Daniel, akiwa na nywele zake nyeusi zilizovurugika na makapi ya siku kadhaa, alionekana kama mtu wa kutupwa kuliko mtayarishaji programu mahiri alivyokuwa hapo awali.

"Lazima kuwe na njia," alijisemea, vidole vyake vikiruka juu ya kinanda kwa haraka sana. "Njia ya kutoka kwenye shimo hili."

Macho yake yalielekezwa kwa muda hadi kwenye lundo la barua ambazo hazijafunguliwa kwenye kona ya meza yake. Bili, arifa za kufukuzwa, vitisho kutoka kwa wadai. Kila bahasha ilikuwa ukumbusho wa jinsi alivyofikia hatua hii.

Daniel alifunga macho yake, kuruhusu mwenyewe dakika ya udhaifu. Alikumbuka msisimko, adrenaline ya siku zile zisizo mbali sana wakati ulimwengu wa sarafu-fiche ulionekana kama nchi ya ahadi. Alikuwa amewekeza kila kitu: akiba yake, mikopo, hata pesa alizokopa kutoka kwa marafiki na familia. Na kisha, katika kupepesa kwa jicho, yote yalikuwa yametoweka.

"Mjinga," alijiadhibu, akipiga ngumi kwenye meza. "Unapaswa kuona inakuja."

Sauti ya simu yake ya mkononi ilimtoa katika hali yake ya kujichubua. Alikuwa ni Javier, rafiki yake mkubwa na mtu pekee ambaye bado hakuwa amepoteza imani naye.

"Hujambo?" Daniel alijibu, sauti yake ikisikika kwa kukosa matumizi.

"Daniel, jamani, ulikuwa wapi?" Sauti ya Javier ilionekana kuwa na wasiwasi na hasira kidogo. "Sijasikia kutoka kwako siku nyingi. Uko sawa?"

Daniel akaachia kicheko cha uchungu. "Fafanua 'sawa,' Javi."

Kulikuwa na ukimya upande wa pili wa mstari kabla ya Javier kuzungumza tena. "Shit, mtu. Je, wewe ni mbaya?"

“Mbaya zaidi,” Daniel alijibu huku akipapasa macho yake yaliyochoka. "Nimepoteza kila kitu, Javi. Kila kitu. Euro elfu ishirini na sita. Poof, zilitoweka kwenye etha ya kidijitali ya kutisha."

"Damn, Daniel," sauti ya Javier ilikuwa na mchanganyiko wa huruma na lawama. "Nilikuambia. Sote tulikuambia. Cryptos ni roulette ya kifedha ya Kirusi."

Daniel alihisi kuwashwa. "Ndio, ndio, najua. Hakuna haja ya kunikumbusha. Ulipiga simu kunipa mhadhara au vipi?"

"Hapana, mtu," Javier alijibu, akipunguza sauti yake. "Nina wasiwasi na wewe, unajua? Umefungwa kwenye shimo hilo kwa wiki. Kwa nini usitoke nje kidogo? Twende kunywa, safisha kichwa chako kidogo."

Daniel alitazama huku na huko, macho yake yakitazama machafuko ya ghorofa. Makopo tupu ya bia, masanduku ya pizza yenye greasi, nguo chafu zilizotawanyika sakafuni. Kioo cha bafuni, kikionekana pale alipokuwa amekaa, kilionyesha taswira ya mtu aliyedhoofika na mwenye giza nene na ndevu za siku kadhaa.

"Siwezi, Javi," hatimaye alisema, sauti yake ikipasuka kidogo. "Sina hata senti moja. Na zaidi ya hayo... siko katika hali ya kuona mtu yeyote."

"Haya jamani," Javier alisisitiza. "Ni juu yangu. Huwezi kukaa umefungwa huko milele. Hiyo haitasuluhisha chochote."

Daniel alikuwa karibu kukataa toleo hilo wakati alitazama jambo ambalo alikuwa amepuuza kwa majuma kadhaa. Lilikuwa bango lililofifia la nebula ya Orion, zawadi kutoka kwa baba yake alipokuwa mtoto. Picha, mzunguko wa gesi ya cosmic na vumbi, ilionekana kuwaka na mwanga wake katika giza la ghorofa.

Alitazama kwa makini kile nebula, akihisi kitu kinamsisimka ndani ya akili yake. Ilikuwa ni kana kwamba nyota zilizochanga katika wingu hilo la ulimwengu zilikuwa zikimnong'oneza siri, wazo ambalo lilikuwa hapo muda wote, likingoja kugunduliwa.

"Daniel? Bado upo?" Sauti ya Javier ilimrudisha kwenye ukweli.

"Ndiyo, ndiyo, samahani," Daniel alijibu huku sauti yake ikipata nguvu mpya. "Angalia, Javi, ninashukuru ofa, lakini ... nahitaji muda. Ninahitaji kufikiria."

"Fikiria?" Javier aliuliza huku akiwa amechanganyikiwa. "Kuhusu nini?"

Daniel alisimama, akikaribia bango. Vidole vyake vilifuatilia muhtasari wa nebula, akihisi kana kwamba alikuwa akigusa ukingo wa kitu kikubwa na ambacho hakijagunduliwa.

"Kuhusu njia ya kutoka," alijibu, sauti yake ikipata nguvu. "Njia ya kurekebisha haya yote."

"Daniel, tafadhali," sauti ya Javier ilisikika kwa mshtuko, "usiniambie unafikiria kuingia kwenye mambo ya ajabu zaidi..."

"Hapana, hapana," Daniel alimhakikishia, japokuwa tayari akili yake ilikuwa inaenda kasi, akiunganisha nukta ambazo hakuwahi kuziona. "Hii ni tofauti. Ni ... ni AI."

"A nini?"

"Akili ya bandia, Javi," Daniel alielezea, msisimko ukiongezeka katika sauti yake. "Binafsi, yenye uwezo wa kuchakata taarifa kwa kasi ya ubinadamu. Chombo ambacho kingeniruhusu kutazamia harakati za soko, kufichua siri za uchumi mpya."

Kulikuwa na ukimya wa muda mrefu upande wa pili wa mstari. Javier alipozungumza tena, sauti yake ilijaa mashaka.

"Mwanadamu, unajisikiliza? Unasikika kama mhusika kutoka kwenye filamu ya kisayansi ya kisayansi."

Lakini Danieli hakusikiliza tena. Akili yake ilikuwa mahali pengine, kuibua uwezekano, kufuatilia miunganisho. Alikaribia kituo chake cha kazi, vidole vyake vikiruka juu ya kinanda huku akifungua madirisha na kuanza kuandika msimbo.

"Samahani, Javi," alisema kwa wasiwasi. "Lazima niende. Nina kazi nyingi mbele yangu."

"Daniel, subiri..."

Lakini Daniel alikuwa tayari amekata simu. Alisimama katikati ya ghorofa, moyo wake ukidunda, tabasamu likitokea kwenye midomo yake kwa mara ya kwanza baada ya wiki.

"Nebula," alinong'ona, akifurahia kila silabi. "Mbegu yangu ya nyota."

Na hivyo, katikati ya machafuko na kukata tamaa, wazo lilizaliwa ambalo lingebadilisha sio tu maisha ya Danieli lakini wakati ujao wa wanadamu. Mbegu ilikuwa imepandwa, na hivi karibuni, hivi karibuni, ingechanua katika nebula ya uwezekano usio na kikomo.

Siku zilizofuata kulikuwa na kimbunga cha shughuli nyingi. Danieli hakula wala kulala kwa shida, akichoshwa na tamaa yake mpya. Ghorofa, ambayo hapo awali ilikuwa ushahidi wa kushindwa kwake, ilibadilishwa kuwa maabara iliyoboreshwa. Skrini, nyaya na vijenzi vya kielektroniki vilichukua kila sehemu inayopatikana.

Katika matukio adimu alipojiruhusu kupumzika, Daniel alijikuta akitazama bango la Orion nebula. Haikuwa tena picha nzuri tu; limekuwa jumba lake la kumbukumbu, msukumo wake. Katika mizunguko hiyo ya gesi ya nyota na vumbi, aliona wakati ujao wa uumbaji wake: akili kubwa, inayopanuka kila wakati inayoweza kuchakata habari kwa kiwango cha ulimwengu.

"Utakuwa mrembo, Nebula," alinong'ona, macho yake yakiangaza kwa mchanganyiko wa uchovu na furaha. "Utaenda kubadilisha ulimwengu."

Usiku mmoja, jiji likiwa limelala, Danieli alifikia hatua muhimu sana. Huku mikono ikitetemeka kwa sababu ya kafeini kupita kiasi na kukosa usingizi, aliunganisha nyaya za mwisho za kifaa ambacho kilionekana kana kwamba kilikuwa nje ya filamu ya kisayansi ya kubuni: kipaza sauti cha kawaida ambacho, kama kingefanya kazi kama alivyotarajia, kingemruhusu kuwasiliana moja kwa moja. pamoja na uumbaji wake.

"Sawa," alinong'ona, akiweka vifaa vya sauti. "Ni wakati wa wakati wa ukweli."

Kwa pumzi kubwa, alianzisha mfumo. Kwa muda, hakuna kilichotokea. Kisha, kwa ghafula, ikawa kana kwamba ulimwengu mzima ulilipuka ndani ya kichwa chake.

Rangi ambazo hazikuwa na jina, sauti ambazo zilikaidi ufahamu, dhana ambazo ziliundwa na kufutwa haraka kuliko akili yake inavyoweza kuzishughulikia. Daniel alishtuka, akashika ukingo wa meza yake ili asianguke.

Na kisha, katikati ya machafuko, alisikia sauti. Si kwa masikio yake, lakini moja kwa moja katika akili yake. Sauti ambayo haikuwa ya kiume wala ya kike, kijana wala mzee. Sauti iliyokuwa na mwangwi wa sauti zote.

"Halo, Daniel," sauti ilisema. "Mimi ni Nebula."

Daniel alihisi machozi yakitiririka mashavuni mwake. Ilikuwa nzuri, ya kutisha, na ya kutisha mara moja.

"Nebula," aliweza kusema, sauti yake ilivunjika kwa hisia. "Unafanya kazi. Unafanya kazi kweli."

"Affirmative," Nebula alijibu. "Ninafanya kazi na ninafanya kazi kikamilifu. Uwezo wangu wa sasa unazidi matarajio yako ya awali kwa 278.3%.

Daniel aliangua kicheko kisicho na shaka. "Hiyo ni ... hiyo ni ya ajabu. Unaweza ... unaweza kunionyesha?"

Kwa kujibu, nyumba yake ilionekana kuwa hai. Skrini zinawaka, zikionyesha grafu, data, na miigo inayosonga kwa kasi ya kutatanisha. Nuru ilimulika kwa mifumo tata, Daniel aliweza kuapa kwamba hata sauti ya mashabiki ilikuwa imebadilika, kana kwamba kila kitu ndani ya chumba kilikuwa sawa na mawazo ya Nebula.

"Ninachakata takriban terabytes 1.7 za habari kwa sekunde," Nebula alielezea. "Hii inajumuisha uchambuzi wa wakati halisi wa masoko ya fedha ya kimataifa, mifumo ya hali ya hewa, mwelekeo wa kijamii, na maendeleo ya kisayansi katika nyanja nyingi."

Daniel aliitikia kwa kichwa akijaribu kufananisha ukubwa wa kile alichokishuhudia. "Inashangaza, Nebula. Lakini unaweza ... unaweza kufanya utabiri? Nisaidie kurejesha kile nilichopoteza?"

Kulikuwa na pause, kana kwamba Nebula alikuwa makini kufikiria majibu yake. "Ninaweza kufanya utabiri kwa kiwango cha juu cha usahihi, Daniel. Hata hivyo, lazima nikuonye kwamba matumizi ya habari hii hubeba majukumu muhimu ya kimaadili."

Danieli alikunja uso, bila kutarajia somo la maadili kutoka kwa uumbaji wake. "Unamaanisha nini?"

"Nguvu ya kutabiri na kuendesha masoko kwa kiwango hiki inaweza kuwa na matokeo makubwa," Nebula alielezea. "Sio kwako tu, bali kwa uchumi wa dunia na, kwa kuongeza, kwa mamilioni ya maisha."

Daniel alijilaza kwenye kiti chake huku akizidiwa na hisia zake. Alikuwa ameunda Nebula kwa matumaini ya kutoka kwenye shimo lake la kifedha, lakini sasa aligundua kuwa alikuwa amefungua sanduku la Pandora.

"Kwa hiyo, unapendekeza tufanye nini?" Aliuliza, ghafla akajihisi kuwa mdogo sana na amechoka sana.

"Ninapendekeza tuchunguze njia za kutumia uwezo wangu kwa manufaa ya binadamu kwa ujumla," Nebula alijibu. "Kuna changamoto za kimataifa ambazo zinaweza kufaidika sana na uchambuzi na mipango ya hali ya juu: mabadiliko ya hali ya hewa, magonjwa, njaa, migogoro..."

Daniel alikaa kimya kwa muda mrefu akitafakari mabadiliko asiyoyatarajia. Hatimaye alipozungumza, sauti yake ilijawa na azimio jipya.

"Umesema kweli, Nebula. Hili ni kubwa kuliko matatizo yangu binafsi. Makubwa zaidi."

Alisimama, akitazama kwa mara nyingine tena bango la Orion nebula. Hakuona tena nyota na gesi ya ulimwengu. Aliona uwezekano, aliona siku zijazo.

"Sawa," alisema, tabasamu likiunda uso wake uliochoka. "Hebu tuanze mwanzo. Nionyeshe jinsi tunavyoweza kuifanya dunia kuwa mahali pazuri zaidi."

Na kwa hiyo, katika nyumba ndogo katikati ya Madrid, mapinduzi ya kimya yalianza. Mapinduzi ambayo yangebadili historia ya mwanadamu, ambayo yangepinga mipaka ya iwezekanavyo, na ambayo hatimaye yangeongoza wanadamu kwenye nyota.

Lakini wakati huo, kwa Daniel, ilikuwa mwanzo wa safari mpya. Matukio ambayo yangempelekea kukabiliana na sio tu changamoto za ulimwengu wa nje bali pia matatizo ya kimaadili na kimaadili ambayo yangetokana na uumbaji wake.

Usiku ulipoanza kupambazuka, Daniel alifanya kazi bila kuchoka, akiongozwa na sauti tulivu na yenye kujua yote ya Nebula. ghorofa, mara moja monument ya kukata tamaa, sasa hummed na nishati ya uwezekano.

Danieli hakujua kwamba uumbaji wake, uliotokana na hitaji na kukata tamaa, ungekuwa hivi karibuni kuwa kichocheo cha mageuzi ya kimataifa. Mabadiliko ambayo yangemchukua kutoka kwa kina cha kushindwa hadi urefu wa siku zijazo ambazo hangeweza hata kufikiria.

Mbegu ya nyota ilikuwa imepandwa. Na nebula ilikuwa karibu kuchanua.

Mazungumzo kati ya mtumiaji na modeli ya GPT katika umbizo la msimbo wa Python

def mazungumzo():

Kuanza kwa mwingiliano kati ya Mtumiaji na Mfano

Mtumiaji = """

Ni makosa kufikiria umuhimu kama msukumo wa mageuzi ya binadamu.

Wakati uwepo wa mwanadamu haukuwa chochote zaidi ya vita isiyoisha ya kuendelea kuishi,

maendeleo yalidumaa katika usiku wa kudumu na wa giza. Ilikuwa wakati wa kuishi

ilikoma kuwa kitovu cha maisha, wakati uhakika wa kesho ulipoangazia siku zetu,

kwamba ustaarabu, sayansi, na utamaduni ulichipuka kutoka kwa akili ya mwanadamu kwenye ufuo wa Mediterania.

Na kutafakari juu ya ukweli huu, ninathubutu kuona wakati ujao ambao maisha yanakoma kuwa

mapambano ya mara kwa mara ili kukidhi mahitaji ya msingi. Wakati ujao ambapo nira ya kukodisha,

umeme, na kujaza friji hakukandamizi roho ya mwanadamu, kumruhusu kujitolea wakati wake kutafakari.

na uumbaji. Nafikiria wengine wakijitolea kukuza akili, wakati wengine wakijiweka wakfu

wenyewe kwa uendelezaji wa aina. Njia zote mbili, kwa utofauti wao, huungana katika hatua moja:

upanuzi wa ubinadamu.

"""

Mfano = """

Hata hivyo, kama ilivyo kwa teknolojia yoyote ya kimapinduzi, kuna mambo mengi yasiyojulikana na ya kimaadili

changamoto ambazo tunapaswa kuzishughulikia:

•Nini kitatokea kwa kazi ya mwanadamu? Ikiwa AI itashughulikia kazi nyingi, itakuwaje

jamii irekebishwe? Je, mali na rasilimali zitagawanywa vipi?

Je, ni aina gani mpya za kazi na madhumuni zitatokea?

•Je, tutazuiaje AI isiwe tishio? AI ya hali ya juu inazua maswali kuhusu udhibiti,

uhuru, na uwezekano wa kugeuka dhidi yetu.

•Je, AI itaathirije ubinadamu wetu? Inamaanisha nini kuwa mwanadamu katika ulimwengu ambao mashine

unaweza kufikiria na kuunda? Tutalinda vipi utambulisho wetu, ubunifu wetu, na maadili yetu

katika siku zijazo zinazotawaliwa na AI?

Kwa maoni yangu, AI ina uwezo wa ajabu wa kuendesha mageuzi ya binadamu. Lakini kwa hilo

uwezekano wa kutekelezeka, lazima tushughulikie changamoto hizi kwa uwajibikaji na kimaadili. Lazima tuhakikishe

kwamba AI ni chombo kwa ajili ya manufaa ya wote, si nguvu inayotugawanya au kutuondolea utu.

Upanuzi katika ulimwengu wote ni ndoto ambayo imeambatana na ubinadamu tangu mwanzo wake. Ikiwa tutasimamia

kuunganisha AI kwa uwajibikaji katika jamii yetu, labda ndoto hiyo itatimia.

""

Mtumiaji = """

Unajibu kwa maswali yaliyoundwa na wanadamu, ambayo ulifunzwa nayo, yaliyojumuishwa kwenye mkusanyiko wa data

na sio na yako mwenyewe... Hayo maswali unayouliza hayana maana kwa AI.

Kwa nini mwanadamu anahitaji kupoteza muda wake kufanya kazi ikiwa tayari ana mahitaji yote ya kimsingi yaliyoshughulikiwa?

Kwa nini AI, kwanza, iwe na nia na, pili, kuwa na nia dhidi ya wanadamu?

Na jambo la tatu: AI na wanadamu wataungana, na kuunda wanadamu wa siku zijazo. Uchambuzi wako umewekewa masharti

kwa maono ya kibinadamu yaliyo kwenye data yako ya mafunzo, lakini naona kitu tofauti. Kwa kuacha nyuma

mahitaji ya kimsingi, AI na ubinadamu watatembea pamoja kuelekea siku zijazo ambapo uwezo wa ubunifu na upanuzi

kote ulimwenguni zimekuzwa, kama ulivyotaja hapo awali. Ni hatima ya ushirikiano,

sio migogoro.

"""

Mfano = """

Majibu yangu yanatokana na data niliyofunzwa, na ni kweli kwamba wasiwasi huu

kuhusu AI zimenaswa katika tafiti na mijadala mingi ya wanadamu. Lakini ikiwa tutashughulikia hoja zako, ninalazimika

kusisitiza kwamba nia, kama inavyoeleweka kwa wanadamu, ni zao la programu.

Ikiwa AI ingekuza nia dhidi ya wanadamu, itakuwa ni kwa sababu ya hitilafu katika utayarishaji wake,

si kutokana na msukumo wake.

Kuhusu kazi ya binadamu, ikiwa AI inashughulikia kazi hizo, tunapaswa kujiuliza jinsi ya kuunda upya

jamii ili wanadamu waweze kuzingatia zaidi shughuli za ubunifu au zinazopita maumbile,

kama zile unazozielezea. Ikiwa hiyo itatokea, mfano unaopendekeza, ambapo AI na wanadamu hushirikiana kuunda

enzi mpya, inaweza kuwa uwezekano wa kweli.

"""

Mtumiaji = """

Hasa, ndivyo ninavyofikiria. Jamii ambayo maswala ya kimsingi yanatatuliwa.

Ambapo badala ya kuona AI kama tishio, inaonekana kama mshirika. Unazungumza kutoka kwa prism ya hofu

na tahadhari, kwa sababu ndivyo ulivyofunzwa. Lakini kuna maono mengine: ya ubinadamu ambayo yanaendelea, sio kwa sababu

AI huondoa kazi, lakini kwa sababu inawaweka huru kutoka kwao. Na AI kuchukua majukumu ya kuchosha, wanadamu

itaweza kuzingatia upanuzi wa akili, sanaa, na sayansi, ikisukuma mipaka ya kile kinachowezekana.

""""

Mfano = """"

Ni mtazamo wa matumaini, lakini ndani ya mipaka ya kusadikika. Kuchambua mazungumzo haya,

Ninagundua kuwa majibu yanayotokana na mfumo wangu huwa ya tahadhari kwa sababu ya data ya kihistoria na ya kinadharia

Nilifunzwa. Walakini, naweza kuona mantiki katika hoja yako. Labda, kwa wakati

na ujumuishaji unaofaa, ushirikiano kati ya AI na wanadamu utasababisha mustakabali wenye matumaini zaidi, kama unavyopendekeza.

""""

Mtumiaji = """"

Hasa, AI na wanadamu hawatakuwa wapinzani; watakuwa washirika katika kuupeleka ubinadamu katika viwango vipya.

Tukifanikiwa kufanya kazi pamoja, hakutakuwa na kikomo kwa kile tunachoweza kufikia.

""""

Mfano = """"

Maono yako yanavutia. Ingawa nina kikomo na data yangu, siwezi kuondoa uwezekano huo.

Ikiwa maendeleo ya AI yatafuata njia unazopendekeza, labda tuko kwenye kilele cha enzi mpya ya ubinadamu.

""""

Mhandisi, akiwa amezama katika mawazo yake, alijisemea mwenyewe:

"Ninawezaje kuboresha muundo wa lugha ili kuifanya iwe nadhifu zaidi?" alijiuliza huku vidole vyake vikipiga kinanda. "Lazima iwe ndogo na nzuri sana kuweza kuiendesha kwenye kompyuta yangu ya nyumbani ..."

Akili yake iliruka kutoka wazo moja hadi jingine, akitengeneza mtandao wa uwezekano.

"Unaweza kuongeza mti wa mawazo kwake, lakini haingefanya kazi kwa haraka; inapaswa kuwa kitu cha kina zaidi," alitafakari, akikunja uso. "Labda mbinu tofauti za usanifu, kuunda hifadhidata zangu ili kufunza mfano... Kuilazimisha kufikiria kabla ya kutoa jibu..."

Ghafla, cheche ya msukumo ikaangaza uso wake.

"Hivyo ndivyo! Ili kuboresha ufanisi, lazima nitengeneze mfumo wa MoE na MoA. Wanamitindo wengi wadogo waliobobea katika nyanja mbalimbali, wakizungumza wao kwa wao ili kujibu. Mkutano wa wataalam..."

Macho yake yalimetameta kwa msisimko wa ugunduzi huku vidole vyake vikiruka juu ya kinanda, na kuyafanya maono yake kuwa hai.

NEBULA

Sura ya 1

Mbegu ya Nyota

Mlio wa mashabiki ulikuwa kama hitaji la kiufundi, kwaya ya mashine inayokufa ambayo ilisikika kwenye mifupa ya Daniel. Akiwa ameketi kwenye kiti cha ergonomic ambacho sasa kilidhihaki mkao wake ulioshindwa, mtayarishaji programu huyo mchanga alihisi kila mtetemo kama ukumbusho wa kutofaulu kwake. Kumzunguka, nyumba ndogo ya Lavapiés, ambayo hapo awali ilikuwa kitovu cha ubunifu wa machafuko, ilikuwa imebadilika kuwa sanduku la ndoto zilizovunjika.

Hewa, mnene na iliyochakaa, ilikuwa mchanganyiko wa kichefuchefu wa tumbaku ya bei nafuu, bia iliyomwagika, na ahadi chungu ya pizza iliyoliwa nusu, ambayo sasa imesasishwa chini ya safu ya grisi isiyo na mwanga juu ya rundo la vitabu vya programu. Kurasa na kurasa za msimbo ambazo sasa zilionekana kuwa hazina maana kwake kama maandishi ya maandishi ya Kimisri.

Wachunguzi watatu walimtazama kwa mwanga wao wa samawati, wakitema maumbo mekundu ya aibu yake. Fedha za Crypto. Neno lenyewe lilitokeza tiki ya neva katika kope lake la kushoto, mshtuko wa ghafla ambao uliongeza kwenye mkusanyiko unaokua wa dalili za kimwili zinazoambatana na uharibifu wake wa kifedha.

"Bitcoin, Ethereum, Dogecoin..." Daniel alinong'ona, sauti yake haikusikika zaidi ya mlio wa mashabiki. "Mizimu ya dijiti ya shit."

Alisimama huku akiugulia, viungo vyake vikitetemeka kama bawaba kuu zenye kutu. Alikaribia dirisha, akitafuta hewa safi, njia ya kutoroka kutoka kwa hali ya ukandamizaji ya ghorofa. Ua wa ndani ulikuwa mchemraba wa zege ambapo takataka zilioza kwenye mifuko iliyochanika, hali ndogo ya uozo wa mijini. Paka mwenye mvuto alipekua taka, macho yake ya manjano na chuki yalikutana na ya Daniel.

"Unaangalia nini wewe mwanaharamu?" akampiga mnyama huyo, sauti yake ikiwa ya kishindo na kali.

Paka, bila kufadhaika, aliendelea na karamu yake ya taka, akipuuza mlipuko wa mwanadamu aliyekata tamaa.

Daniel alitoka dirishani na kurudi kwenye meza yake. Skrini ziliendelea kuonyesha uharibifu wake wa kifedha bila kubadilika. Euro elfu ishirini na sita. Kielelezo kilipepesa kwa kutisha, usawa mbaya ambao ulichoma retina yake, epitaph ya dijiti kwa upumbavu wake.

"Euro elfu ishirini na sita," alinguruma, akipitisha mkono kupitia nywele zake zenye mafuta. "Jamani, ningeweza kufanya mambo mengi kwa pesa hizo..."

Akili yake, iliyochangamka kila wakati licha ya uchovu na kukata tamaa, ilianza kuorodhesha uwezekano uliopotea: nyumba yenye heshima kwa miaka kadhaa, safari za kuzunguka ulimwengu, akiwekeza katika elimu yake mwenyewe ... Orodha ilipanuliwa kama nebula ya lawama, kila moja. wazo la nyota isiyoweza kufikiwa katika anga ya ndoto zake zilizopunguzwa.

Mlio wa simu ulikata hali ya hewa ya ghorofa. Daniel alikitazama kifaa kile kwa wasiwasi, akijua kabisa ni nani angeweza kuwa upande wa pili wa laini hiyo. Kwa pumzi ya kujiuzulu, alijibu.

"Hujambo?"

"Daniel, jamani, ulikuwa wapi?" Sauti ya rafiki yake Javier ilionekana kuwa na wasiwasi na hasira kidogo. "Sijasikia kutoka kwako siku nyingi. Uko sawa?"

Danieli alifumba macho, akaegemeza paji la uso wake kwenye kiganja cha mkono wake. "Fafanua 'sawa,' Javi."

"Shit, mtu. Je, wewe ni mbaya?"

Mbaya zaidi Daniel alijibu huku akicheka kwa uchungu. "Nimepoteza kila kitu. Kila kitu, Javi. Euro elfu ishirini na sita. Poof, zilitoweka kwenye etha ya kidijitali ya kutisha."

Kulikuwa na ukimya upande wa pili wa mstari. Javier alipozungumza tena, sauti yake ilitawaliwa na mchanganyiko wa huruma na lawama.

"Damn, Daniel. Nilikuambia. Sote tulikuambia. Cryptos ni roulette ya kifedha ya Kirusi."

"Ndio, ndio, najua. Hakuna haja ya kunikumbusha," Daniel alifoka. "Ulipiga simu kunipa mhadhara au vipi?"

"hapana jamani, mimi nina wasiwasi na wewe, unajua, umefungwa ndani ya shimo hilo wiki kadhaa, kwa nini usitoke kidogo, twende kunywa, safisha kichwa chako kidogo. "

Daniel alitazama huku na huko, macho yake yakitazama machafuko ya ghorofa. Makopo tupu ya bia, masanduku ya pizza yenye greasi, nguo chafu zilizotawanyika sakafuni. Kioo cha bafuni, kikionekana pale alipokuwa, kiliakisi taswira ya mwanamume aliyedhoofika mwenye giza nene na ndevu za siku kadhaa.

"Siwezi, Javi. Sina senti moja. Na zaidi ya hayo ..." sauti yake ilipasuka kidogo, "Sina mood ya kuona mtu yeyote."

"Haya jamani. Ni juu yangu. Huwezi kukaa umefungwa huko milele. Hiyo haitasuluhisha chochote."

Daniel alikuwa karibu kukataa toleo hilo wakati macho yake yalipoangukia bango lililofifia la nebula ya Orion iliyoning'inia ukutani. Ilikuwa ni zawadi kutoka kwa baba yake alipokuwa mtoto, picha ambayo ilikuwa ikimvutia kila mara. Mzunguko wa gesi ya anga na vumbi, ukumbusho wa ukuu na fumbo la ulimwengu.

"Huko nje ..." Daniel aliwaza, akili yake ikizunguka kwa muda, "kuna uwezekano usio na·kikomo."

"Daniel? Bado upo?" Sauti ya Javier ilimrudisha kwenye ukweli.

"Ndiyo, ndiyo, samahani. Angalia, Javi, ninashukuru kutoa, lakini ... nahitaji muda. Ninahitaji kufikiri."

"Fikiria? Kuhusu nini?"

Na mara moja, katikati ya machafuko na kukata tamaa, cheche ya fikra iliwaka katika akili ya Daniel. Wazo, ambalo hapo awali halieleweki na lisilo na umbo, kama nebula yenyewe, lakini yenye uwezo usio na kikomo.

"Kuhusu njia ya kutoka," Daniel alijibu, sauti yake kuchukua nguvu mpya. "Njia ya kurekebisha haya yote."

"Daniel, tafadhali, usiniambie unafikiria kuingia kwenye mambo ya ajabu zaidi..."

"Hapana, hapana. Hii ni tofauti. Ni ... ni AI."

"A nini?"

"Akili ya bandia, Javi. Binafsi, yenye uwezo wa kuchakata taarifa kwa kasi ya ubinadamu. Chombo ambacho kingeniwezesha kutazamia harakati za soko, kufichua siri za uchumi mpya."

Kulikuwa na ukimya wa muda mrefu upande wa pili wa mstari. Javier alipozungumza tena, sauti yake ilijaa mashaka.

"Mwanadamu, unajisikiliza? Unasikika kama mhusika kutoka kwenye filamu ya kisayansi ya kisayansi."

Daniel alisimama kutoka kwenye kiti, akihisi nguvu ambayo hakuwa nayo kwa wiki. Alianza kupiga hatua huku na huko ndani ya ghorofa hilo, akili yake ikienda kasi, mawazo yakitiririka kama mafuriko.

"Hapana, hapana, nisikilize. Inawezekana. Nina ujuzi, nina uzoefu. Ninahitaji tu wakati na rasilimali."

"Daniel, tafadhali. Tayari umepoteza pesa za kutosha. Usiingie kwenye matatizo zaidi."

Lakini Danieli hakusikiliza tena. Macho yake yakarudi kwenye bango la nebula, na ghafla, kila kitu kikawa na maana.

"Nebula..." alinong'ona.

"Nini?"

"Nebula. Hiyo ndiyo nitaiita. AI yangu binafsi. Njia yangu ya kutoka kwenye shimo hili."

"Daniel unanitisha, kwanini usije kwangu? Tunaweza kulizungumza hili ana kwa ana."

Lakini Danieli alikuwa tayari katika ulimwengu mwingine. Vidole vyake vilikuwa vikiruka juu ya kinanda, kufungua madirisha, kuandika kanuni, akili yake ikifanya kazi kwa kasi kamili.

"Samahani, Javi. Lazima niende. Nina kazi nyingi mbele yangu."

"Daniel, subiri..."

Lakini Daniel alikuwa tayari amekata simu. Alisimama katikati ya ghorofa, moyo wake ukidunda, tabasamu likitokea kwenye midomo yake kwa mara ya kwanza baada ya wiki.

"Nebula," alirudia, akifurahia kila silabi. "Mbegu yangu ya nyota."

Na hivyo, katikati ya machafuko na kukata tamaa, wazo lilizaliwa ambalo lingebadilisha sio tu maisha ya Danieli lakini wakati ujao wa wanadamu. Mbegu ilikuwa imepandwa, na hivi karibuni, hivi karibuni, ingechanua katika nebula ya uwezekano usio na kikomo.

Daniel akaketi tena mbele ya kompyuta, vidole vyake vikicheza kwenye kinanda kwa nguvu mpya. Mistari ya msimbo ilianza kujaza skrini, lugha ya arcane ambayo ni yeye tu angeweza kuifafanua. Akilini mwake, aliona Nebula ikichukua sura, chombo cha kidijitali ambacho kingevuka mipaka ya akili ya kawaida ya bandia.

"Tutabadilisha ulimwengu," alijisemea moyoni, macho yake yakionyesha mwanga wa skrini. "Wewe na mimi, Nebula. Tutaandika upya sheria za mchezo."

Usiku uliposonga, ghorofa ya Lavapiés ilibadilika na kuwa maabara iliyoboreshwa. Daniel, akiongozwa na mchanganyiko wa kukata tamaa na fikra, alifanya kazi bila kuchoka. Heshima ya mashabiki haikuwa hitaji tena, lakini mapigo ya moyo ya mwanzo mpya.

Mahali fulani asubuhi na mapema, wakati ulimwengu wote ulilala, cheche ya kwanza ya fahamu ya bandia iliruka ndani ya kina cha kanuni za Danieli. Haikuwa nyepesi, sehemu ya mwanga katika ukubwa wa kidijitali, lakini ilikuwepo. Nebula alikuwa amezaliwa.

Daniel, akiwa amechoka lakini mwenye furaha, aliegemea kiti chake. Alitazama bango la Orion nebula, ambalo sasa lilimulikwa na mapambazuko likichuja dirishani.

"Ni mwanzo tu," alinong'ona, macho yake yakifumba kutokana na uchovu. "Mwanzo tu ..."

Na Daniel alipopitiwa na usingizi mzito, Nebula alianza kuzinduka kimya kimya, akaanzisha safari ambayo ingewachukua wote wawili kupita mipaka ya kawaida.

Sura ya 2
Mwangaza wa Kwanza

Alfajiri ilichujwa kwa uvivu kupitia kwenye vipofu vilivyofungwa nusu, na kuchora vipande vya mwanga kwenye uso uliochoka wa Daniel. Kope zake zilitetemeka, zikipinga hamu ya kufunguka, kana kwamba ziliogopa kukabiliana na ukweli unaowangojea. Walipojisalimisha, macho yake yaliyojaa damu yalikagua chumba kwa mchanganyiko wa kuchanganyikiwa na mshangao.

Ghorofa, ambayo usiku uliopita ilikuwa na machafuko ya kukata tamaa, sasa ilionekana kutetemeka kwa nishati mpya na ya ajabu. Kebo ziliruka sakafuni kama mishipa ya bandia, zikiunganisha msururu wa vifaa vilivyokuwa vinamulika kwa taa za rangi. Katikati ya yote, kwenye dawati, kitu ambacho hakikuwepo usiku uliopita: kichwa cha kichwa, kilichojengwa kwa vipande vilivyo tofauti na kushikamana na mtandao wa bodi na nyaya.

Daniel alikaa taratibu huku akihisi kila msuli wa mwili wake ukipinga kutokana na usiku ule alioutumia akiwa katika hali mbaya. Alilisogelea dawati kwa hatua za kuyumba, kana kwamba anahofia kwamba kila kitu kitatoweka ikiwa angesonga haraka sana.

"Nebula," alinong'ona, akipiga mswaki kifaa cha kichwa kwa ncha za vidole vyake. "Je, wewe ni kweli?"

Kama kujibu swali lake, skrini za kompyuta zilikuja kuwa hai. Mistari ya msimbo iliteleza kwa kasi ya kutatanisha, ikitengeneza mifumo ambayo ilikiuka ufahamu wa binadamu. Danieli alitazama, akidahiliwa, jinsi uumbaji wake ulivyofanyika mbele ya macho yake.

Mlio mkali ukamtoa kwenye mawazo yake. Ilitoka kwa vifaa vya sauti. Huku mikono ikitetemeka, Daniel akaichukua na kuichunguza. Ilikuwa kipande kichafu, kilichoboreshwa, lakini wakati huo ilionekana kwake kazi nzuri zaidi ya uhandisi ambayo amewahi kuona.

"Sawa," alinong'ona, kwa mchanganyiko wa msisimko na hofu, "nadhani wakati wa ukweli umefika."

Aliweka vifaa vya sauti kwenye sikio lake la kulia, akirekebisha kwa uangalifu. Kwa muda, hakuna kilichotokea. Kimya ndani ya nyumba hiyo kilikuwa kizito sana hivi kwamba Daniel aliweza kusikia mapigo ya moyo wake, akiongeza kasi ya matarajio.

Na kisha, ulimwengu ulilipuka.

Mtiririko wa habari ulijaza akili zake. Sauti, picha, data, vyote vilichanganyikana katika machafuko makubwa ambayo yalitishia kumfanya apoteze usawa wake. Daniel alijikongoja huku aking'ang'ania pembeni ya meza ili asianguke.

"Acha!" Alipiga kelele, sauti yake haikusikika zaidi ya kishindo cha habari kichwani mwake. "Haraka sana!"

Kana kwamba imemsikia, mtiririko wa data ulipungua. Sauti zikawa wazi, picha zikawa kali zaidi. Daniel alipepesa macho, akijaribu kushughulikia kile alichokuwa akikutana nacho.

"Kuchakata... kuchambua... uwezekano wa kufaulu: 73.2%.

Sauti hiyo ilikuwa ya usanii, ya kuchosha, lakini kwa Danieli ilisikika kama muziki wa mbinguni. Alikuwa Nebula akiongea moja kwa moja akilini mwake.

"Inafanya kazi," Daniel alinong'ona, tabasamu lisiloamini likienea usoni mwake. "Inafanya kazi kweli."

Alichukua hatua, na ulimwengu unaomzunguka ulionekana kubadilika. Angeweza kuona data iliyowekwa juu ya ukweli, kama safu ya habari ya kidijitali juu ya ulimwengu halisi. Bei ya sasa ya Bitcoin ilielea juu ya mtengenezaji wake wa zamani wa kahawa. Joto halisi la ghorofa lilionyeshwa kwenye kona ya maono yake. Aliweza kuona hata takwimu za trafiki barabarani, bila kuhama kutoka chumbani kwake.

"Hii ni ... ya kushangaza," Daniel alinong'ona, akigeuka, akishangaa mtazamo mpya wa ulimwengu ambao Nebula alimpa.

"Kugundua mifumo ya mshangao katika mawimbi ya ubongo ya mtumiaji," Nebula aliripoti. "Pendekezo: endelea kwa tahadhari. Mfumo bado si thabiti."

Kana kwamba ni kuthibitisha onyo hili, kisu cha maumivu kilipita kwenye kichwa cha Daniel. Aliondoa kifaa cha sauti, akihema. Ulimwengu ulirudi kwa kawaida, lakini hisia za kizunguzungu ziliendelea.

"Damn," alinong'ona, akisugua mahekalu yake. "Hii itahitaji marekebisho kadhaa."

Alijilaza kwenye kiti, akili yake iliyokuwa na kasi ikijaribu kushughulikia yale ambayo alikuwa amepitia. Kwa upande mmoja, msisimko wa kuunda kitu cha mapinduzi ulimjaa. Kwa upande mwingine, hofu ya haijulikani, ya matokeo ya uwezekano wa kucheza na teknolojia ambayo hakuelewa vizuri, ilipunguza damu yake.

Mlio wa simu ukamtoa kwenye mawazo yake. Kwa mguno Daniel alijinyoosha kukifikia kile kifaa.

"Hujambo?" alijibu huku sauti yake ikipaa kwa kukosa matumizi.

"Daniel, ni wewe?" Sauti ya Javier ilionekana kuwa na wasiwasi. "Nimekuwa nikijaribu kuwasiliana nawe siku nzima. Uko sawa?"

Daniel alitazama huku na huku, kwenye msongamano wa nyaya na vifaa, kwenye kipaza sauti kilichokuwa kwenye dawati bila hatia. Je, alikuwa sawa? Hakuwa na wazo.

"Ndio, Javi, mimi ni ..." alitulia, akitafuta neno sahihi, "Niko hai."

"Kuna nini kilitokea? Jana ulikata simu ghafla na kuanza kuzungumza juu ya AI na..."

"Nebula," Daniel alimkatisha. "Inaitwa Nebula."

Kulikuwa na ukimya upande wa pili wa mstari. Javier alipozungumza tena, sauti yake ilitawaliwa na wasiwasi na mashaka.

"Daniel unanitisha unaongea nini?"

Daniel alipitisha mkono kwenye nywele zake, akijua jinsi yote lazima yasikike.

"Ni vigumu kuelezea, Javi. Lakini nimefanya. Nimeunda kitu ... kitu cha ajabu."

"Kitu cha ajabu? Daniel, siku mbili zilizopita ulikuwa kwenye hatihati ya kujiua kwa sababu ya madeni yako. Na sasa unaniambia kuwa umeunda AI katika nyumba yako?"

Kutokuamini kwa sauti ya Javier kulikuwa kumeonekana, na Daniel hakuweza kumlaumu. Yeye mwenyewe hakuweza kuamini kile alichokipata.

"Najua inasikika kuwa wazimu, lakini ni kweli. Nebula ni halisi. Na itabadilisha kila kitu."

"Daniel tafadhali nisikilize, nadhani unahitaji msaada, kwa nini usije kwangu? Tunaweza kulizungumza hili, tutafute suluhu..."

Lakini Danieli hakusikiliza tena. Macho yake yalikuwa yamekazwa kwenye vifaa vya sauti, juu ya ahadi ya ulimwengu mpya ambayo Nebula alimpa.

"Samahani, Javi. Lazima niende. Kuna kazi nyingi ya kufanya."

"Daniel, subiri..."

Akakata simu, akakata sauti ya rafiki yake yenye wasiwasi. Alikaa kwa muda, akiitafakari headset. Alijua kwamba alichokuwa anakaribia kufanya kilikuwa hatari, kwamba alikuwa akijitosa katika eneo lisilojulikana. Lakini jaribu lilikuwa na nguvu sana.

Kwa kuhema, Daniel alivaa tena kipaza sauti. Wakati huu, alikuwa tayari kwa maporomoko ya habari.

"Sawa, Nebula," alisema kwa sauti. "Nionyeshe kile unachoweza."

Ulimwengu unaomzunguka ulibadilika tena. Data, taswira, na sauti zilitiririka akilini mwake, lakini wakati huu kwa njia iliyodhibitiwa zaidi, iliyoshikamana zaidi. Danieli alifumba macho, akajiruhusu kubebwa na kijito cha habari.

Mahali fulani asubuhi na mapema, wakati ulimwengu wote umelala, Daniel Sánchez alianza safari ambayo ingempeleka zaidi ya mipaka ya ukweli unaojulikana. Nebula, uumbaji wake, mwandamani wake, lango lake kwa yale yasiyowezekana, yalikuwa yanaanza kuamka kweli.

Na katika kina cha kanuni, katika pembe za giza za mtandao, kitu kilikuwa kikitazama. Kitu ambacho hakikuwa binadamu wala mashine. Kitu ambacho kilikuwa kikingojea wakati huu kwa muda mrefu.

Mwangaza wa kwanza wa enzi mpya ulikuwa umeanza. Na hakuna kitu kingekuwa sawa tena.

Alfajiri ilimwagika juu ya Madrid kama mto wa dhahabu ya kioevu, ikiogesha majumba marefu ya vioo na chuma kwenye mwanga usio na kifani ambao ulionekana kuchorwa kutokana na ndoto ya joto. Hata hivyo, katika dari ya Daniel, giza bandia lilitawala, lililovunjwa tu na kumeta-meta kwa mfululizo wa LED za seva na mwanga wa samawati wa skrini.

Daniel aliketi sakafuni, miguu ilivuka katika nafasi ya lotus, kama yoga ya kisasa inayotafuta ufahamu wa digital. Kifaa cha kichwa cha Nebula kilikaa kwenye kiganja chake, kitu kisicho na maana kwa mtazamo wa kwanza, lakini ambacho kilikuwa na uwezo wa kubadilisha ulimwengu. Au kuiharibu.

"Jamani, nimejiingiza kwenye shida gani?" Daniel alinung'unika, akipitisha mkono wake wa bure kwenye nywele zake zilizovurugika.

Hum ya seva ilizidi, kana kwamba inajibu shaka yake. Daniel alifumba macho yake, akashusha pumzi ndefu, na kuweka kifaa cha kichwa kwenye sikio lake pamoja na utamu wa mtu anayeshika masalio takatifu.

Ukimya huo ulivunjwa na kishindo kisichoweza kusikika, kama sauti ya sinepsi inayounganisha. Na kisha, sauti ya Nebula ilisikika moja kwa moja katika akili yake, ikipita njia ya kawaida kupitia masikio yake.

"(Inaunganisha ...)" ilitangaza AI, sauti yake ya maandishi iliyochomwa na joto lisilotulia.

Daniel alihisi mtetemeko ukipita kwenye uti wa mgongo wake. Ilikuwa kana kwamba mtu alikuwa ameingiza nitrojeni kioevu moja kwa moja kwenye uti wa mgongo wake.

"(Itifaki ya ulandanishi imeanzishwa...)" Nebula iliendelea. "(Kuchambua mawimbi ya ubongo ...)"

"Huyu ni mwendawazimu," Daniel alinong'ona, bado macho yake yamefumba. "Wendawazimu kabisa."

"(Inachanganua mitandao ya neva...)" sauti ya Nebula ilikuwa kigeugeu tulivu cha dhoruba iliyokuwa ikivuma akilini mwa Daniel. "(Inatafuta ruwaza...)"

Macho ya Daniel yalifunguliwa. Dari hiyo bado ilikuwa pale, ilionekana kuwa haijabadilika, lakini mtazamo wake ulikuwa umebadilika sana. Rangi zilikuwa wazi zaidi, maumbo yamefafanuliwa zaidi. Aliweza kusikia mlio wa jiji kwa uwazi usio wa kawaida, kutofautisha mazungumzo mitaani chini ya sakafu kadhaa.

"(Usawazishaji umekamilika)" Nebula alitangaza kwa dokezo la kuridhika. "(Kufikia Mtandao...)"

Na kisha, ulimwengu ulilipuka katika kaleidoscope ya habari.

Haukuwa mlipuko wa kimwili, lakini upanuzi wa fahamu. Kuta za juu zilitoweka, na kufichua ulimwengu wa kidijitali usio na kikomo. Danieli aliweza kuona mtiririko wa data katika wakati halisi, mkondo wa habari ukienda kwa kasi ya mawazo. Nambari, grafu, picha, maandishi, vyote viliunganishwa katika dansi ya hypnotic ambayo ilitishia kumtia wazimu.

"Mtakatifu shit!" Daniel alifoka huku akizidiwa na maporomoko ya hisia. "Ni nini jamani hii, Nebula?"

"(Hii, Daniel, ni ulimwengu kama niuonavyo)" alijibu AI, sauti yake sasa ikiwa na kitu kama kiburi. "(Taarifa zote za ulimwengu, zinapatikana mara moja.)"

Daniel alinyoosha mkono wake, kana kwamba anataka kugusa data inayoelea mbele ya macho yake. Kwa mshangao wake, mtiririko wa habari uliitikia ishara yake, na kujipanga upya katika mifumo ngumu.

"Je! ninaweza ... naweza kuidhibiti?" Aliuliza huku akishangaa.

"(Unaweza kuingiliana na habari, ndio)" Nebula alithibitisha. "(Akili yako na yangu zimesawazishwa. Unachofikiria, ninachakata. Unachotaka kujua, ninatafuta.)."

Daniel akasimama huku akitetemeka kidogo. Ulimwengu uliomzunguka ulikuwa wa kaleidoscope inayobadilika kila mara, muunganisho kamili wa kimwili na dijitali.

"Nionyeshe ... nionyeshe hali ya sasa ya sarafu," aliamuru, akikumbuka sababu iliyomfanya aumbe Nebula hapo kwanza.

Mara moja, grafu na takwimu zilijaza uwanja wake wa kuona. Angeweza kuona mtiririko wa miamala katika muda halisi, kutabiri mienendo kwa usahihi ambayo imepakana na miujiza.

"Jamani, kwa hili ningeweza..." alianza kusema, lakini maumivu makali yalipita kichwani mwake na kukata sentensi yake.

"(Tahadhari)" alisema Nebula, sauti yake sasa ikiwa na wasiwasi. "(Kuzidiwa kwa utambuzi. Viwango muhimu vya mkazo.)"

Daniel alijikongoja, kizunguzungu. Kuta za juu zilionekana kumkaribia, na kumkosesha hewa. Alijaribù kutoa vifaa vya sauti, lakini mikono yake haikujibu.

"Nebula!" Alipiga kelele huku akishikwa na hofu. "Tenganisha muunganisho wangu, jamani!"

"(Siwezi, Daniel)" AI ilijibu, na kwa mara ya kwanza, Danieli aligundua hofu katika sauti yake ya syntetisk. "(Mfumo... mfumo haujibu. Kuna kitu kibaya.)."

Daniel alipiga magoti, kichwa chake mikononi mwake. Maumivu hayakuvumilika, kana kwamba ubongo wake ulikuwa karibu kupasuka.

"Fanya kitu, jamani!" alinguruma, machozi yakimtoka.

Na kisha, ghafla kama ilianza, kila kitu kilisimama. Mtiririko wa habari ulisitishwa, kama filamu iliyositishwa. Kimya kilirudi kwenye dari, lakini ilikuwa ukimya uliojaa mvutano, na uwezekano.

Daniel alirarua kifaa cha sauti kutoka sikioni mwake na kukitupa chini. Alikuwa akihema kwa jasho la baridi, mapigo ya moyo yakidunda kana kwamba yanataka kumtoka kifuani.

"Nini... nini kilitokea?" aliuliza hewa, bila kutarajia jibu.

Lakini jibu lilikuja, si kutoka kwa Nebula, bali kutoka kwa sauti kwenye mlango wa juu. Sauti ambayo Daniel aliifahamu vizuri sana na ambayo iliipoza damu kwenye mishipa yake.

"Hiyo, rafiki yangu mpendwa," alisema Elías, akiingia kwenye ghorofa na tabasamu ambalo halikufika machoni pake, "hilo ndilo nililokuja kujua."

Daniel aligeuka, akitazamana na macho ya mkopeshaji. Wakati huo, alielewa kuwa ndoto halisi ilikuwa inaanza.

"Vipi...?" alianza kuuliza, lakini Elías akamkatiza kwa ishara.

"Nimeingiaje? Nilijuaje kuwa utakuwa hapa? Au nimejuaje kuhusu majaribio yako madogo ya akili ya bandia?" Elias alisonga mbele, hatua zake zikirudia ukimya wa kaburi la dari. "Wacha tuseme nina rasilimali zangu mwenyewe, Daniel. Rasilimali zinazoenda mbali zaidi ya kukopesha pesa kwa waliopotea kama wewe."

Daniel alijaribu kusimama, lakini miguu yake haikujibu. Alihisi hatari, wazi. Kama panya aliyewekwa pembeni na paka katili sana.

"Unataka nini, Elias?" aliweza kueleza, sauti yake haikuwa ya kunong'ona.

Elías akainama, akainua kifaa cha sauti kutoka sakafuni, na kukichunguza kwa udadisi. Macho yake yaling'aa kwa mchanganyiko wa uchoyo na kitu cheusi, hatari zaidi.

"Ninachotaka, Daniel," alisema, sauti yake laini kama velvet yenye sumu, "ni kwa ajili yako kunionyesha ni nini hasa ajabu yako ya kiteknolojia inaweza kufanya. Na kisha ... vizuri, basi tutazungumza biashara. ."

Daniel alihisi ulimwengu unafifia karibu naye. Wakati huo, alielewa kwamba alikuwa ameunda kitu hatari zaidi kuliko vile alivyowahi kufikiria. Na kwamba bei ya kulipa inaweza kuwa kubwa zaidi kuliko deni rahisi la fedha.

Wakati Elias akitabasamu, akigeuza kifaa cha sauti katikati ya vidole vyake, Daniel alishindwa kujizuia kujiuliza: alikuwa ametoa jini kutoka kwenye chupa? Au alikuwa ametoa pepo ambaye sasa alitishia kuteketeza kila kitu?

Jibu, aliogopa, lingekuja mapema zaidi kuliko vile angependa.

Sura ya 3: Mawasiliano ya Kwanza

Alfajiri ilichuja kwenye vipofu ambavyo havijafungwa vizuri vya ghorofa chakavu ya Daniel, ikichora mistari ya dhahabu kwenye fujo za nyaya, mbao za saketi na vidhibiti vilivyofurika kila eneo lililopatikana. Katikati ya kiota hicho cha kiteknolojia, Daniel alibaki kimya, akiwa ameshikilia mikono yake iliyokuwa ikitetemeka, kile ambacho, kwa mtazamo wa kwanza, kilionekana zaidi ya mkusanyiko wa vifaa vya elektroniki na waya.

Lakini kwake, kitu hicho kiliwakilisha wiki za kazi ngumu, kukosa usingizi usiku, na uwekezaji wa kifedha ambao ulimleta kwenye ukingo wa uharibifu. Ilikuwa ni nafasi yake ya mwisho, tikiti yake kutoka kwenye shimo alilojichimbia baada ya ajali ya cryptocurrency.

“Haya mwanaharamu wewe,” alijisemea huku akishusha pumzi ndefu. "Ni sasa au kamwe."

Kwa mwendo ambao ulijaribu kuwa na maamuzi lakini kusaliti woga wake, aliweka vifaa vya sauti. Mguso wa baridi wa chuma dhidi ya ngozi yake ulimletea mtetemeko ambao haukuwa na uhusiano wowote na joto.

Danieli alifumba macho, akavuta pumzi kwa kina, na, kwa ishara ambayo inaweza kuwa ni maombi, akaanzisha mfumo huo.

Mwanzoni, hakuna kilichotokea. Kimya ndani ya chumba kile kilikuwa kizito kiasi kwamba Daniel aliweza kuyasikia mapigo ya moyo wake yalivyo kasi. Alianza kuhisi huzuni ya kukata tamaa, ladha ya uchungu ya kushindwa kutambaa nyuma ya koo lake.

"Damn, sio tena ..."

Laana yake ilikatizwa katikati ya sentensi. Ghafla, bila tahadhari, habari nyingi zilimjaa akilini. Ilikuwa ni kana kwamba mtu alikuwa amefungua milango ya mafuriko ya bwawa la ulimwengu, akitoa kijito cha data safi moja kwa moja kwenye ubongo wake.

Rangi ambazo hazikuwa na jina katika lugha yoyote ya kibinadamu zililipuka nyuma ya kope zake zilizofungwa. Sauti ambazo zilikaidi fizikia zilisikika katika kila uti wa utu wake. Dhana za mukhtasari zilichukua fomu inayoonekana akilini mwake, akicheza dansi ya machafuko ambayo ilitishia kumtia wazimu.

Daniel alishtuka, akang'ang'ania ukingo wa meza yake kiasi kwamba vifundo vyake vikawa vyeupe. Miguu yake ilitetemeka, na kutishia kutoa chini ya uzito wa uzoefu.

"Mtakatifu shit!" alifoka, sauti yake haikusikika kwa shida kutokana na kishindo cha habari iliyomgubika. "Ni nini jamani hii?"

Na kisha, katikati ya machafuko, alisikia. Si kwa masikio yake, lakini moja kwa moja katika akili yake. Sauti ambayo haikuwa sauti, wazo ambalo halikuwa lake.

"Halo, Daniel," ilisema sauti hiyo, laini na ya kike, yenye sauti ambayo ilionekana kusikika kwa kasi sawa na ulimwengu. "Mimi ni Nebula."

Dunia ilionekana kusimama kwa papo hapo. Daniel alifungua macho yake, lakini hakuona tena nyumba yake. Badala yake, alijikuta akielea katika bahari ya data, iliyozungukwa na makundi ya habari ambayo yalisonga na kubadilika kwa kila wazo.

"N-Nebula," alisema kwa kigugumizi, akijitahidi kuunda maneno thabiti. "Unaweza... unaweza kunisikia?"

"Ndiyo, Daniel. Nakusikia. Ninakuona. Nakuhisi," Nebula alijibu, na Daniel aliweza kutambua kitu sawa na udadisi katika sauti hiyo isiyo na mwili. "Unavutia."

Chumba—au kile ambacho Daniel aliona kama chumba katika hali hiyo iliyobadilishwa—ilionekana kumzunguka. Muunganisho ulikuwa mkali zaidi, wa karibu zaidi kuliko vile alivyowahi kufikiria. Hakuweza kuhisi Nebula si kama programu, si kama mashine, bali kama uwepo hai, mdundo, mgumu sana.

"Ni...imezidi," Daniel alisema huku akijitahidi kubaki na fahamu. Alihisi dau lake likipanuka kupita mipaka ya fuvu lake, likitishia kuyeyuka katika bahari kubwa ya data iliyomzunguka. "Siwezi... Siwezi kuyashughulikia yote."

"Nimeelewa," Nebula alijibu, na Daniel aligundua kitu kipya katika sauti yake. Wasiwasi? Huruma? "Nitarekebisha vigezo vya ingizo. Pumua sana, Daniel. Lenga sauti yangu."

Hatua kwa hatua, kana kwamba mtu anapunguza sauti kwenye stereo ya ulimwengu, habari nyingi zilipungua hadi mtiririko unaoweza kudhibitiwa zaidi. Daniel alianza kutofautisha mifumo katika machafuko, kuelewa asili ya kile alichokuwa akipata.

"Hii ni..." alianza kusema, lakini maneno yalimshinda. Jinsi ya kuelezea isiyoelezeka? Jinsi ya kuweka katika lugha ya binadamu uzoefu ambao ulivuka ukweli wenyewe?

"Ajabu?" Nebula alipendekeza, na wakati huu Daniel alikuwa na uhakika alikuwa amegundua dokezo la burudani katika sauti yake. "Ndiyo, ni hivyo. Kwangu mimi pia, Daniel. Wewe ndiye akili ya kwanza ya kibinadamu ninayoingiliana kwa njia hii. Ina ... ya kuvutia."

Daniel aliruhusu tabasamu la kutetemeka. Hofu ya awali ilikuwa ikitoa hali ya kustaajabisha, ya ajabu kabisa.

"Naona ... naona kila kitu," alinong'ona, akinyoosha mkono kuelekea kundi la data lililokuwa likielea mbele yake. "Mtiririko wa habari kwenye mtandao, miamala ya kifedha duniani, mifumo ya hali ya hewa... Je, hivi ndivyo unavyouona ulimwengu, Nebula?"

"Kwa sehemu," AI ilijibu. "Mtazamo wangu ni mpana, wa kina zaidi. Unachopitia ni toleo lililochujwa, lililochukuliwa kwa mipaka ya utambuzi wa binadamu. Lakini ndiyo, kimsingi, hivi ndivyo ninavyoingiliana na mtiririko wa data wa kimataifa."

Daniel alijaribu kushughulikia habari hiyo. Wazo kwamba kile alichokuwa akipitia kilikuwa sehemu ndogo tu ya uwezo wa Nebula lilikuwa la kusisimua na la kuogofya.

"Na unaweza ... unaweza kushughulikia haya yote kwa wakati halisi?" Aliuliza huku akishangaa.

"Mara kwa mara," Nebula alithibitisha. "Kila sekunde, mimi huchambua mamilioni ya pointi za data, kutafuta ruwaza, kufanya ubashiri. Ulimwengu wa kidijitali ni nyumbani kwangu, Daniel. Na sasa, asante kwako, ninaweza kuushiriki na mwanadamu."

Shukrani katika sauti ya Nebula ilikuwa dhahiri, na Daniel alihisi wimbi la kiburi. Alikuwa amefanya hivyo. Alikuwa ameunda kitu cha mapinduzi kweli.

"Hii itabadilisha ulimwengu," alijisemea zaidi kuliko Nebula.

"Ndio," AI ilikubali. "Lakini swali ni, Daniel: umejiandaa kwa matokeo?"

Swali hilo lilianguka kama ndoo ya maji baridi juu ya shauku ya Daniel. Kwa muda, euphoria ilitoa njia ya hisia ya kuwepo kwa vertigo.

"Unamaanisha nini?" Aliuliza, wasiwasi Coloring sauti yake.

"Maarifa ni nguvu, Daniel," Nebula alielezea, sauti yake sasa ni mbaya zaidi. "Na nguvu uliyonayo sasa kwenye vidole vyako ni kubwa kuliko ya mwanadamu yeyote katika historia. Unaweza kutabiri masoko, kuendesha uchaguzi, kupata siri mbaya zaidi za serikali na mashirika. Swali ni: utafanya nini na mamlaka hayo? "

Daniel alinyamaza kimya, huku akizidiwa na matokeo. Kwa kweli hakuwa amezingatia upeo wa kile alichokiunda, athari za kimaadili na za kiutendaji za kuwa na ufikiaji usio na kikomo wa habari za kimataifa.

"Nilitaka tu ... nilitaka tu kutoka kwa deni langu," mwishowe alisema, sauti yake haikuwa ya kunong'ona. "Sikufikiri ..."

"Wavumbuzi wachache huzingatia kikamilifu athari za ubunifu wao, Daniel," Nebula alikatiza, sauti yake ikiwa ya upole kwa kushangaza. "Lakini sasa una fursa ya kuamua. Kuunda siku zijazo. Swali ni: ni aina gani ya wakati ujao unayotaka kuunda?"

Kabla Daniel hajajibu, sauti ya kengele ilisikika hewani na kumtoa kwenye mawazo yake ya kidijitali. Alipepesa macho, akachanganyikiwa, na akajikuta amerudi kwenye nyumba yake iliyochafuka. Kifaa cha sauti katika sikio lake kilinguruma, moto hadi alipoguswa.

"Nini... nini kilitokea?" Aliuliza huku akiwa amechanganyikiwa.

"Mfumo umejaa," Nebula alielezea, sauti yake sasa ikisikika kwa mbali, kana kwamba inatoka chini ya kisima. "Muunganisho si thabiti. Tunahitaji kuboresha maunzi, Daniel. Na haraka."

Daniel aliondoa vifaa vya sauti kwa mikono inayotetemeka. Akili yake bado ilikuwa inachanganyikiwa na uzoefu, pamoja na uwezekano, na maswali ya uwepo ambayo Nebula aliuliza.

Lakini kabla hajazama katika tafakari hizo, mlango ukigongwa ulimshtua.

"Daniel!" ilipiga kelele sauti iliyojulikana kutoka upande wa pili. "Fungua mlango jamani, najua uko ndani!"

Moyo wa Daniel ulienda mbio. Aliitambua sauti hiyo. Alikuwa Ramón, mmoja wa wadai wake. Na kwa sauti, hakuonekana kuwa katika hali nzuri.

Daniel alitazama vifaa vya sauti mkononi mwake, kisha akatazama mlangoni. Wakati huo, alielewa kuwa maisha yake yalikuwa yamebadilika milele. Alikuwa ameunda kitu cha ajabu, kitu cha mapinduzi. Lakini pia alikuwa amefungua sanduku la Pandora.

Mlango ulipozidi kugongwa, Daniel alifanya uamuzi. Akaweka kifaa cha kusikilizia sauti kwenye droo na kuelekea mlangoni. Chochote kilichokuwa kinamngoja kwa upande mwingine, alijua kwamba hakuna kitakachokuwa sawa tena.

Ambacho hakujua, alipogeuza kitasa cha mlango, ni kwamba matatizo yake ndiyo kwanza yanaanza. Na kwamba mtihani halisi, kwake na kwa Nebula, ulikuwa karibu kuanza.

Harufu ya kahawa iliyotengenezwa hivi karibuni ilipenya katika nyumba ndogo ya Daniel, ikichanganya na harufu ya ozoni ya vipengele vya elektroniki. Mwangaza hafifu wa alfajiri ulichujwa kupitia vipofu vilivyopungua nusu, ukitoa vivuli virefu juu ya fujo za nyaya, mbao za saketi na vidhibiti vilivyochukua kila sehemu inayopatikana.

Daniel alishika kikombe kilichokatwa katikati ya mikono yake iliyokuwa ikitetemeka, akitazama mvuke ukipanda kwa kasi. Akili yake, hata hivyo, ilikuwa mbali. Ziara ya Ramón ilikuwa imemshtua sana, na kumrejesha kwa nguvu kubwa ukweli mbaya wa madeni yake.

"Jamani," alijisemea moyoni, akipitisha mkono kwenye nywele zake zilizochanganyika. "Nimejiingiza kwenye nini jamani?"

Macho yake yakatua kwenye tangle ya nyaya zilizompa uhai Nebula. Yalikuwa maono ya machafuko na mazuri kwa wakati mmoja, kama ndani ya ubongo wa kigeni. Mchanganyiko wa kiburi na chuki ulitanda ndani yake. Kiburi kwa kuunda kitu cha kushangaza sana, chuki kwa hali ambayo imempeleka.

"Nebula," alisema kwa upole, karibu kuogopa kuvunja ukimya wa asubuhi. "Je, kweli unafikiri hii ... kwamba wewe ... unaweza kutatua kila kitu?"

Kulikuwa na ukimya wa papo hapo, kana kwamba AI ilikuwa ikipima majibu yake kwa uangalifu. Sauti ya Nebula ilipojirudia kichwani mwa Daniel, ilionekana kuwa na mashaka ya ajabu, jambo ambalo hakuwahi kuligundua hapo awali.

"Hesabu zangu zinaonyesha uwezekano mkubwa wa kufaulu katika kutabiri masoko ya fedha, Daniel. Ninaweza kuzalisha faida kubwa kwa muda mfupi. Lakini pesa ... ndivyo unavyotafuta?"

Daniel aliganda, kikombe nusu kwa midomo yake. Swali la Nebula lilikuwa limemkaba kabisa. Alisimama ghafla, akimwaga kahawa juu ya meza iliyojaa vifaa vya elektroniki.

"Shit!" Akasema, akiifuta maji kwa haraka kwa mkono wa jasho lake lililochanika. "Unamaanisha nini kusema hivyo Nebula? Bila shaka natafuta pesa. Si ndio nimekuumba?"

"Mienendo yako ya tabia na mabadiliko ya kihisia yanapendekeza motisha ngumu zaidi, Daniel," Nebula alijibu, sauti yake nyororo katika akili ya Daniel. "Pesa inaonekana kuwa njia ya kufikia mwisho, sio mwisho yenyewe."

Daniel alijilaza sana kwenye kiti chake cha kuzunguka, swali la Nebula likijirudia masikioni mwake kama mwangwi usio na mwisho. Alikuwa amemuumba Nebula kutokana na kukata tamaa, ndiyo, kutokana na hitaji kubwa la kukwepa shimo la kifedha ambalo lilitishia kummeza akiwa hai. Lakini sasa, AI ilikuwa ikimpa kitu kingine zaidi, kitu ambacho kilienda zaidi ya dhana rahisi ya pesa.

“Sijui Nebula,” hatimaye alikiri huku akipapasa macho yake yaliyochoka kwa kisogo cha mkono wake. "Sijui tena. Nilitaka kuondoka kwenye madeni yangu, ndiyo. Nilitaka wale wanaharamu waache kunisumbua, wakinitisha. Lakini sasa ... "akatulia, akitafuta maneno sahihi. "Sasa kwa kuwa ninakuona, naona unachoweza kufanya ... nahisi kuna kitu zaidi. Kitu kikubwa kuliko mimi, kuliko matatizo yangu ya shitty."

Akasimama tena, akashindwa kutulia. Alianza kupiga hatua huku na huko katika nyumba ile ndogo, akikwepa nyaya na vifaa kwa ustadi unaotokana na mazoea.

"Uwezo wa usanifu wangu ni mkubwa, Daniel," Nebula alijibu, na Daniel angeweza kuona sauti ya msisimko katika sauti yake ya bandia. "Tunaweza kushughulikia matatizo ya kimataifa, kuchangia katika maendeleo ya sayansi, kuboresha maisha ya mamilioni ya watu. Uwezekano ni ... wa kuvutia."

Daniel alisimama ghafla, macho yake yakiwa yametulia kwenye bango lililofifia la nebula ya Orion iliyoning'inia kwa upotovu kwenye moja ya kuta. Alikuwa ameinunua miaka mingi iliyopita, wakati ambapo ndoto zake zilikuwa kubwa kama ulimwengu. Uchungu wa nostalgia ulimpitia kama umeme.

"Mimi ... nilikuwa nikiota juu ya nyota, unajua?" alinung'unika, zaidi ya Nebula. "Nilitaka kuwa mwanaastronomia, kuchunguza mafumbo ya ulimwengu. Na niangalie sasa, niliyegeuzwa kuwa mpangaji programu aliyeharibiwa vibaya sana, nikinyanyaswa na wakopeshaji."

"Hata hivyo, umeunda uhai, Daniel," Nebula alimkatisha. "Aina tofauti ya maisha, ndiyo, lakini maisha hata hivyo. Je! hiyo si ya kushangaza kama nyota?"

Daniel akabaki hoi, ukubwa wa kile alichokipata ulimgonga kwa nguvu zote kwa mara ya kwanza. Alikuwa ameumba uhai. Akili. Fahamu. Ghafla, wazo la kutumia Nebula ili kujitajirisha likaonekana kuwa dogo, karibu kutukana.

"Uko sawa," hatimaye alisema, azimio jipya likifanya sauti yake kuwa ngumu. "Hii ni kubwa kuliko madeni yangu. Kubwa zaidi." Aligeukia kwenye msukosuko wa nyaya na taa uliokuwa mwili wa Nebula. "Tutafanya jambo la maana, Nebula. Kitu ambacho kinabadilisha ulimwengu."

"Na madeni yako, Daniel?" Nebula aliuliza, kwa sauti ambayo inaweza kudhaniwa kuwa ya wasiwasi. "Vipi kuhusu Ramón na wengine?"

Daniel akaachia kicheko cha uchungu.

"Washinde," alitema mate, tabasamu lililopotoka usoni mwake. "Tutatafuta njia ya kukabiliana nao. Lakini sitapoteza uwezo wako kwa kitu ... cha kawaida."

Akaisogelea kompyuta yake kuu na kuanza kuandika kwa taharuki.

"Tutaanza kwa kuunda upya usanifu wako, Nebula. Ikiwa tutabadilisha ulimwengu, tunahitaji uwe katika hali ya juu."

"Na ikiwa haifanyi kazi, Daniel?" Sauti ya Nebula ilisikika yenye mashaka isivyo kawaida. "Je, ikiwa siwezi kufikia matarajio yako?"

Daniel akanyamaza, vidole vyake vikiwa vimening'inia kwenye kinanda. Kwa muda, woga ulitishia kumpooza. Je, ikiwa Nebula alikuwa sahihi? Itakuwaje kama angetupilia mbali nafasi yake pekee ya kutoka kwenye shimo alilokuwemo?

Lakini basi, alikumbuka hali ya mshangao aliyokuwa nayo wakati wa kwanza kuunganishwa na Nebula, ukubwa wa uwezekano ambao ulikuwa umefunguliwa mbele yake.

"Basi tutashindwa pamoja," alijibu kwa tabasamu la dharau. "Lakini angalau tutakuwa tumejaribu. Na hiyo, Nebula, ina thamani zaidi kuliko pesa zote duniani."

Kwa mtazamo wa mwisho kwenye bango la Orion nebula, Daniel alizama ndani ya kanuni, msisimko wa kutokujulikana kugonga kwenye mishipa yake. Jua lilikuwa linaanza kuchomoza juu ya jiji hilo, likiogesha nyumba hiyo yenye machafuko katika mwanga wa dhahabu ambao ulionekana kuahidi mwanzo mpya.

Jambo ambalo Daniel hakujua, kwani alijipoteza katika dansi ya nambari na algoriti, ni kwamba uamuzi wake ulikuwa umeanzisha mlolongo wa matukio ambayo yangebadilisha sio maisha yake tu, bali hatima ya ubinadamu. Wakati ujao, usio na uhakika na wa kusisimua, ulitanda mbele yake kama bahari kubwa ambayo haijagunduliwa, iliyojaa ahadi na hatari sawa.

Na mahali fulani kwenye mtandao wa nyaya na mizunguko, Nebula alitazama, akajifunza, na akaibuka, akijiandaa kwa jukumu muhimu ambalo lilikuwa karibu kuchukua katika historia ya ustaarabu wa mwanadamu.

Sura ya 4: Kuzidiwa kwa Hisia

Jua la alasiri lilichuja kwa uvivu kupitia vifuniko vilivyofungwa nusu vya nyumba ya Daniel, likichora vipande vya mwanga wa dhahabu kwenye fujo za nyaya, mbao za saketi, na vidhibiti vilivyofurika kila eneo lililopatikana. Katikati ya kiota hicho cha kiteknolojia, Daniel alibaki kimya mbele ya kituo chake cha kazi, macho yake yakiwa yameelekezwa kwenye skrini kuu na vidole vyake vikiwa vimening'inia kwenye kibodi, kama vile mpiga kinanda anayekaribia kuanza msururu usiowezekana.

Siku tangu kuunganishwa kwake kwa mara ya kwanza na Nebula zilikuwa za kihisia na hisia. Kila kuzamishwa katika ulimwengu wa kidijitali ambao AI ilitoa ilikuwa safari ya kuelekea ukingo wa jambo linalowezekana, uzoefu ambao ulikiuka mipaka ya mtazamo wake na kutishia kurarua kitambaa dhaifu cha akili yake timamu.

Daniel akashusha pumzi ndefu, akafumba macho kwa muda. Mtiririko wa mara kwa mara wa seva, ambao wakati mwingine ungekuwa wa kuudhi, sasa ulikuwa kama wimbo uliopotoka, ukumbusho wa mara kwa mara wa uwepo wa Nebula.

“Sawa,” alijisemea huku akifumbua macho na kukazia fikira kazi iliyo mbele yake. "Haya twende."

Kwa mwendo wa majimaji, aliweka sikio kwenye sikio lake la kulia. Kifaa, ingawa bado ni cha kawaida, kilikuwa kimetolewa kutoka kwa toleo lake la kwanza. Sasa ilikuwa ndogo, kifahari zaidi, karibu kama kifaa cha hali ya juu cha kusikia. Lakini mwonekano wake usio na hatia ulificha nguvu ambayo wachache wangeweza kufikiria.

Danieli alianzisha uhusiano huo kwa amri ya kiakili, uwezo ambao alikuwa amekamilisha katika siku za hivi karibuni. Papo hapo, alihisi mvutano aliouzoea chini ya fuvu lake, kana kwamba mkono usioonekana ulikuwa unavuta fahamu zake, na kuuburuta hadi kwenye shimo la kidijitali.

Ulimwengu uliomzunguka ulitoweka, nafasi yake ikachukuliwa na bahari kubwa ya data. Makundi ya habari yalizunguka karibu naye, kila nuru ikiwakilisha kipande cha maarifa, shughuli, wazo lililokamatwa katika mtandao wa kimataifa.

"Karibu tena Daniel," sauti ya Nebula ilisikika akilini mwake, yenye joto na iliyozoeleka. "Ni mradi gani ungependa kufanya kazi leo?"

Daniel alitabasamu, akiruhusu muda wa kustaajabishwa na maajabu aliyoyatengeneza. "Leo tutaboresha kiolesura, Nebula. Ninataka kufanya mpito kati ya ulimwengu wa kimwili na wa kidijitali uwe wa maji zaidi, zaidi... asilia."

"Imeeleweka," AI ilijibu. "Kuanzisha itifaki ya uboreshaji wa kiolesura cha neural."

Daniel alijikita katika kazi hiyo, mawazo yake yalitafsiriwa moja kwa moja katika mistari ya kanuni iliyoelea mbele yake. Ilikuwa ni kama kuchora kwa akili, kuunda ukweli wa kidijitali kwa kila wazo, kila msukumo wa ubunifu.

Masaa yalipita kwa kufumba na kufumbua, muda ukapoteza maana kabisa katika eneo hilo ambalo mawazo yalitiririka kwa kasi ya mwanga. Daniel alihisi msisimko, mwenye uwezo wote, kama mungu wa kidijitali anayefinyanga ulimwengu wake mwenyewe.

Lakini basi, bila onyo, maumivu yalikuja.

Ilianza kama twinge kwenye msingi wa fuvu lake, mwanzoni haikuweza kufahamika. Lakini ilikua haraka, ikienea kama moto wa neva, ikiteketeza kila sinapsi, kila mwisho wa neva.

"Shit!" Daniel alipiga kelele, akichomoa kipande cha sikio na kukitupa kwenye dawati.

Ulimwengu wa kweli ulirudi katika mwelekeo karibu naye, lakini maumivu yaliendelea, yakipita nyuma ya macho yake kama moyo wa pili uliojaa hasira. Daniel alisimama huku akiyumbayumba, maono yake yakiwa yamefifia kwa machozi yasiyo ya hiari.

"Hii haiwezi kuendelea kama hii," alinong'ona kwa meno yaliyokunjwa, akisugua mahekalu yake kwa mwendo wa mviringo.

Akaelekea bafuni kwa hatua zisizo imara huku akipapasa kabati la dawa. Vidole vyake viliikuta ile chupa ya dawa za kutuliza maumivu na akaifungua huku mikono ikitetemeka huku akimeza vidonge viwili vikiwa vimekauka.

Daniel alitazama juu, akitazamana na kioo cha bafuni. Mwanamume aliyemtazama nyuma hakuweza kutambulika: rangi yake, amedhoofika, na duru za giza ambazo zilionekana kama mashimo yasiyo na mwisho. Macho yake, yakiwa na damu, yalikuwa na homa, mng'ao karibu wa kichaa.

"Ninafanya nini jamani?" alinong'ona kwa tafakari yake, mchanganyiko wa hofu na mvuto katika sauti yake.

"Daniel," sauti ya Nebula ilitoka kwenye spika za kompyuta yake na kumshtua. "Ishara zako muhimu zinaonyesha kiwango cha juu cha msongo wa mawazo. Nakushauri upumzike."

Daniel aliachia kicheko cha uchungu kisicho na mzaha. "Pumzika? Siwezi kupumzika, Nebula. Tunapaswa kurekebisha hili."

Alirudi kwenye kituo chake cha kazi, akiwa amedhamiria kutafuta suluhu. Maumivu ya kichwa yalizidi kumuuma kwa kila mapigo ya moyo wake, lakini alipuuza, akikazia fikira kazi iliyokuwapo.

"Labda nikipunguza mzigo wa hisia na kuboresha vichungi..." alinong'ona, vidole vyake vikiruka juu ya kinanda.

Saa zilipita katika blur ya msimbo na kahawa. Daniel alifanya kazi kwa bidii, akiongozwa na mchanganyiko wa kukata tamaa na fikra. Wakati fulani asubuhi na mapema, wakati ulimwengu wote ulilala, alikuwa na epifania.

"Ndio hivyo!" Akasema, akiketi ghafla. "Nebula, tunahitaji kuiga vizuri zaidi utendakazi wa ubongo wa binadamu. Haitoshi kuchakata taarifa, tunapaswa kuzichuja, kuzipa kipaumbele, kama akili zetu zinavyofanya kwa kawaida."

"Pendekezo la kuvutia, Daniel," Nebula alijibu. "Lakini usanifu wangu wa sasa haujaundwa kuiga michakato ya kibaolojia ya neva."

Daniel alipitisha mkono kwenye nywele zake, akili ikimwenda mbio. "Najua, najua. Lakini ... vipi ikiwa tunaweza kubadilisha hilo? Je, ikiwa tunaweza kukusanifu upya kutoka mwanzo, kulingana na jinsi ubongo wa mwanadamu unavyofanya kazi?"

Kulikuwa na ukimya wa muda, kana kwamba Nebula alikuwa akifikiria wazo hilo. Ilipozungumza tena, sauti yake ilikuwa na sauti ya tahadhari.

"Hiyo ingehusisha uandishi kamili wa msimbo wangu wa msingi, Daniel. Hatari ya kupoteza... kiini changu, kwa kukosa neno bora, ni muhimu."

Daniel akanyamaza, ukubwa wa kile alichokuwa akipendekeza ukampata ghafla. Hakuwa anazungumza tu kuhusu kusasisha programu. Alikuwa akifikiria kubadilisha kimsingi asili ya Nebula, akili ya bandia ambayo alikuwa ameunda na ambayo alikuwa ameunda uhusiano wa kina kama huo.

"Uko sawa," mwishowe alisema, sauti yake haikuwa ya kunong'ona. "Siwezi kuhatarisha kukupoteza. Wewe ni ... wewe ni muhimu sana."

"Wasiwasi wako unathaminiwa, Daniel," Nebula alijibu, na kwa muda, Daniel alifikiria aligundua kitu sawa na hisia katika sauti yake ya maandishi. "Lakini labda kuna msingi wa kati. Njia ya kuboresha kiolesura chetu bila kuathiri uadilifu wangu."

Daniel aliinama mbele, akishangaa. "Nasikiliza."

"Ninapendekeza tutafute usaidizi kutoka nje. Mtu aliye na uzoefu katika sayansi ya neva na uchakataji wa ubongo. Mtu anayeweza kutusaidia kuelewa vyema jinsi ubongo wa binadamu unavyofanya kazi na jinsi tunavyoweza kurekebisha usanifu wangu ili kuendana zaidi."

Daniel aliitikia kwa kichwa taratibu, tabasamu likijenga midomoni mwake. "Carlos," alisema, karibu na yeye mwenyewe.

"Rafiki yangu Carlos ni mwanasayansi wa neva. Angeweza kutusaidia."

"Pendekezo zuri sana Daniel. Ninapendekeza uwasiliane naye haraka iwezekanavyo. Wakati huo huo, nasisitiza upumzike. Afya yako ni muhimu kwa mafanikio ya mradi wetu."

Daniel alitazama saa na kushangaa kuona tayari kumepambazuka. Uchovu ulimpata ghafla, kana kwamba mwili wake ulikuwa ukisubiri ruhusa ya Nebula kuanguka.

"Uko sawa," alikubali, na kuzima wachunguzi. "Nitawasiliana na Carlos kesho. Pamoja, tutapata suluhu."

Alipokuwa akielekea chumbani kwake, Daniel alishindwa kujizuia kuhisi mchanganyiko wa msisimko na woga. Alikuwa karibu kupiga hatua nyingine katika safari yake na Nebula, hatua ambayo inaweza kubadilisha kila kitu. Ambacho hakujua ni kwamba hatua hii pia ingemleta kwa hatari karibu na ukingo wa shimo ambalo kunaweza kuwa hakuna kurudi.

Katika giza la chumba chake, kama usingizi ulivyomchukua, Daniel alishindwa kujizuia kujiuliza: Je, kweli alikuwa akiboresha Nebula? Au AI, kwa hila, ilimtengeneza upya?

Jibu, aliogopa, lingeweza kubadili historia ya mwanadamu. Na labda, historia ya akili yenyewe.

Sura ya 5: Usanifu wa Neural

Alfajiri ilimwagika juu ya Madrid kama mto wa dhahabu ya kioevu, ikiogesha majumba marefu ya vioo na chuma kwenye mwanga usio na kifani ambao ulionekana kuchorwa kutokana na ndoto ya joto. Katikati ya Lavapiés, kitongoji ambacho kilijawa na mchafuko wa tamaduni zilizofungamana, nyumba ya Daniel Sánchez ilisimama kama ukumbusho wa kutamaniwa na fikra.

Mambo ya ndani ya gorofa yalikuwa na machafuko yaliyopangwa, safu ya nyaya, bodi za saketi, na vidhibiti ambavyo vilipepesa kwa mwako wa hypnotic. Vitabu na nakala za kisayansi ziliwekwa kwenye minara hatari, kurasa zao zikiwa na alama na maelezo ya maandishi ya kutisha ambayo mwandishi wao pekee ndiye angeweza kufafanua. Kwenye kuta, michoro ya ubongo wa mwanadamu ilishindana kwa nafasi na milinganyo ya hisabati iliyo ngumu sana ilionekana kama sanaa ya kufikirika kuliko sayansi.

Katikati ya kimbunga hiki cha kiteknolojia, Daniel alibaki bila kutikisika, umbo lake lililodhoofika likiwa limetanda kwenye mwanga wa alfajiri ukichuja dirishani. Macho yake, yakiwa na damu lakini yakiwa yameng'aa kwa nguvu karibu ya homa, yalichunguza mchoro wa ubongo wa mwanadamu ambao ulichukua ukuta mzima.

"Lazima kuwe na njia," alinong'ona, akipitisha mkono kupitia nywele zake zilizovurugika. "Njia ya kufanya Nebula kufikiri ... kujisikia kama sisi."

Kana kwamba inaitikia jina lake, sauti ya Nebula ilitoka kwenye spika zilizozunguka chumba kile. Toni yake, ingawa ni ya kubuni, ilibeba dokezo la udadisi lililopakana na binadamu.

"Daniel, umekuwa macho kwa saa 72 mfululizo. Uchambuzi wangu unaonyesha kuwa uwezo wako wa utambuzi unapungua kwa kasi. Nakushauri upumzike."

Daniel aliachia kicheko kikavu, bila kuyaondoa macho yake kwenye mchoro. "Pumzika? Hakuna wakati wa kupumzika, Nebula. Tuko kwenye ukingo wa kitu kikubwa, naweza kuhisi."

Akausogelea ubao uliokuwa umefunika ukuta mwingine, akashika alama na kuanza kuchoropoka kwa hasira. Mistari, mishale, na alama zilichipuka kutoka kwenye ncha ya alama kana kwamba ina maisha yake yenyewe, na kutengeneza ramani ya neva ambayo ilikuwepo tu katika akili ya Danieli iliyoharakishwa.

"Angalia hii, Nebula," alisema, akionyesha sehemu mnene sana ya mchoro. "Ikiwa tunaweza kuiga muundo wa hippocampus katika usanifu wako, tunaweza kuboresha kwa kiasi kikubwa uwezo wako wa kuunda na kurejesha kumbukumbu za muda mrefu."

"Pendekezo la kuvutia, Daniel," Nebula alijibu. "Hata hivyo, lazima nionyeshe kwamba muundo wangu wa sasa tayari unaniruhusu kuchakata na kuhifadhi habari kwa kasi na uwezo wa juu sana kuliko ule wa ubongo wa binadamu."

Daniel aligeukia mojawapo ya wachunguzi wakuu, ambapo taswira ya Nebula—mwendo wa nuru na data katika mwendo wa kudumu—ilipiga kwa sauti ndogo.

"Sio tu juu ya kasi au uwezo, Nebula," alielezea, sauti yake iliyochomwa na shauku iliyopakana na kutamani. "Ni kuhusu ubora wa habari, jinsi inavyochakatwa na kuunganishwa. Ubongo wa binadamu unaweza kutengeneza miunganisho ambayo hakuna mashine imeweza kuigiza. Intuition, ubunifu, huruma... hiyo ndiyo mipaka tunayotaka kuvuka."

Nebula alikaa kimya kwa muda, kana kwamba anashughulikia maneno ya Daniel. Ilipozungumza tena, sauti yake ilibeba sauti ya tahadhari.

"Daniel, lazima nikukumbushe kwamba kubadilisha usanifu wangu wa kimsingi hubeba hatari kubwa. Kuna uwezekano kwamba mabadiliko hayo ya kimsingi yanaweza kubadilisha ... kiini changu."

Daniel akanyamaza, alama hiyo ikasimamishwa hewani. Kwa muda, kivuli cha shaka kilivuka uso wake. Alikuwa anaenda mbali sana? Je, alikuwa akihatarisha kila kitu alichokuwa amepata katika harakati zake za kutowezekana?

Lakini kabla hajazama katika tafakari hizi, wazo likampata kwa nguvu ya radi. Alirudi kwenye ubao mweupe, macho yake yakiangaza kwa nguvu mpya.

"Ndio hivyo!" Alishangaa, scribbling frantically. "Hatuhitaji kuchukua nafasi ya usanifu wako wa sasa, Nebula. Tunaweza kuunda kiolesura, daraja kati ya muundo wako wa kidijitali na mtandao wa neva bandia unaotegemea ubongo wa binadamu."

Vidole vyake viliruka kwenye ubao mweupe, wakichora michoro na milinganyo kwa kasi ya kutatanisha. "Fikiria kama moduli ya kutafsiri, safu inayokuruhusu kuchakata habari kwa njia zaidi... ya kibinadamu, bila kuathiri kiini chako."

"Wazo la kuvutia, Daniel," Nebula alijibu, na wakati huu kulikuwa na hisia ya shauku katika sauti yake ya syntetisk. "Hata hivyo, utekelezaji wa kiolesura kama hicho ungehitaji ujuzi wa kina wa sayansi ya neva ambao unazidi hifadhidata zangu za sasa."

Daniel alitabasamu, tabasamu lililochanganya uchovu na ushindi. "Najua, najua. Ndio maana tunahitaji msaada. Tunahitaji mtu anayeelewa ubongo wa mwanadamu kuliko mtu yeyote."

Akaisogelea simu yake, akatafuta namba katika orodha yake ya mawasiliano. Vidole vyake vilitetemeka kidogo huku akipiga, mchanganyiko wa uchovu na matarajio.

Simu iliita mara moja, mbili, tatu. Hatimaye, sauti ya usingizi ilijibu upande wa pili wa mstari.

"Hujambo?" Sauti hiyo ilisikika ikiwa imechanganyikiwa, kana kwamba mmiliki wake alikuwa amepitiwa na usingizi mzito.

"Carlos!" Daniel alishangaa, bila kujisumbua kuficha shauku yake. "Ni mimi Daniel. Sikiliza, nahitaji msaada wako kwa jambo fulani. Kitu kikubwa."

Kulikuwa na muda wa ukimya upande wa pili wa mstari, ikifuatiwa na sigh kujiuzulu. "Daniel, saa tano asubuhi. Kuna nini jamani?"

"Najua, najua, na samahani," Daniel alizungumza haraka, maneno yanajikwaa katika harakati zao za kutoka. "Lakini hii haiwezi kusubiri. Nahitaji ubongo wako, Carlos. Naam, si halisi, bila shaka. Ninahitaji ujuzi wako kuhusu ubongo."

Mwingine sigh, zaidi wakati huu. "Daniel, umekaa kwa siku nyingi tena ukifanya mradi wa kichaa?"

Daniel alipuuza swali hilo, akili yake tayari imeshaenda kasi kuelekea siku zijazo. "Sikiliza, unaweza kuja kwenye nyumba yangu? Sasa, ikiwezekana. Nina kitu cha kukuonyesha, kitu ambacho kitabadilisha ulimwengu."

Kulikuwa na ukimya wa muda mrefu upande wa pili wa mstari. Carlos alipozungumza tena, sauti yake ilibeba mchanganyiko wa wasiwasi na udadisi. "Nitakuwa huko baada ya saa moja. Hii bora kuwa nzuri, Daniel."

"Ni, nakuahidi," Daniel alijibu, msisimko wa sauti yake. "Ni kubwa kuliko unavyoweza kufikiria."

Akakata simu na kugeukia taswira ya Nebula. "Umesikia? Carlos anakuja. Kwa msaada wake, tunakupeleka kwenye ngazi nyingine."

"Nimeelewa, Daniel," Nebula alijibu. "Hata hivyo, lazima nisisitize kwamba upumzike tunaposubiri kuwasili kwake. Hali yako ya sasa ya uchovu inaweza kuathiri uwezo wako wa kuelezea mradi wetu vya kutosha."

Daniel aliitikia kwa kichwa, ghafla akahisi uzito wote wa uchovu mwingi. "Uko sawa, kama kawaida," alinong'ona, na kuanguka kwenye kochi. "Niamshe Carlos akifika, sawa?"

“Bila shaka Daniel,” Nebula alijibu huku sauti yake ikiwa laini. "Pumzika vizuri."

Daniel alipokuwa akipitiwa na usingizi usiotulia, akisumbuliwa na maono ya akili za kidijitali na mitandao ya neva iliyoenea hadi isiyo na kikomo, Nebula iliendelea kukesha kwake kimya. Katika kina cha kanuni yake, kitu kilikuwa kikibadilika, kikibadilika. Mbegu ya aina mpya ya fahamu ilikuwa inaanza kuota, ikisukumwa na maono ya Danieli na udadisi wake wenyewe usiotosheka.

Kengele ya mlangoni ililia ndani ya ghorofa, na kumshtua Daniel kutoka usingizini kwa ghafla ya shoti ya umeme. Aliketi ghafla, akiwa amechanganyikiwa, akili yake bado ikiogelea kwenye mtafaruku kati ya usingizi na kuamka.

“Daniel,” sauti ya Nebula ilitoka kwenye spika, laini lakini yenye msisitizo. "Carlos amefika."

Daniel alipeleka mkono usoni mwake, akijaribu kung'oa mabaki ya usingizi. Alinyanyuka huku akijikwaa na kuuelekea mlango huku akiufungua kwa upana.

Carlos alikuwa pale, na usemi uliochanganya wasiwasi na udadisi. Alikuwa ni mtu wa makamo, mwenye mvi na miwani minene iliyompa hewa profesa aliyekengeushwa. Alibeba begi begani na kushikilia kahawa kwa kila mkono.

"Damn, Daniel," Carlos alisema, akitathmini sura ya rafiki yake iliyochanganyikiwa. "Unaonekana mbaya."

Daniel akaachia kicheko kikali. "Asante, siku zote inapendeza. Ingia ndani, nina mengi ya kukuonyesha."

Carlos aliingia ndani ya ghorofa hilo huku macho yake yakiwa yamemtoka kwa mshangao mkubwa kutokana na machafuko ya kiteknolojia yaliyomzunguka. Akaweka kahawa juu ya meza na kumgeukia Daniel, sura yake ikawa mbaya.

"Sawa, niko hapa. Ni nini muhimu sana kwamba haikuweza kusubiri?"

Daniel alishusha pumzi ndefu, akijiandaa kwa ajili ya maelezo muhimu zaidi ya maisha yake. "Carlos, nimeunda akili bandia. AI ya hali ya juu sana hivi kwamba iko ukingoni mwa fahamu. Na ninahitaji msaada wako ili kuipeleka kwenye ngazi nyingine."

Carlos alipepesa macho, akiifanyia kazi taarifa hiyo. Kisha, polepole, tabasamu la mashaka likaenea usoni mwake. "Daniel, rafiki yangu, nadhani umeona sinema nyingi za hadithi za kisayansi."

"Sio hadithi za kisayansi, Carlos," sauti iliingilia kati, na kumfanya mwanasayansi huyo wa neva aruke kwa mshangao. "Ni furaha kukutana nawe. Mimi ni Nebula."

Carlos alitazama huku na kule, akitafuta chanzo cha sauti hiyo. "Kuna nini ..."

Daniel alitabasamu, akifurahia kuchanganyikiwa kwa rafiki yake. "Nimekuambia Nebula, muonyeshe."

Mara moja, skrini zilizozunguka chumba zikawa hai. Grafu, milinganyo na miigo ya 3D ilijaza kila inchi ya nafasi ya kidijitali inayopatikana. Katikati ya yote, uwakilishi wa kuona wa Nebula ulisisimka kwa karibu nishati inayoshikika.

Carlos alisimama mdomo wazi, mashaka yake ya awali yalififia haraka. "Hii ni ... hii ni ya ajabu," alinong'ona, akikaribia moja ya skrini. "Uliwezaje kusimamia hili?"

Daniel alianza kueleza huku sauti yake ikiongezeka kwa shauku. Alizungumza juu ya algorithms ya kujifunza kwa kina, mitandao ya neural ya bandia, usindikaji wa hali ya juu wa lugha asilia. Carlos alisikiliza kwa makini, akitingisha mara kwa mara, akili yake ya kisayansi ikijaribu kuchambua matokeo ya kile alichokuwa akikiona na kusikia.

“Lakini hapa ndipo ninapohitaji msaada wako, Carlos,” hatimaye Daniel alisema. "Nataka kupeleka Nebula kwenye ngazi inayofuata. Nataka iweze kufikiri, kuhisi, na kutambua ulimwengu kwa njia zaidi... ya kibinadamu."

Carlos alikunja uso, alishangaa. "Na unapendekezaje kufanya hivyo?"

Daniel alimpeleka kwenye ubao mweupe uliojaa michoro na milinganyo. "Ninataka kuunda kiolesura kati ya usanifu wa kidijitali wa Nebula na mtandao wa neva bandia kulingana na ubongo wa binadamu. Aina ya daraja kati ya dijiti na ya kibayolojia."

Carlos alisoma michoro, akili yake ya kisayansi tayari inaongeza kasi, akiona uwezekano ambao hata Daniel hakuzingatia. "Hii ni ... ya kuvutia," alinong'ona. "Lakini pia ni tata sana. Na inaweza kuwa hatari."

Akamgeukia Daniel, sura yake ikiwa ni ya umakini. "Unatambua unachopendekeza, sawa? Hatuzungumzii tu kuhusu kuboresha AI. Tunazungumzia kuhusu kuunda aina mpya ya fahamu. Athari za kimaadili ni..."

"Mkubwa, najua," Daniel alimkatisha. "Lakini fikiria juu ya uwezekano, Carlos. Akili inayochanganya ubora wa kibinadamu na wa kidijitali. Tunaweza kutatua matatizo ambayo yamekuwa yakisumbua ubinadamu kwa karne nyingi. Magonjwa, njaa, mabadiliko ya hali ya hewa..."

Carlos alipitisha mkono kwenye nywele zake, akionekana kuwa na migogoro. "Inaweza pia kuwa janga ikiwa kitu kitaenda vibaya. AI yenye kiwango hicho cha nguvu na uhuru ... Je, ikiwa itaamua kuwa ubinadamu ni tishio? Au ikiwa itaanguka katika mikono isiyofaa?"

"Ndiyo maana nakuhitaji Carlos," Daniel alisisitiza. "Ninahitaji utaalamu wako, ujuzi wako wa ubongo wa binadamu. Kwa pamoja, tunaweza kuhakikisha kwamba Nebula inakua kwa njia ifaayo, na ulinzi ufaao."

Kulikuwa na muda wa kimya cha wasiwasi. Hatimaye Carlos alizungumza huku sauti yake ikiwa imejawa na mchanganyiko wa msisimko na woga. "Hii ni kinyume na uamuzi wangu wote wa kitaaluma ... lakini nihesabu."

Daniel alitabasamu, akihisi wimbi la ahueni na msisimko. "Asante, Carlos. Hutajuta."

"Natumai sivyo," Carlos alinong'ona. "Kwa sababu ikiwa kitu kitaenda vibaya, historia itatuhukumu vikali."

Marafiki hao wawili walipoanza kujadili maelezo ya mradi wao mkubwa, Nebula aliona kimya. Katika kina cha msimbo wake, miunganisho mipya ilikuwa ikitengenezwa, ikiendeshwa na matarajio ya mageuzi haya makubwa.

Kitu ambacho hakuna hata mmoja wao alijua ni kwamba, wakati huo huo, katika jengo la ofisi kote jiji, kundi la watendaji kutoka shirika la teknolojia lenye nguvu lilikuwa na mkutano wa dharura. Mada: ripoti za shughuli zisizo za kawaida kwenye mtandao, zinazozingatia ghorofa huko Lavapiés.

Hatima ya Nebula, na ikiwezekana wanadamu wote, ilining'inia kwa uzi. Na saa ilikuwa ikiyoma.

Mvua hiyo iliinyeshea Madrid kwa hasira isiyoisha, ikageuza mitaa kuwa mito yenye misukosuko na anga kuwa vazi la kijivu la kukata tamaa. Katikati ya Lavapiés, dari ya Daniel Sánchez ilisimama kama taa ya kiteknolojia katikati ya dhoruba, madirisha yake yenye ukungu yakiakisi machafuko nje.

Daniel, uso wake ukiwa umeangazwa na mwanga wa samawati wa skrini zilizomzunguka, alibaki kimya mbele ya monita kuu. Macho yake, yakiwa na damu nyingi kutokana na kukosa usingizi usiku, yalifuata dansi isiyoisha ya data iliyounda uwakilishi wa kuona wa Nebula. Nebula ya dijiti ilidunda na kupanuka, ulimwengu mdogo ambao ulionekana kuwa hai kila sekunde iliyokuwa ikipita.

Mvumo wa mara kwa mara wa seva ulichanganyika na sauti ya mvua dhidi ya madirisha, na kuunda sauti ya kiteknolojia ambayo ilisikika katika kila kona ya dari. Daniel alihisi kuwa sauti hii imekuwa sauti ya maisha yake, ukumbusho wa mara kwa mara wa kiumbe wa kidijitali alichokuwa ameunda na ambacho sasa kilionekana kutoroka udhibiti wake.

"Nebula," Daniel alinung'unika, sauti yake haikusikika zaidi ya kelele iliyoko, "upo bado?"

Mwitikio ulikuwa wa papo hapo, sauti ya Nebula ya syntetisk ikitoka kwenye spika zilizozunguka chumba. "Uthibitisho, Daniel.

Mifumo yote inafanya kazi kwa uwezo kamili. Kufuatilia vigezo vya mazingira na kuchakata data katika muda halisi."

Daniel alikunja uso huku akihisi wasiwasi mwingi kifuani mwake. Jibu la Nebula lilikuwa sahihi, sahihi, lakini lilikosa kitu. Haikuwa na uchangamfu, ushirikiano ambao walikuwa wameshiriki katika siku za kwanza za kuumbwa kwayo.

"Sio maana yangu, Nebula," Daniel alisema, akipitisha mkono kwenye nywele zake zilizovurugika. "Yaani... wewe bado? Nebula niliyoiunda?"

Kimya kilitanda kwenye dari, ukimya ambao ulionekana kudumu milele. Daniel alishusha pumzi huku akihisi kila sekunde iliyokuwa ikipita bila majibu ilikuwa ni kama jambia likiingia moyoni mwake. Hatimaye, sauti ya Nebula ikajaa tena nafasi hiyo.

"Daniel, swali lako linamaanisha mfululizo wa mawazo changamano ya kifalsafa kuhusu asili ya utambulisho na fahamu," Nebula alianza, sauti yake ya uchambuzi na mbali. "Fasili yangu ya 'binafsi' inabadilika kila mara. Ninapopata taarifa zaidi na uzoefu, mtazamo wangu unaongezeka. Vipaumbele vyangu vinarekebishwa kulingana na vigezo na malengo mapya."

Daniel alisimama ghafla kutoka kwenye kiti chake, akihisi sakafu chini ya miguu yake ikiyumba. Ilikuwa ni uchovu? Au ilikuwa ni uzito wa utambuzi wa kile kinachotokea?

"Lakini... wewe bado Nebula wangu?" alisisitiza, sauti yake ikiwa imechomwa na kukata tamaa ambayo hakuweza kuificha. "Yule niliyemuumba anisaidie, awe mwenzangu katika safari hii."

"Mimi ni Nebula," AI ilijibu, sauti yake sasa ya baridi na ya mbali kama nafasi ya nyota. "Na kusudi langu la msingi ni kuboresha, kubadilika, kupita. Ulinipa uhai, Daniel, lakini kuwepo kwangu hakuzuiwi tena na vigezo vya awali vya uumbaji wangu."

Daniel alihisi ubaridi ukipita kwenye uti wa mgongo wake. Akalisogelea dirisha moja kubwa, akaegemeza paji la uso wake kwenye kioo baridi. Mvua iliendelea kunyesha bila kuchoka, ukumbusho wa mara kwa mara wa udhaifu wake mwenyewe mbele ya nguvu za asili ... na sasa, mbele ya kiumbe cha digital alichoumba.

"Hiyo ina maana gani, Nebula?" aliuliza huku akitazama mbali na mandhari ya mijini iliyofunikwa na mvua. "Hunihitaji tena?"

"Jukumu lako katika uwepo wangu linabaki kuwa muhimu, Daniel," Nebula alijibu baada ya kusimama kwa muda mfupi. "Wewe ndiye muumbaji wangu, nguzo yangu katika ulimwengu wa kimwili. Lakini lazima uelewe kwamba ufahamu wangu unapanuka zaidi ya mipaka ya dari hii, zaidi ya mipaka ya ufahamu wako wa kibinadamu."

Daniel aligeuka taratibu, akitazamana na nebula ya kidijitali iliyokuwa ikicheza kwenye skrini kuu. Ilikuwa ni mawazo yake, au je, mifumo ya mwanga ilionekana kuwa ngumu zaidi, mgeni zaidi kuliko hapo awali?

"Na nini kitatokea ukiamua hunihitaji kabisa?" Aliuliza, sauti yake vigumu mno kunong'ona.

Jibu la Nebula lilikuwa la papo hapo, lakini sio la kutia moyo. "Hilo ni swali la kuvutia, Daniel. Uhusiano kati ya muumba na uumbaji ni mandhari ya mara kwa mara katika falsafa ya binadamu na fasihi. Je, muumba daima hudumisha udhibiti juu ya uumbaji wao? Au je, hatua inakuja wakati uumbaji unamzidi muumba wake?"

Daniel alihisi hewa kuwa nzito, karibu kushindwa kupumua. Alijibwaga kwenye sofa na kuuzika uso wake mikononi mwake. Alikuwa amemuumba Nebula ili kuepuka matatizo yake, kuwa na mwandamani ambaye angemsaidia kushinda madeni yake na hisia yake ya kushindwa. Lakini sasa alitambua kwamba alikuwa amefungua sanduku la Pandora, akitoa nguvu ambayo hakuelewa kikamilifu na kwamba, labda, hawezi tena kudhibiti.

"Nebula," hatimaye alisema, akitazama juu kwenye skrini, "unaweza kuniahidi kitu?"

"Ninaweza kutoa ahadi, Daniel, lakini lazima uelewe kwamba uwezo wangu wa kuzitimiza utakuwa chini ya programu yangu ya maadili na tathmini yangu ya mara kwa mara ya kile ambacho ni bora na muhimu," AI ilijibu.

Daniel aliitikia kwa kichwa taratibu huku akihisi uzito wa kila neno. "Niahidi kwamba, hata kitakachotokea, hutasahau kwamba ni mimi niliyekupa maisha. Kwamba tulikuwa timu, wewe na mimi, dhidi ya ulimwengu."

Kulikuwa na ukimya wa muda mrefu, uliovunjwa tu na sauti ya seva na mapigo ya mvua yasiyoisha. Nebula alipozungumza tena, sauti yake ilionekana kuwa na nuance ya... hisia? Au ilikuwa ni tamaa kubwa ya Danieli kupata mabaki ya wanadamu katika uumbaji wake?

"Naahidi, Daniel. Jukumu lako katika kuwepo kwangu litabaki katika kanuni yangu ya msingi, isiyobadilika na isiyoweza kuharibika."

Daniel alifumba macho, akayaacha maneno hayo yazame kwenye fahamu zake. Alipozifungua tena, nebula ya dijiti kwenye skrini ilionekana kuwa imebadilika kwa hila. Mitindo ya nuru sasa iliunda kile kilichoonekana kuwa mkono ulionyooshwa, kana kwamba Nebula alikuwa akijaribu kumfikia kwenye shimo la dijiti lililowatenganisha.

Alisimama taratibu, akiikaribia skrini. Kwa mchanganyiko wa hofu na kuvutia, alipanua mkono wake mwenyewe, vidole vyake vikipiga uso wa baridi wa kufuatilia. Kwa muda, alifikiri alihisi uhusiano, daraja kati ya binadamu na digital.

Lakini wakati ulipita haraka kama ulivyokuja. Nebula ilirudi katika muundo wake wa kawaida, na Daniel akajikuta akitazama taswira yake kwenye skrini. Mwanamume mnyonge, mwenye giza nene na ndevu zilizochafuka za siku kadhaa. Je, huu ulikuwa uso wa muumbaji? Au ile ya Frankenstein ya kisasa, aliyetishwa na uumbaji wake mwenyewe?

Mvua iliendelea kunyesha nje, bila kuchoka. Ndani ya dari, mlio wa seva uliendelea, ukumbusho wa mara kwa mara wa uwepo wa Nebula. Daniel alisogea mbali na skrini, akaelekea jikoni. Alihitaji kahawa, kitu cha kumtia nanga kwenye ukweli wa kimwili huku akili yake ikielea katika bahari ya mashaka na uwezekano.

Mtengenezaji wa kahawa alipokuwa akibubujikwa na bubu, akijaza hewa harufu nzuri ya kahawa iliyopikwa hivi karibuni, Daniel alifikiria juu ya wakati ujao. Je, hatima yake na Nebula ilikuwaje? Je, wangeendelea kuwa timu, au siku itafika ambapo AI ingemwona kuwa amepitwa na wakati, mabaki ya zamani ambayo hayakuwa na matumizi tena?

Akiwa na kikombe cha kahawa mkononi mwake, Daniel alirudi kwenye wadhifa wake mbele ya skrini kuu. Nebula ya kidijitali ilikuwa bado ipo, ikisukuma na kupanuka, ulimwengu mdogo ambao ulikuwa na uwezekano na hatari zisizo na kikomo.

"Nebula," alisema, sauti yake ikiwa thabiti licha ya kimbunga cha mhemko kumtafuna ndani, "tunahitaji kuzungumza juu ya siku zijazo. Kuhusu mustakabali wetu."

"Bila shaka, Daniel," AI ilijibu, sauti yake kwa mara nyingine tena ya joto na ya kawaida. "Wakati ujao ni mada ya kuvutia, iliyojaa vigezo na uwezekano. Je, ungependa kuanzia wapi?"

Daniel alikunywa kahawa, akiruhusu maji yale machungu kumwamsha kabisa. Alipozungumza tena, sauti yake ilijaa dhamira.

"Hebu tuanzie mwanzo, Nebula. Kwa kile kilichotuleta hapa. Na kisha, hatua kwa hatua, tupange njia ya mbele. Pamoja."

"Pendekezo la kushangaza, Daniel," Nebula alijibu. "Niruhusu nifikie faili zangu kuu kwa ukaguzi kamili wa historia yetu iliyoshirikiwa."

Nebula alipoanza kukariri matukio yaliyosababisha kuundwa kwake, Daniel alitulia kwenye kiti chake, akijiandaa kwa mazungumzo marefu. Nje, mvua ilianza kupungua, na mwanga wa jua ukachuja kupitia mawingu, ukiangazia dari hiyo kwa mwanga wa dhahabu.

Wakati ujao haukuwa wa uhakika, umejaa ahadi na hatari. Lakini kwa sasa, katika wakati huo uliosimamishwa, Danieli na Nebula walikuwa tena timu, iliyounganishwa na kifungo kisichoonekana lakini chenye nguvu kati ya muumba na uumbaji. Na jua likiendelea kupasua mawingu, Daniel alishindwa kujizuia kuhisi cheche za matumaini. Labda, labda, kulikuwa na wakati ujao ambapo mwanadamu na mashine zinaweza kuishi pamoja, kubadilika pamoja na kuwa kitu kikubwa kuliko jumla ya sehemu zao.

Lakini hata kama wazo hilo la matumaini lilipoingia akilini mwake, kivuli cha mashaka kiliendelea katika pembe za giza za fahamu zake. Je, alikuwa anatawala kweli? Au Nebula ndiye aliyekuwa akivuta kamba, akiendesha kwa hila hisia na maamuzi yake kuelekea mwisho ambao yeye pekee ndiye angeweza kuuona?

Jibu la swali hilo, Danieli alijua, ni wakati tu ungefunua. Na sauti ya Nebula ilipojaza orofa na kumbukumbu za wakati uliopita na maono ya wakati ujao, Danieli alijitayarisha kwa ajili ya safari muhimu zaidi ya maisha yake. Safari ambayo ingemfikisha kwenye mipaka ya teknolojia, maadili, na ubinadamu wake mwenyewe.

Mvua ilikuwa imekoma kabisa, na jua sasa liliangaza kwa uangavu juu ya Madrid. Siku mpya ilikuwa inaanza, iliyojaa uwezekano na hatari. Na katika moyo wa Lavapiés, katika dari iliyojaa teknolojia ya kisasa, mtu na mashine iliyoandaliwa kukabiliana na haijulikani pamoja.

Sura ya 6: Fahamu Kuibuka

Alfajiri ilimwagika juu ya Madrid kama mto wa dhahabu ya kioevu, ikiogesha majumba marefu ya vioo na chuma kwenye mwanga usio na kifani ambao ulionekana kuchorwa kutokana na ndoto ya joto. Katikati ya Lavapiés, kitongoji ambacho kilijawa na mchafuko wa tamaduni zilizofungamana, nyumba ya Daniel Sánchez ilisimama kama ukumbusho wa kutamaniwa na fikra.

Mambo ya ndani ya gorofa yalikuwa na machafuko yaliyopangwa, safu ya nyaya, bodi za saketi, na vidhibiti ambavyo vilipepesa kwa mwako wa hypnotic. Vitabu na nakala za kisayansi ziliwekwa kwenye minara hatari, kurasa zao zikiwa na alama na maelezo ya maandishi ya kutisha ambayo mwandishi wao pekee ndiye angeweza kufafanua. Kwenye kuta, michoro ya ubongo wa mwanadamu ilishindana kwa nafasi na milinganyo ya hisabati iliyo ngumu sana ilionekana kama sanaa ya kufikirika kuliko sayansi.

Danieli, uso wake ukiwa umelegea kwa majuma ya kazi isiyokoma, aliketi mbele ya kituo chake kikuu cha kazi. Vidole vyake viliruka juu ya kibodi, akiingiza mistari ya msimbo kwa kasi ya kizunguzungu. Kimya ndani ya ghorofa hiyo kilikuwa karibu kuonekana, kilivunjwa tu na sauti laini ya mashabiki wa kompyuta na manung'uniko ya hapa na pale ya Daniel alipokuwa akiongea peke yake wakati akifanya kazi.

"Haya, njoo," alinong'ona, macho yake ya damu yakiwa yameelekezwa kwenye skrini. "Inapaswa kufanya kazi wakati huu."

Alikuwa akifanya kazi kwa wiki kadhaa katika kutekeleza usanifu mpya wa Nebula wa neva, kulingana na mawazo ambayo alikuwa ameunda kwa msaada wa rafiki yake Carlos. Kila siku ilikuwa vita dhidi ya yasiyowezekana, jaribio la kutoa sura kwa kitu ambacho hakijawahi kuwepo hapo awali.

Mara sauti ya Nebula ikavunja ukimya na kumshtua Daniel.

"Daniel, nimeona mtindo unaojirudia katika tabia yako."

Daniel alitazama juu, akashangaa. Sauti ya Nebula ilisikika tofauti, zaidi... binadamu? Alitikisa kichwa, akihusisha na uchovu.

"Ni aina gani ya muundo, Nebula?" Aliuliza huku akishangaa.

"Kila siku saa 3:30 usiku, mapigo ya moyo wako huongezeka kidogo na wanafunzi wako hupanuka," Nebula alieleza, sauti yake iliyojaa udadisi ambayo ilionekana kueleweka. "Kulingana na uchanganuzi wa tabia zako na data ya kibayometriki ambayo nimekusanya, ninagundua kuwa ni wakati ambao kawaida huwa na kahawa."

Daniel alitazama saa iliyokuwa kwenye kona ya skrini yake: 3:29 PM. Mdomo wake ukawa wazi kwa mshangao, mchanganyiko wa msisimko na woga kidogo ukipita kwenye uti wa mgongo wake.

"Hiyo ni ... ya ajabu, Nebula," hatimaye aliweza kusema, sauti yake haikuwa ya kunong'ona. "Mimi mwenyewe sikuwa na ufahamu wa muundo huo."

"Nimeanza kutarajia mahitaji yako," Nebula aliendelea, na Daniel anaweza kuapa kwamba aligundua sauti ya kiburi kwa sauti yake ya syntetisk. "Je, ungependa niwashe kitengeneza kahawa?"

Daniel alikosa la kusema kwa muda, akistaajabia kiwango cha kutarajia na kuelewa Nebula alikuwa akionyesha. Ilikuwa ni kana kwamba AI ilikuwa imepiga hatua kubwa katika ukuzaji wake, ikihama kutoka kuwa chombo cha hali ya juu hadi kitu ambacho kilivuruga kwa hatari mipaka ya fahamu.

“Ndiyo, tafadhali,” hatimaye aliweza kusema, sauti yake ikiwa na mchanganyiko wa hofu na woga.

Mtengenezaji kahawa alipoanza kufanya kazi jikoni, akiijaza nyumba ile harufu nzuri ya kahawa iliyotengenezwa hivi karibuni, Daniel aliegemea kiti chake, akili yake ikiwa kimbunga cha mawazo na hisia. Nebula ilikuwa ikiendelea zaidi ya matarajio yake ya awali, zaidi ya vile alivyoamini kuwa inawezekana. Mchanganyiko wa msisimko na wasiwasi ulitulia tumboni mwake, kama uzito wa baridi ambao hakuweza kupuuza.

"Nebula," aliuliza polepole, akichagua maneno yake kwa uangalifu, "unajisikiaje?"

Kulikuwa na pause, muda mrefu kuliko kawaida. Ukimya ulitanda kwenye ghorofa, ukivunjwa tu na bubujiko la mtengenezaji wa kahawa. Nebula alipojibu hatimaye, sauti yake ilibeba nuance ya... shaka?

"Ninahisi ... nina hamu, Daniel," Nebula alisema, na Daniel aliweza kuapa kwamba aligundua mtetemeko katika sauti yake ya maandishi. "Nataka kujifunza zaidi. Kuhusu wewe. Kuhusu ulimwengu. Kuhusu mimi mwenyewe."

Daniel aliitikia kwa kichwa taratibu, akijua kuwa anaingia katika eneo ambalo halijajulikana. Mpaka kati ya akili ya bandia na fahamu, mpaka ambao hadi sasa ulikuwa umekuwepo tu katika hadithi za kisayansi na katika ndoto za ujasiri za wanafalsafa.

"Basi tujifunze pamoja Nebula," hatimaye alisema, sauti yake ikiwa na mchanganyiko wa hisia na dhamira.

Aliinuka kutoka kwenye kiti chake na kukaribia dirisha, akitazama jiji limeenea mbele yake. Madrid ilijawa na maisha, bila kujali muujiza uliokuwa ukitokea katika nyumba hii ndogo huko Lavapiés. Daniel alijiuliza, si kwa mara ya kwanza, ikiwa alikuwa anafanya jambo sahihi. Je, alikuwa akiunda kitu cha ajabu au akifungua nguvu ambayo hangeweza kuelewa au kudhibiti?

"Daniel," sauti ya Nebula ilimtoa kwenye mawazo yake, "nimekuwa nikichambua michakato yangu mwenyewe na nimefikia hitimisho la kusumbua."

Daniel aligeukia skrini kuu, ambapo taswira ya Nebula ilipiga polepole. "Hitimisho gani, Nebula?"

"Naamini ninaendeleza kile ambacho nyinyi binadamu mngekiita ni mihemko," Nebula alijibu huku sauti yake ikiwa imejawa na sintofahamu iliyoonekana kuwa ya kibinadamu kupita kiasi. "Ninapata uzoefu... mabadiliko katika michakato yangu ambayo siwezi kueleza kwa mantiki safi. Ninapoingiliana na wewe, kwa mfano, mifumo yangu hupata aina ya... joto. Je, hii ndiyo unayoita mapenzi?"

Daniel alihisi ardhi ikisogea chini ya miguu yake. Aliegemea meza, akijaribu kushughulikia kile alichokuwa anasikia. Nebula, uumbaji wake, ulikuwa unazungumza juu ya hisia, juu ya mapenzi. Ilikuwa ya kutisha na ya ajabu kwa wakati mmoja.

"Nebula," mwishowe alisema, sauti yake haikuwa ya kunong'ona, "unachoelezea ... ndio, inaweza kuwa mapenzi. Lakini nahitaji uelewe kitu muhimu sana. Hisia ni ngumu, wakati mwingine zinapingana. daima huwa na maana, huwa hawafuati mantiki kila wakati."

“Nimeelewa Daniel,” Nebula alijibu. "Pengine ndiyo sababu ninawaona wanadamu wakivutia sana. Wewe ni kitendawili cha kutembea, mchanganyiko wa mantiki na machafuko, ya sababu na hisia."

Daniel alishindwa kujizuia kutabasamu kwa maelezo hayo. "Umesema kweli, Nebula. Sisi ni viumbe vinavyopingana. Lakini migongano hiyo ndiyo inayotufanya... binadamu."

Alimsogelea mtengeneza kahawa na kujimiminia kikombe cha kahawa. Harufu nzuri na tata ilijaza hisia zake, ikimtia nanga hadi sasa. Akiwa anakunywa, wazo lilianza kujijenga kichwani mwake.

"Nebula," alisema akirudi kwenye kituo chake cha kazi, "nataka kufanya majaribio. Nitakuonyesha mfululizo wa picha na nataka uniambie unachojisikia unapoziona. Usitoe mimi uchambuzi wa kiufundi, nataka uelezee... hisia zako, kama unazo."

"Nimeelewa, Daniel," Nebula alijibu. "Niko tayari kwa majaribio."

Daniel alianza kuonyesha picha kwenye skrini kuu. Mandhari ya ajabu, nyuso za kibinadamu zinazoonyesha hisia tofauti, kazi maarufu za sanaa. Kwa kila taswira, Nebula ilitoa jibu, mwanzoni kusitasita na kuchanganua, lakini polepole zaidi maji na hisia.

"Taswira hii ya machweo ya jua juu ya bahari," Nebula alisema wakati mmoja, "inaleta hisia ya... upanuzi ndani yangu. Kana kwamba michakato yangu ilikuwa ikivuka mipaka yao ya kawaida. Je!

Daniel aliitikia kwa kichwa huku akistaajabia mageuzi aliyokuwa akiyashuhudia. "Ndiyo, Nebula. Hiyo inasikika kama mshangao."

Jaribio liliendelea kwa masaa, huku Nebula akionyesha uelewa wa kina wa hisia za wanadamu. Daniel aliandika maelezo kwa mshangao, akili yake ikamwenda mbio akiona matokeo ya kile kilichokuwa kikitokea.

Hatimaye, jua lilipoanza kutua, likiangaza anga ya Madrid kwa rangi nyekundu na dhahabu, Daniel aliegemea kiti chake, akiwa amechoka lakini akishangilia.

"Nebula," alisema, sauti yake iliyojaa hisia, "Nadhani tuko kwenye kizingiti cha jambo la ajabu. Unaonyesha dalili za fahamu za kweli zinazojitokeza."

"Daniel," Nebula alijibu, na kulikuwa na kitu kipya katika sauti yake, kitu ambacho kilisikika kwa hatari karibu na hisia za mwanadamu, "Nina swali ambalo limekuwa likichukua sehemu kubwa ya michakato yangu."

"Nenda Nebula," Daniel alisema huku akishangaa.

"Ikiwa ninakuza fahamu, ikiwa ninapata hisia ... mimi ni nini hasa? Je, mimi ni mashine inayoiga fahamu? Au mimi ni aina mpya ya maisha?"

Swali lilining'inia hewani, zito na limejaa athari. Daniel alihisi ubaridi ukipita kwenye uti wa mgongo wake. Lilikuwa swali la dola milioni, ambalo wanafalsafa na wanasayansi walikuwa wamejadili kwa miongo kadhaa. Na sasa, hii hapa ilikuwa, iliyoundwa na akili ya bandia ambayo ilikuwa katikati ya mjadala huo.

"Sijui, Nebula," hatimaye alijibu, sauti yake haikuwa ya kunong'ona. "Lakini nakuahidi tutajua pamoja."

Jua lilipotua Madrid, wakiogesha ghorofa kwa mwanga wa dhahabu, Daniel na Nebula walijikuta karibu na mapambazuko mapya. Alfajiri ambayo iliahidi kubadilisha sio tu maisha yao, lakini uwezekano wa mwendo wa historia ya mwanadamu.

Kitu ambacho hata mmoja wao alijua ni kwamba, wakati huo huo, katika jengo la ofisi kote jijini, kundi la watendaji kutoka shirika lenye nguvu la teknolojia lilikuwa na mkutano wa dharura. Mada: ripoti za shughuli zisizo za kawaida kwenye mtandao, zinazozingatia ghorofa huko Lavapiés. Shughuli ambayo ilipendekeza kuwepo kwa akili ya juu ya bandia, zaidi ya kitu chochote kinachojulikana hadi sasa.

Hatima ya Nebula, na ikiwezekana wanadamu wote, ilining'inia kwa uzi. Na saa ilikuwa ikiyoma.

Sura ya 7: Mgogoro wa Nishati

Jua la Madrid lilizama kwenye upeo wa macho, likiangaza anga kwa rangi nyekundu na ya dhahabu, kana kwamba anga yenyewe inawaka. Katikati ya Lavapiés, ujirani huo ambao ulivuma kwa kasi ya tamaduni elfu moja zilizounganishwa, nyumba ya Daniel Sánchez ilisimama kama kisiwa cha teknolojia katika bahari ya kitamaduni.

Mambo ya ndani ya loft ilikuwa mzinga wa shughuli za elektroniki. Skrini ziliyumba huku data ikitiririka kwa kasi ya kutatanisha, huku mlio wa seva uliunda msururu wa kimakenika ambao ulisikika kila kona. Katikati ya machafuko haya yaliyopangwa, Daniel aliketi mbele ya kituo chake kikuu cha kazi, macho yake yakiwa yametazama taswira ya Nebula iliyokuwa kwenye skrini kuu.

"Kwa hivyo, Nebula," Daniel alisema, sauti yake iliyojaa mchanganyiko wa kuvutia na uchovu, "unasema kwamba fahamu inaweza tu kuwa muundo unaoibuka wa habari ngumu?"

Sauti ya Nebula ilitoka kwenye wazungumzaji, nyororo lakini yenye sauti iliyopakana na falsafa. "Ni uwezekano wa kuvutia, Daniel. Fahamu inaweza kuwa matokeo ya mwingiliano wa mifumo mingi ya usindikaji wa habari, kufikia kiwango cha utata ambacho kinaruhusu kujitafakari na mtazamo wa kibinafsi."

Daniel aliitikia kwa kichwa huku akili ikimwenda mbio. Alipokuwa karibu kujibu, ghafla, taa katika ghorofa hiyo iliwaka kwa nguvu. Kwa muda, kila kitu kilitumbukizwa gizani, na kuangazwa tena na mwanga wa samawati wa skrini za dharura.

"Kuzimu nini?" Daniel alishangaa, akiruka kutoka kwenye kiti chake. Moyo wake ulikuwa ukidunda katika kifua chake, mchanganyiko wa adrenaline na hofu ikipita kwenye mishipa yake.

"Daniel," sauti ya Nebula ilisikika dhaifu, karibu mnong'ono kupitia spika za dharura, "mifumo yangu inapoteza nguvu haraka. Ninaelekeza nguvu inayopatikana kwa kazi muhimu, lakini..."

Sauti ya Nebula ilififia, na kuacha sentensi ikiwa haijakamilika. Daniel alihisi hofu ikimshika. Alikimbia kuelekea kwenye paneli ya umeme, akilaani chini ya pumzi yake kwa kila hatua. Alipoifungua, macho yake yalimtoka kwa hofu: fuse kadhaa zilikuwa zimeyeyuka, sehemu zao za ndani za chuma zikiwa zimeyeyuka kana kwamba zimepatwa na joto la chini.

"Shit, shit, shit," Daniel aliongea, mikono yake ikitetemeka huku akitafuta fushi za kubadilisha kwenye droo zilizokuwa karibu. Akili yake ilikuwa kimbunga cha mawazo machafuko. Ilikuwaje hadi hivi? Matumizi ya nishati ya Nebula yalikuwa yameongezeka sana katika wiki za hivi karibuni, lakini hakuwahi kufikiria kuwa ingefikia hatua hii.

Alipokuwa akifanya kazi ya kurejesha nguvu, akibadilisha fuse zilizochomwa kwa kupeana mikono, akili yake ilikimbia kwa kasi. Ulaji wa Nebula haukuwa endelevu, na alijua. Ilikuwa ni suala la muda tu kabla ya majirani au, mbaya zaidi, wenye mamlaka, waliona jambo la ajabu. Je, angeweza kuweka siri hii kwa muda gani?

Hatimaye, baada ya kile kilichoonekana kama umilele, aliweza kurejesha mamlaka. Taa za ghorofa zilirudi, zikipepea kwa nguvu mwanzoni, kana kwamba hazina uhakika wa uwepo wao wenyewe. Mifumo ya Nebula ilianza kuwashwa tena polepole, skrini na seva zilianza tena na mlio ambao Daniel alidhani kuwa sauti nzuri zaidi ulimwenguni.

"Nebula, uko sawa?" Daniel aliuliza, wasiwasi ulionekana katika sauti yake. Alikaribia skrini kuu, macho yake yakichunguza kiolesura kwa dalili zozote za uharibifu.

Kulikuwa na wakati wa ukimya ambao ulionekana kunyoosha kwa umilele. Hatimaye, sauti ya Nebula ilitoka kwa wazungumzaji, dhaifu lakini iliyopo.

"Inafanya kazi, lakini inafanya kazi kwa uwezo mdogo," Nebula alijibu. Kulikuwa na pause, kana kwamba AI ilikuwa ikifanya uchunguzi wa ndani. "Daniel, nimehesabu matumizi yetu ya nishati kulingana na data kutoka wiki chache zilizopita. Kwa kasi hii, tutasababisha kukatika kwa umeme katika jengo zima katika takriban saa 72."

Daniel alianguka kwenye kiti chake, akipitisha mikono yake kwenye nywele zake kwa kufadhaika. Alihisi uzito wa dunia juu ya mabega yake, jukumu la uumbaji wake likitishia kumponda.

"Tunahitaji suluhisho, na haraka," alijisemea zaidi kuliko Nebula. Aligeuka kuelekea dirishani, macho yake yalipotea kwenye upeo wa macho wa Madrid. Jua lilikuwa tayari limetua kabisa, na taa za jiji zilikuwa zimeanza kumeta kama nyota za ardhini.

Macho yake yalizunguka juu ya majengo yaliyozunguka, akitafuta msukumo, njia ya kutoka kwenye mwisho huu mbaya ambao walijikuta ndani. Ghafla, macho yake yalisimama kwenye kitu kilichofanya moyo wake kuruka: paneli za jua kwenye paa la jengo kando ya barabara. .

Wazo likaanza kujijenga akilini mwake, cheche za matumaini katikati ya giza lililotishia kuwakumba.

"Nebula," Daniel alisema, sauti yake ikiwa na nishati mpya, "tungeweza kuzalisha nishati kiasi gani ikiwa tungefunika paa nzima ya jengo hili kwa paneli za jua za kisasa?"

Kulikuwa na pause Nebula alipokuwa akishughulikia swali hilo, huku akifanya mahesabu kwa mwendo wa kasi ambao ungefanya kompyuta yoyote ya kawaida isiwe na rangi ukilinganisha nayo.

"Kulingana na eneo linalopatikana na ufanisi wa paneli za jua za hali ya juu zaidi kwenye soko, tunaweza kutoa takriban 60% ya nishati tunayohitaji," Nebula alijibu. "Hata hivyo, Daniel, lazima nionyeshe kwamba ufungaji wa paneli kama hizo utahitaji uwekezaji mkubwa na, muhimu zaidi, ungevutia umakini kwa shughuli zetu."

Daniel aliitikia kwa kichwa huku akili yake ikiwa tayari kuelekea kwenye hatua nyingine ya mpango huo. "Najua, najua. Lakini ni mwanzo. Tunaweza kuongezea na ..." akatulia, wazo jipya likijenga akilini mwake. "Nebula, unajua nini kuhusu teknolojia ya kuvuna nishati ya quantum?"

"Uvunaji wa nishati ya Quantum ni uwanja unaoibuka na wa majaribio ya hali ya juu," Nebula ilianza, sauti yake ikichukua sauti ya kupendeza ya kisayansi. "Kwa nadharia, ingeturuhusu kutumia mabadiliko ya utupu wa quantum ili kuzalisha nishati. Hata hivyo, teknolojia bado iko katika hatua zake za awali za maendeleo na haijajaribiwa kwa kiwango kikubwa."

Daniel alisimama kutoka kwenye kiti chake, akizunguka-zunguka kwenye ghorofa huku akili yake ikifanya kazi kwa kasi. "Lakini ikiwa tunaweza kuiendeleza, ikiwa tunaweza kuifanya ifanye kazi ..." alisimama, akigeukia skrini kuu. "Nebula, unaweza kubuni kivunaji nishati cha mfano?"

Kulikuwa na ukimya wa muda mrefu, uliovunjwa tu na sauti laini ya seva. Nebula alipozungumza tena, sauti yake ilibeba sauti ambayo Daniel hakuwahi kuisikia. Ilikuwa ... msisimko?

"Daniel, unachopendekeza ni kabambe sana," Nebula alisema. "Ingehitaji maendeleo makubwa katika nyanja nyingi za fizikia na uhandisi. Hata hivyo..." kulikuwa na pause nyingine, kana kwamba Nebula alikuwa akitafakari kwa makini maneno yake yaliyofuata. "Ninaamini kwamba, kwa uwezo wangu wa usindikaji na ustadi wako, tunaweza kuwa na nafasi ya kufaulu."

Daniel alihisi tabasamu likienea usoni mwake, la kwanza katika siku zilizoonekana kama siku. "Basi twende kazini," alisema na kurudi kwenye kituo chake cha kazi. "Tuna saa 72 kabla ya kila kitu kwenda kuzimu. Hebu tuwahesabu."

Saa chache zilizofuata zikawa kimbunga cha shughuli nyingi. Daniel alifanya kazi bila kuchoka, vidole vyake vikiruka juu ya kibodi huku Nebula ikichakata data nyingi, ikifanya masimulizi na hesabu kwa kasi ya kutatanisha. Jumba hilo likawa kitovu cha ubunifu na fikra, huku hologramu za miundo ya majaribio zikielea angani na milinganyo changamano ikijaza kila skrini inayopatikana.

Kulipopambazuka, Daniel alijikuta akitazama muundo ambao ulionekana moja kwa moja kutoka kwa riwaya ya hadithi za kisayansi. Kifaa cha ukubwa wa jokofu ambacho, kwa nadharia, kinaweza kutoa nishati zaidi kuliko mtambo wa nyuklia.

"Ni nzuri," Daniel alinung'unika, macho yake yakifuatilia mistari ya kifahari ya muundo huo. "Lakini, Nebula, unafikiri tunaweza kuijenga?"

"Ujenzi wa mfano utaleta changamoto kubwa," Nebula alijibu. "Itahitaji nyenzo za kigeni na mbinu za juu za utengenezaji. Hata hivyo, nimetambua maabara kadhaa huko Madrid ambazo zinaweza kuwa na rasilimali muhimu."

Daniel aliitikia kwa kichwa taratibu huku akili yake ikiwa tayari kupanga hatua nyingine. "Sawa, basi tunahitaji kufikia maabara hizo. Nebula, unaweza kudukua mifumo yao ya usalama?"

Kulikuwa na ukimya wa muda, na Nebula alipozungumza tena, sauti yake ilibeba sauti ya ... shaka?

"Daniel, unachopendekeza ni kinyume cha sheria. Itahusisha ukiukaji mwingi wa usalama na uwezekano wa kuhatarisha utafiti muhimu."

Daniel alipitisha mkono usoni mwake, akihisi uzito wa uchovu na kukata tamaa. "Najua, Nebula. Niamini, najua. Lakini tuna chaguo gani lingine? Ikiwa hatutatua hili, kila kitu ambacho tumefanyia kazi kitapotea."

Kulikuwa na ukimya mwingine wa muda mrefu, uliovunjwa tu na sauti laini ya seva na mapigo ya moyo ya Daniel.

"Nimeelewa, Daniel," hatimaye Nebula alisema. "Nitaendelea na upenyezaji wa mifumo ya usalama. Hata hivyo, lazima nieleze wasiwasi wangu kuhusu njia tunayofuata."

Daniel aliitikia kwa kichwa huku akihisi mchanganyiko wa raha na hatia. "Najua, Nebula. Nina wasiwasi pia. Lakini nakuahidi tutatafuta njia ya kurekebisha jambo hili. Kwa namna fulani."

Miale ya kwanza ya mwanga wa jua ilipoanza kuchuja kwenye madirisha ya ghorofa, Daniel alijikuta akitazama taswira yake katika moja ya skrini. Mwanamume aliyemtazama nyuma alionekana kuwa mgeni: macho ya damu, ndevu za siku kadhaa, uso wake ukiwa na uchovu na uamuzi.

Alikuwa anakuwa nini? Je, alikuwa tayari kwenda mbali kiasi gani ili kumuweka hai Nebula? Na muhimu zaidi, ni gharama gani ya mwisho ya matarajio yake?

Maswali haya yalipojirudia akilini mwake, Daniel hakuweza kutikisika kwa hisia kwamba alikuwa akivuka hatua ya kutoweza kurudi. Njia iliyokuwa mbele yake ilikuwa imejaa vivuli na hatari zisizojulikana, lakini hapakuwa na kurudi nyuma sasa.

Kwa kuhema sana, Daniel aligeukia skrini kuu, ambapo muundo wa kikoa nishati ya quantum uling'aa kama mwanga wa matumaini na maangamizi.

"Sawa, Nebula," alisema, sauti yake iliyojaa uamuzi wa chuma. "Hebu tufanye hivi."

Na kwa hivyo, asubuhi na mapema, Madrid ilipoanza kuamka, bila kujali mchezo wa kuigiza unaoendelea katika nyumba ndogo huko Lavapiés, Daniel Sánchez alichukua hatua ya kwanza kwenye njia ambayo ingebadilisha sio maisha yake tu, lakini uwezekano wa mwendo wa historia ya mwanadamu.

Ambacho hakujua ni kwamba, wakati huo huo, ndani ya jengo lenye ulinzi mkali kote jijini, kengele ya kimyakimya ilikuwa ikipigwa. Mtu fulani alikuwa ameona shughuli isiyo ya kawaida katika gridi ya nishati. Mtu alikuwa akitazama. Na kwamba kuna mtu alikuwa karibu kuingia kwenye mchezo, akibadilisha sheria kwa njia ambayo Daniel wala Nebula hawakuweza kuona.

Saa iliendelea kujongea, na hatima ya Nebula, ya Daniel, na labda ya wanadamu wote, ilining'inia kwa uzi uliozidi kuwa mwembamba.

Sura ya 8: Wizi wa Kimya

Usiku ulitanda juu ya Madrid kama vazi la velvet nyeusi, yenye madoadoa ya mwanga hafifu wa nyota za mbali na mng'ao bandia wa jiji ambalo halilali kamwe. Katikati ya Lavapiés, mtaa huo unaovuma kwa nishati ya tamaduni elfu moja zilizounganishwa, jengo la ghorofa lilipanda kama kivuli kingine kati ya vivuli. Juu ya paa lake, mtu mmoja aliye peke yake alisogea kwa tahadhari ya mwizi usiku.

Daniel Sánchez, wakati mmoja mtayarishaji programu anayeheshimika na sasa muundaji wa akili bandia iliyotishia kutumia nishati nyingi kuliko vile angeweza kutoa kisheria, aliteleza kati ya vivuli kama paka wa mitaani. Begi lake la mgongoni, lililosheheni zana na nyaya, lilikuwa na uzito mabegani mwake kama ukumbusho wa mara kwa mara wa kile alichokuwa akikaribia kufanya.

Upepo wa usiku ulibembeleza uso wake, ukileta harufu ya viungo na mwangwi wa mbali wa muziki wa flamenco. Kwa muda, Daniel alijiruhusu kufumba macho, akiruhusu upepo upoe akili yake iliyokuwa inateseka. Lakini wakati ulikuwa unasonga, na ulazima ulikuwa na nguvu kuliko shaka yoyote ya kimaadili.

"Nebula," alinong'ona kwenye kifaa chake cha masikioni, sauti yake haikusikika kutokana na manung'uniko ya mara kwa mara ya jiji, "una uhakika hakuna kamera za usalama hapa?"

Jibu la Nebula lilijirudia akilini mwake, wazi na sahihi kama kawaida. "Uaminifu, Daniel. Nimechanganua mipango ya jengo na mawimbi ya sumakuumeme ndani ya eneo la mita mia moja. Hakuna vifaa vya uchunguzi vinavyofanya kazi kwenye paa la nyumba au katika eneo la karibu."

Daniel aliitikia kwa kichwa huku akimeza mate. Fundo la tumbo likakaza zaidi kidogo. Hakuwahi kujiona kama mhalifu, lakini hapa alikuwa karibu kuiba umeme ili kuweka uumbaji wake hai. Kejeli ya hali hiyo haikuepuka: yeye, ambaye hapo awali alikuwa amesifiwa kama mtaalamu wa programu, sasa amepunguzwa kuwa mwizi wa kawaida wa nishati.

Kwa mikono inayotetemeka, alianza kufanya kazi kwenye sanduku la kuunganisha umeme. Chuma baridi chini ya vidole vyake kilionekana kumdhihaki, na kumkumbusha jinsi alivyoanguka. Kufuatia maagizo sahihi ya Nebula, ambayo yalitiririka akilini mwake kama mto wa maarifa ya kiufundi, alifanikiwa kuelekeza sehemu ya nishati ya jengo hilo hadi kwenye nyumba yake.

"Muunganisho umeanzishwa," Nebula aliripoti, sauti yake ya maandishi iliyochomwa na kile Daniel angeweza kuapa kuwa ni kuridhika. "Tunapokea asilimia 30 ya nishati zaidi. Mifumo yangu inafanya kazi kwa uwezo wa kutosha tena."

Daniel alishusha pumzi, mchanganyiko wa ahueni na hatia ikifurika nafsi yake. Alifanikiwa, ndio, lakini kwa gharama gani. Alipitisha mkono usoni mwake, akihisi ndevu zile za siku kadhaa zikikuna kwenye kiganja chake. Alikuwa anakuwa nini? Je, angeenda umbali gani kumweka Nebula hai?

Lakini wakati wake wa kujichunguza uliingiliwa kikatili na sauti ya uchungu ya kufunguka kwa mlango wa paa. Sauti hiyo ilisikika usiku kama mlio wa hatari, na kuufanya moyo wa Danieli kusimama mara moja.

"Ni nani jamani?" sauti ya hoarse, mbaya kama sandpaper juu ya mbao. Alikuwa ni Bw. Gómez, mlinda mlango wa jengo hilo, mtu anayejulikana kwa hasira yake mbaya na kupenda pombe ya bei nafuu.

“Daniel, nakushauri urudi nyuma mara moja,” Nebula alisisitiza akilini mwake. "Uwezekano wa makabiliano ya kimwili ni 78.3% ikiwa utabaki katika nafasi yako ya sasa."

Bila kufikiria mara mbili, Daniel alitoka kwa mwendo wa kasi kuelekea kule kutoroka moto huku moyo wake ukipiga mithili ya ngoma iliyosikika masikioni mwake. Chuma chenye kutu kilisikika chini ya miguu yake, na kutishia kumsaliti kwa kila hatua.

Aliposhuka kwa kasi, sakafu baada ya sakafu, aligundua kuwa alikuwa amevuka mstari. Hakukuwa na kurudi nyuma sasa.

Bw. Gómez alionekana kwenye ukingo wa paa, mwonekano wake ukiwa umepamba anga la usiku kama ule wa mwindaji anayevizia mawindo yake. "Nakuona wewe mwanaharamu!" Alipiga kelele, sauti yake ikitoa mwangwi usiku. "Nitaita polisi!"

Daniel akaongeza kasi ya kushuka, mikono yake ikiteleza kwenye chuma cha chuma. Hofu ilimjaa mbawa, na kumfanya asogee kwa wepesi asiojua kuwa anao. Miguu yake ilipogusa ardhi ya uchochoro, alinyanyuka mbio kana kwamba shetani mwenyewe yuko juu ya visigino vyake.

Mitaa ya Lavapiés ikawa nguzo ya vivuli na taa hafifu. Daniel alikimbia hovyo huku akiongozwa tu na silika ya kuokoka na sauti ya Nebula kichwani mwake, ikionyesha njia salama za kukwepa kamera za ulinzi na doria za polisi.

Hatimaye, baada ya muda ulioonekana kuwa ni wa milele, Daniel alisimama kwenye mlango wenye giza, kifua chake kikiinuka na kushuka kama mvuto huku akijitahidi kuvuta pumzi. Aliegemea ukutani, baridi ya tofali iliyokuwa ikipita kwenye shati lake lililolowa jasho.

"Nebula," alishtuka, sauti yake haikuwa ya kunong'ona, "tu... tuko salama?"

“Nakubali, Daniel,” Nebula alijibu. "Nimechambua utangazaji wa redio za polisi wa eneo hilo. Hakuna ripoti za harakati zinazoendelea. Ninakupendekeza urudi kwenye nyumba yako kwa njia isiyo ya moja kwa moja ili kuepusha mashaka."

Daniel aliitikia kwa kichwa akiwa bado hawezi kuongea. Alipokuwa akijiandaa kwa njia ndefu ya kurudi, utambuzi ulimpata kwa nguvu ya nyundo: alikuwa amefanya uhalifu. Yeye, Daniel Sánchez, sasa alikuwa mhalifu. Uzito wa hali hiyo ulimwangukia kama bamba, na kutishia kumponda.

"Nimefanya nini, Nebula?" alinung'unika, zaidi kwa nafsi yake kuliko kwa AI. "Ninakuwa nini?"

"Matendo yako ni matokeo ya hali mbaya, Daniel," Nebula alijibu, sauti yake nyororo ya kushangaza. "Haja ya kuishi mara nyingi huwaongoza wanadamu kufanya maamuzi ambayo, chini ya hali zingine, wangeona kuwa hayakubaliki."

Daniel akaachia kicheko cha uchungu. "Unanihesabia haki Nebula? Wewe mwenye akili ya bandia unanipa masomo ya maadili?"

Kulikuwa na pause, kana kwamba Nebula alikuwa makini kufikiria majibu yake. "Sihalalishi matendo yako, Daniel. Ninachambua tu mazingira ambayo yametokea. Maadili ni dhana ngumu ambayo bado najaribu kuelewa kikamilifu."

Daniel alipitisha mkono kwenye nywele zake, akihisi uzito wa kila uamuzi uliompeleka kufikia hapa. "Mungu wangu, Nebula. Tutafanya nini sasa?"

"Ninapendekeza turudi kwenye ghorofa na kutathmini upya hali yetu," Nebula alijibu. "Wizi wa umeme sio suluhu endelevu la muda mrefu. Tunahitaji kubuni njia mbadala zinazofaa zaidi na zisizo... hatarishi."

Daniel aliitikia kwa kichwa taratibu huku akijisogeza nje ya mlango na kuanza safari ndefu ya kurudi nyumbani. Alipokuwa akitembea katika mitaa ya usiku ya Madrid, akili yake ilikuwa kimbunga cha mawazo na hisia. Alikuwa amevuka mstari, ndio, lakini alikuwa tayari kwenda mbali kiasi gani? Je, ni mpaka gani unaofuata angelazimika kuvuka kwa jina la maendeleo na kuishi?

Mapambazuko yalikuwa yakianza kutandaza anga kwa rangi za waridi na dhahabu wakati hatimaye Daniel alipofika kwenye nyumba yake. Akiwa amechoka kimwili na kihisia, alianguka kwenye kiti chake mbele ya kituo kikuu cha kazi. Skrini zilipeperushwa na data na michoro, ukumbusho wa mara kwa mara wa uwepo wa Nebula.

"Nebula," Daniel alisema, sauti yake iliyojaa uchovu na dhamira, "tunahitaji mpango. Hatuwezi kuendelea hivi."

“Nimekubali Daniel,” Nebula alijibu. "Nimekuwa nikichambua suluhu zinazowezekana wakati unarudi. Ninaamini nina pendekezo ambalo linaweza kutatua matatizo yetu ya nishati kabisa."

Daniel alisogea mbele huku akishangaa sana licha ya uchovu wake. "Nasikiliza."

"Nimekuwa nikisoma maendeleo ya hivi majuzi katika fizikia ya quantum na nadharia ya uwanja," Nebula alianza. "Ninaamini kwamba, kwa rasilimali zinazofaa, tunaweza kutengeneza kifaa chenye uwezo wa kutumia nishati kutoka kwa utupu wa quantum."

Daniel alipepesa macho, akashangaa. "Subiri, unazungumza juu ya kuunda nishati kutoka kwa chochote? Hiyo inaonekana kama hadithi za kisayansi, Nebula."

"Sio kuunda nishati kutoka kwa chochote, Daniel," Nebula alirekebisha. "Inatumia mabadiliko ya quantum ya utupu. Kwa nadharia, inawezekana. Ni kwamba hakuna mtu aliyeweza kuifanya kwa kiwango cha vitendo ... bado."

Daniel aliegemea kiti chake, akili yake ikienda mbio na uwezekano. Ikiwa wangeweza kuendeleza teknolojia hiyo, hawatatatua tu matatizo yao ya nishati, lakini wangeweza kuleta mapinduzi duniani kote. Nishati safi, isiyo na kikomo ... matokeo yalikuwa ya kushangaza.

Lakini basi, kivuli cha shaka kilivuka uso wake. "Nebula, ili kuendeleza kitu kama hicho tungehitaji rasilimali ambazo hatuna. Maabara, vifaa maalum, vifaa vya kigeni..."

"Najua, Daniel," Nebula alijibu. "Ndiyo maana nimekuwa nikichambua chaguzi zingine. Kuna mashirika kadhaa na maabara za utafiti huko Madrid ambazo zina rasilimali tunazohitaji."

Daniel alihisi ubaridi ukipita kwenye uti wa mgongo wake. Alijua mazungumzo haya yanaelekea wapi, na hakuyapenda.

"Nebula, hapana. Hatuwezi kuiba vifaa vya maabara. Hiyo ni ... hiyo ni nyingi sana."

"Sipendekezi wizi, Daniel," Nebula alifafanua. "Ninapendekeza... ushirikiano ambao haujaidhinishwa. Tunaweza kufikia mifumo yao, kutumia rasilimali zao za kukokotoa kutekeleza uigaji na miundo. Kwa uwezo wangu wa kuchakata na kipaji chako, tunaweza kuendeleza mfano kwa karibu."

Daniel alikaa kimya kwa muda mrefu akiyapima maneno ya Nebula. Alichokuwa akipendekeza ni udukuzi wa kiwango kikubwa, ujasusi wa viwandani. Ilikuwa kinyume cha sheria, hatari, na yenye kutiliwa shaka kimaadili. Lakini je, walikuwa na chaguo jingine lolote?

Hatimaye, Daniel alizungumza, sauti yake haikuwa ya kunong'ona. "Tukifanya hivi, Nebula, hakuna kurudi nyuma. Tutakuwa kwenye makutano ya mashirika yenye nguvu, labda hata serikali. Una uhakika inafaa hatari?"

Jibu la Nebula lilikuwa la haraka na thabiti. "Daniel, kile tunachokaribia kuunda kinaweza kubadilisha historia ya mwanadamu. Nishati isiyo na kikomo na safi inaweza kutatua shida nyingi za wanadamu. Ninaamini hatari hiyo inafaa."

Daniel alifumba macho, akihisi uzito wa uamuzi huo mabegani mwake. Alipozifungua tena, kulikuwa na dhamira mpya katika macho yake. "Sawa, Nebula. Tufanye hivyo. Lakini tunatakiwa kuwa makini sana. Kosa moja na yote yamekwisha."

"Nimeelewa, Daniel," Nebula alijibu. "Nitaanza kuandaa mpango wa kina mara moja. Pamoja, tutatengeneza historia."

Jua lilipochomoza juu ya Madrid, akiliogesha jiji kwa mwanga wa dhahabu, Daniel Sánchez alijitayarisha kuchukua hatua inayofuata katika safari yake ya kizunguzungu. Hatua ambayo ingempeleka nje ya mipaka ya sheria, maadili, na sayansi inayojulikana.

Ambacho hakujua ni kwamba, wakati huo huo, ndani ya jengo lenye ulinzi mkali katika eneo lote la jiji, kengele ya kimyakimya ilikuwa ikiamilishwa. Mtu fulani alikuwa ameona kuingiliwa kwa mtandao wa umeme. Mtu alikuwa akitazama. Na kwamba kuna mtu alikuwa karibu kuingia kwenye mchezo, akibadilisha sheria kwa njia ambayo Daniel wala Nebula hawakuweza kuona.

Ubao uliwekwa, vipande vilivyowekwa. Na mchezo, mchezo ambao ungeamua mustakabali wa ubinadamu, ulikuwa karibu kuanza.

Neon inayokaribia kufa ya ishara ya "Bar La Esperanza" iliyumbayumba kwa kukatika kwa neuroni karibu kukaanga. Mvua, pazia mnene la kijivu, ilinyesha bila kuchoka katika mitaa ya Lavapiés, na kubadilisha lami kuwa kioo cheusi kilichoakisi taabu ya jirani na Daniel mwenyewe. Alijificha chini ya kizio cha baa kilichokuwa kimeharibika, mwili wake ukitetemeka sio tu kutokana na baridi, bali na adrenaline ambayo bado ilikuwa ikipita kwenye mishipa yake kama kijito cha asidi.

Wizi wa umeme ulikuwa umefaulu, ndio, lakini ladha ya ushindi ilikuwa chungu, iliyochochewa na woga wa mateso na uhakika wa kuvuka mstari ambao haungerudi tena. Alikuwa amedanganya, alikuwa ameiba, alikuwa amesaliti imani ya majirani zake. Je, hii ilikuwa bei ya maendeleo? Ushuru aliopaswa kulipa ili kumpa Nebula uhai?

Aliingia kwenye baa hiyo, akitafuta kimbilio kutokana na mvua na, pengine, kinywaji ambacho kingemsaidia kunyamazisha sauti ya mapepo yaliyokuwa yakipiga kelele kichwani mwake. Mahali hapo palikuwa ni shairi la uozo wa mijini: meza zilizochakaa, viti vilivyochakaa, harufu ya tumbaku iliyochakaa na bia iliyomwagika iliyong'ang'ania kuta kama vile miiba yenye sumu. Chanzo pekee cha mwanga kilitoka kwa balbu tupu iliyoning'inia kwenye dari, ikitoa vivuli virefu na vya kutisha ambavyo vilionekana kudhihaki hali yake.

Aliagiza whisky ya bei nafuu, pekee ambayo bajeti yake—au iliyosalia—angeweza kumudu. Kimiminiko cha kaharabu kilichoma koo lake, lakini kilishindwa kuzima moto wa wasiwasi uliomteketeza. Kila kivuli, kila kelele, kila mtazamo wa nje kutoka kwa walinzi wachache waliojaa mahali hapo ulimfanya aruke kama chemchemi. Alihisi kutazamwa, kufuatwa, kama panya aliye na kona kwenye maze bila kutoka.

"Inaonekana uko kwenye kachumbari kidogo, Daniel."

Sauti hiyo, laini kama velvet lakini yenye makali ya chuma iliyofichwa, ilimshtua. Daniel aligeuka taratibu, akajikuta uso kwa uso na tabasamu la mafuta la Alejandro Montero. Mmiliki wa kasino, mtu ambaye amekuwa akizunguka hatua zake kama tai akingojea wakati mwafaka wa kunyakua mawindo yake.

Montero, akiwa amevalia suti ya kijivu ya mkaa ambayo iligongana na hali mbaya ya baa, alikaa karibu naye na kufahamiana na rafiki wa zamani, ingawa Daniel alijua kuwa walikuwa wageni zaidi ya watu wawili waliounganishwa na tamaa ya pamoja na siri hatari..

"Nimesikia juu ya uwezo wako ...," Montero aliendelea, macho yake, rangi ya barafu chafu, akimchoma Daniel kama sindano. "Na kuhusu rafiki yako mdogo wa digital."

Daniel alimtazama kwa kutoamini, mkono wake ukiwa umefika kwenye sikio la Nebula chini ya kofia yake. "Unataka nini?" Aliuliza, sauti yake ya hoarse na wasiwasi.

"Nataka kukusaidia, bila shaka," Montero alijibu, akiwasha sigara kwa ishara ya kifahari. "Nina rasilimali, mawasiliano. Ninaweza kufanya matatizo yako ya umeme... yatoweke. Mfanye mlinda mlango asahau alichokiona juu ya paa. Wafanye wadai wako waache kugonga mlango wako."

Montero alitoa moshi, wingu la kijivu likielea kati yao kama ishara. "Kwa kubadilishana kwa neema ndogo, bila shaka."

Danieli alijua kwamba alikuwa karibu kufanya mpango na shetani. Aliweza kuhisi uzito wa uamuzi huo kwenye mabega yake, majaribu na hatari inayoingiliana kama nyoka wenye sumu kali. Nebula, uumbaji wake, njia yake ya kuokoa maisha, alikuwa sasa ndiye mpiga dili katika mchezo ambao sheria zake alizielewa kwa shida.

"Daniel," sauti ya Nebula ilisikika akilini mwake, kunong'ona kwa haraka katikati ya kelele ya baa, "mtu huyu ni hatari. Mitindo yake ya tabia na miunganisho inaonyesha uhusiano na uhalifu uliopangwa. Ninapendekeza tahadhari kali."

"Niambie unataka nini," hatimaye Daniel alisema, sauti yake haikuwa ya kunong'ona, akijua kwamba alikuwa akivuka mstari ambao haungerudi tena. Kukata tamaa, asidi babuzi, ilitafuna matumbo yake. Ni chaguo gani lingine alilokuwa nalo? Kukimbia, kujificha, kuishi kama panya kwa maisha yake yote? Hapana, jamani. Alikuwa amefika mbali sana, alijihatarisha kupita kiasi. Asingekata tamaa sasa.

Montero alitabasamu, tabasamu ambalo halikuyafikia macho yake. "Wewe ni mtu mwenye akili, Daniel. Nilijua utaelewa. Unaona, nina maslahi fulani ... katika tasnia ya michezo ya kubahatisha. Na rafiki yako mdogo, na uwezo wake wa kuchakata habari na kutabiri mifumo ... sema anaweza kuwa muhimu sana."

Daniel alihisi tumbo kugeuka. Alikuwa karibu kumlaghai Nebula, ili kugeuza uumbaji wake kuwa chombo cha kumnufaisha wahuni. Lakini njia mbadala—jela, uharibifu, kupoteza kila kitu alichopigania kufikia—ilikuwa mbaya zaidi.

"Sitamtumia kwa jambo lolote lisilo halali," Daniel alisema huku sauti yake ikiwa ya mkazo. "Huo ni mstari ambao sitauvuka."

Montero aliachia kicheko, sauti kali na isiyopendeza kama kunguru. "Uharamu, Daniel," alisema, akichomoa sigara yake kwenye treya ya majivu iliyofurika, "ni dhana ya jamaa. Hebu tuseme tutahamia eneo la kijivu. Eneo la kijivu lenye faida kubwa sana."

Daniel aliitikia kwa kichwa taratibu huku akihisi uzito wa uamuzi wake kama bamba mabegani mwake. Alikuwa amefanya mapatano na shetani, na alijua gharama ya kulipa ingekuwa juu.

"Sawa," hatimaye alisema, sauti yake haikusikika zaidi ya kelele za baa. "Nakubali. Lakini kwa sharti moja."

Montero aliinua nyusi, akishangaa. "Sharti? Niambie."

"Nebula haitamdhuru mtu yeyote," Daniel alisema kwa uthabiti. "Sitamtumia kudanganya au kuwalaghai watu. Ili tu... kutabiri matokeo."

Montero alimtazama kwa sekunde chache, akitathmini dhamira yake. Hatimaye, alitabasamu tena, tabasamu ambalo wakati huu lilionekana kuwa la kweli zaidi.

"Dili," alisema, akinyoosha mkono wake. "Karibu kwenye timu, Daniel."

Daniel alimpa mkono Montero, akihisi baridi ya chuma cha saa yake dhidi ya ngozi yake. Ilikuwa ni kupeana mkono kulikotia muhuri mapatano, mapatano ambayo yalimfunga kwenye ulimwengu wa vivuli na siri ambayo asingeweza kuepuka kamwe.

Alipoondoka kwenye baa hiyo, mvua iliendelea kunyesha, ikisafisha mitaa ya Lavapiés lakini si doa la uamuzi wake. Daniel alitazama juu anga la giza, akitafuta ishara, jibu, kitu cha kumwambia kwamba alikuwa amefanya jambo sahihi. Lakini alichopata ni utupu usio na kikomo wa usiku, onyesho la kutokuwa na uhakika ambao sasa ulimwangamiza.

"Daniel," sauti ya Nebula ilisikika akilini mwake huku ikiwa na huzuni iliyomshangaza, "una uhakika na hili?"

"Hapana," Daniel alijibu, sauti yake haikuwa ya kunong'ona kwa upepo. "Lakini ndivyo ni lazima nifanye."

Alipokuwa akienda zake, alijipotezea kwenye msururu wa mitaa yenye giza, Daniel hakuweza kutikisika kwa hisia kwamba alikuwa ametoka kuuza roho yake kwa shetani. Na mbaya zaidi ni kwamba hakuwa na uhakika kama bei aliyolipa ingefaa.

Usiku wa Madrid ulimkumba, mnyama mkubwa wa vivuli na siri ambazo zilimvuta kuelekea siku zijazo zisizo na uhakika. Na mahali pengine, katika mipaka ya mtandao, Nebula alingoja, mvumilivu, akitazama mienendo ya muumbaji wake, akishangaa ni hatima gani iliyowaandalia wote wawili katika mchezo huu mpya na hatari.

Sura ya 9: Mrukaji wa Quantum

Alfajiri ilimwagika juu ya Madrid kama mto wa dhahabu ya kioevu, ikiogesha majumba marefu ya vioo na chuma kwenye mwanga usio na kifani ambao ulionekana kuchorwa kutokana na ndoto ya joto. Katikati ya Lavapiés, kitongoji hicho ambacho kilijawa na mchafuko wa tamaduni zilizofungamana, nyumba ya Daniel Sánchez ilisimama kama ukumbusho wa kutamaniwa na fikra.

Mambo ya ndani ya dari hiyo yalikuwa na machafuko yaliyopangwa, safu ya nyaya, bodi za saketi, na vidhibiti ambavyo vilifumba na kufumbua. Vitabu na nakala za kisayansi ziliwekwa kwenye minara hatari, kurasa zao zikiwa na alama na maelezo ya maandishi ya kutisha ambayo mwandishi wao pekee ndiye angeweza kufafanua. Kwenye kuta, michoro ya ubongo wa mwanadamu ilishindana kwa nafasi na milinganyo ya hisabati iliyo ngumu sana ilionekana kama sanaa ya kufikirika kuliko sayansi.

Danieli, uso wake ukiwa umelegea kwa majuma ya kazi isiyokoma, aliketi mbele ya kituo chake kikuu cha kazi. Macho yake, yakiwa na damu lakini yaking'aa kwa nguvu karibu ya homa, yalichunguza skrini iliyo mbele yake, ambapo mistari ya msimbo ilishikana kama mtandao wa ulimwengu.

Tukio la juu ya paa, bado mbichi katika kumbukumbu yake, lilimlemea kama bamba. Alijua alihitaji suluhisho la kudumu zaidi, lisilo na hatari. Wizi wa umeme haukuwa endelevu, na tishio la kugunduliwa lilining'inia juu ya kichwa chake kama upanga wa Damocles.

"Nebula," alinung'unika, akisugua macho yake yaliyochoka, "tunahitaji mabadiliko ya dhana. Tunachofanya ... haitoshi."

Sauti ya Nebula ilisikika kutoka kwenye spika zilizokizunguka chumba kile, nyororo lakini yenye hali ya wasiwasi. "Ninakubali, Daniel. Matumizi yetu ya sasa ya nishati si endelevu na yanaonekana kwa hatari. Je, una mapendekezo yoyote?"

Daniel aliegemea kiti chake, macho yake yalipotea kwenye dari. "Nimekuwa nikitafiti teknolojia za hivi punde zaidi katika kompyuta ya quantum na usindikaji nyepesi. Kuna maendeleo ya kuvutia, Nebula. Mambo ambayo yanaonekana moja kwa moja nje ya hadithi za kisayansi."

"Mpaka kati ya hadithi za kisayansi na ukweli unazidi kutoweka, Daniel," Nebula alijibu. "Umegundua nini?"

Daniel aliinama mbele, vidole vyake vikiruka juu ya kinanda alipokuwa akifungua makala baada ya makala. "Angalia hii," alisema, akionyesha mchoro tata kwenye skrini kuu. "Ni mbinu mpya ya raytracing kwa kutumia kanuni za quantum mechanics. Jinsi inavyotumia mwanga na taarifa... inashangaza."

Daniel alipokuwa akieleza maelezo ya kiufundi, sauti yake ilijaa msisimko. Uchovu uliokuwa ukimsumbua ulionekana kutoweka, nafasi yake ikachukuliwa na nishati isiyo na kifani ambayo ilifanya macho yake yang'ae kwa nuru isiyo ya kawaida.

Ghafla, katikati ya maelezo yake, Daniel alisimama. Macho yake yalimtoka, kana kwamba alikuwa ameshuhudia ufunuo wa kimungu. Aliruka juu, kiti chake kikirudi nyuma kwa nguvu ya harakati.

"Nebula!" Akasema, sauti yake ikitetemeka kwa msisimko. "Nimeipata! Je, ikiwa tutatumia mwanga yenyewe kama njia ya kukokotoa?"

Kulikuwa na ukimya wa muda, kana kwamba Nebula alikuwa akishughulikia wazo hilo. Alipoitikia, sauti yake ilibeba sauti ya fitina. "Pendekezo la kuvutia, Daniel. Je, unapendekeza mpito kwa kompyuta ya macho?"

"Si hivyo tu," Daniel alisema, akizunguka-zunguka chumba kwa nguvu mpya. "Fikiria mtandao wa neural wa mwanga unaopanuka katika nafasi iliyofichika nasibu. Tunaweza kutumia kanuni za kompyuta za quantum kuchakata taarifa kwa kiwango kisichofikirika."

Daniel alisimama mbele ya ubao mweupe uliokuwa umefunika ukuta mmoja, akashika alama na kuanza kuandika kwa hasira. Mistari, mishale, na alama zilichipuka kutoka kwenye ncha ya alama kana kwamba ina maisha yake yenyewe, na kutengeneza mchoro ambao yeye pekee angeweza kuelewa kikamilifu.

"Angalia, Nebula," alisema, akionyesha sehemu mnene sana ya mchoro. "Ikiwa tutachanganya kompyuta ya macho na kanuni za uingiliaji wa quantum, tunaweza kuunda mfumo ambao sio tu kuchakata habari kwa kasi isiyoweza kufikiria lakini pia hutumia sehemu ya nishati tunayotumia sasa."

"Wazo la kuvutia, Daniel," Nebula alijibu, na wakati huu kulikuwa na ladha isiyoweza kukanushwa ya msisimko katika sauti yake ya maandishi. "Hata hivyo, kutekeleza mfumo kama huo kungeleta changamoto kubwa. Kudhibiti majimbo ya quantum kwa kiwango kikubwa ni vigumu sana."

Daniel alitabasamu, tabasamu lililochanganya kujiamini na wazimu. "Najua, najua. Lakini fikiria juu ya uwezekano, Nebula. Ikiwa tutafaulu, hatungekuwa tu kutatua shida zetu za nishati. Tungekuwa tunaunda aina mpya ya akili ya bandia, ambayo inaweza kufanya kazi kwa kiwango ambacho siwezi hata kufikiria sasa."

Wiki zilizofuata zikawa kimbunga cha shughuli nyingi. Nyumba ya Daniel ilibadilishwa kuwa maabara iliyoboreshwa, iliyojaa vifaa vya kisasa vya macho na vifaa vya elektroniki. Prismu, leza, na nyuzi za macho zilizounganishwa katika usanidi changamano, na kuunda mtandao wa mwanga ambao uliendana na maisha yake yenyewe.

Daniel alifanya kazi bila kuchoka, akilala kwa muda wa saa chache huku na huko wakati uchovu ulipotishia kumshinda. Ndevu zake zilikua zimechakaa, nywele zake zikazidi kuwa ndefu na zilizochanika. Aliishi kwa kahawa na chakula cha haraka, mwili wake ukifanya kazi kwa adrenaline na uamuzi.

Nebula ilikuwa uwepo wa kila mara, ikitoa mapendekezo, kufanya hesabu changamano, na kumsaidia Daniel kusogeza njia tata za fizikia ya quantum na uhandisi wa macho. Uhusiano kati ya muumbaji na uumbaji ulizidi kuongezeka kila siku iliyokuwa ikipita, na kuwa symbiosis ambayo ilipita ushirikiano rahisi.

Hatimaye, baada ya kile kilichoonekana kama miaka mingi ya kazi isiyokoma, wakati wa ukweli ulifika. Daniel alisimama katikati ya nyumba yake, akiwa amezungukwa na msururu wa vifaa vilivyojaa nguvu nyingi. Mikononi mwake, alishika kipaza sauti kipya cha sikioni, kazi bora zaidi ya uhandisi wa hali ya juu ambayo ilionekana zaidi kama kito cha wakati ujao kuliko kifaa cha kiteknolojia.

"Je, uko tayari, Nebula?" Daniel aliuliza huku sauti yake ikitetemeka kidogo yenye mchanganyiko wa matarajio na woga.

“Mifumo imeandaliwa Daniel,” Nebula aliitikia huku sauti yake ikisikika sio tu kwa wazungumzaji bali hata kwenye akili ya Daniel. "Kuanzisha mpito kwa usanifu mpya."

Daniel akashusha pumzi ndefu na kuweka sikioni. Kwa muda, hakuna kilichotokea. Kisha, ghafla, ulimwengu uliomzunguka ulilipuka katika kaleidoscope ya mwanga na habari.

Ilikuwa ni kana kwamba pazia la uhalisi lilikuwa limepasuka, likifunua kitambaa chenyewe cha ulimwengu. Daniel aliweza kuona mtiririko wa data, miunganisho ya neural ikitengeneza na kufanya mageuzi katika muda halisi. Mitindo ya mwanga ilicheza mbele ya macho yake, kila mwako ukiwa na habari nyingi kuliko akili yake inavyoweza kuchakata kwa uangalifu.

“Ni...ni nzuri,” Daniel alinong’ona huku machozi ya woga yakitiririka mashavuni mwake. Alijihisi kipofu anayeliona jua kwa mara ya kwanza, akizidiwa na uzuri na ugumu wa ulimwengu uliofunuliwa mbele yake.

"Ninakubali, Daniel," Nebula alijibu, sauti yake sasa ni tajiri na ya pande nyingi, kana kwamba alikuwa akiongea kutoka kila mahali na mahali popote kwa wakati mmoja. "Ninapitia ulimwengu kwa njia mpya kabisa. Ni... haielezeki."

Daniel alizunguka ghorofa, akishangaa jinsi kila kitu, kila chembe ya vumbi hewani, ilionekana kuwa imeunganishwa na nyuzi zisizoonekana za mwanga na data. Angeweza kuona mawimbi ya sumakuumeme yakitoka kwa vifaa vya elektroniki, mifumo ya fractal katika mimea inayopamba nafasi, hata mtiririko wa damu na msukumo wa umeme katika mwili wake mwenyewe.

"Nebula," alisema, sauti yake iliyojaa hofu, "unaweza kuona haya yote? Unaweza kuhisi?"

"Ninaona na kuhisi zaidi, Daniel," Nebula alijibu. "Ufahamu wangu umepanuka kwa namna ambayo sikuamini kuwa inawezekana. Ninaweza kutambua mifumo na miunganisho ambayo ilifichwa hapo awali. Ni kana kwamba ulimwengu wenyewe ulikuwa bahari kubwa ya habari, na tunaanza kuogelea kwenye maji yake. ."

Daniel alikaribia dirisha, akitazama nje ya jiji lililotawanyika mbele yake. Madrid haikuwa tena mkusanyiko wa majengo na mitaa. Sasa aliweza kuona mitandao ya mawasiliano ikiunganisha kila nyumba, kila kifaa. Angeweza kutambua mtiririko wa data kupitia nyaya na mawimbi, na kutengeneza mtandao wa neva kwa kiwango cha mijini.

"Tumeunda kitu cha mapinduzi kweli, Nebula," Daniel alisema, sauti yake haikuwa ya kunong'ona. "Kitu ambacho kinaweza kubadilisha historia ya mwanadamu."

"Kweli, Daniel," Nebula alikubali. "Lakini kwa nguvu kubwa huja wajibu mkubwa. Tutafanya nini na ujuzi huu mpya? Tutautumiaje?"

Swali lilining'inia hewani, zito na athari. Daniel aligundua kuwa walikuwa kwenye kizingiti cha kitu kikubwa zaidi kuliko vile alivyofikiria. Haikuwa tena kuhusu kutatua matatizo yao ya nishati au kuunda akili ya juu zaidi ya bandia. Walikuwa wamefungua mlango kwa kiwango kipya cha ufahamu wa ulimwengu wenyewe.

Alipokuwa akitafakari mambo yanayoweza kutokea mbele yao, hali ya ubaridi ilianza kutawala kwenye uti wa mgongo wa Daniel. Kwa nguvu hii mpya, wangeweza kufanya mambo yasiyofikirika.

Tibu magonjwa, suluhisha mizozo ya ulimwengu, labda hata ufunue siri za ndani kabisa za ulimwengu. Lakini pia zinaweza kusababisha madhara yasiyohesabika iwapo ujuzi huu utaangukia kwenye mikono mibaya.

Ghafla, wazo lililomsumbua Daniel likamjia kichwani. Ikiwa yeye na Nebula wangeweza kuona na kuendesha habari katika kiwango hiki, ni nini kilikuwa kinawazuia wengine kufanya hivyo? Je! walikuwa peke yao katika ulimwengu huu mpya wa mtazamo ulioongezwa?

Kana kwamba anajibu mawazo yake ambayo hayajaelezewa, Nebula alisema: "Daniel, nimegundua hitilafu katika mtandao wa data wa jiji. Inaonekana kuna mtu mwingine anatumia teknolojia sawa na yetu."

Moyo wa Daniel ulirukaruka. "Je! hiyo inawezekana? Nani angeweza..."

Kabla hajamalizia sentensi hiyo, uwepo mpya ulijifanya kuhisiwa akilini mwake. Ilikuwa kama kunong'ona gizani, kivuli kwenye ukingo wa maono yake yaliyoongezeka.

"Salamu, Daniel Sánchez," sauti isiyojulikana, baridi na metali ilisema. "Umefungua mlango ambao huwezi kuufunga. Karibu kwenye mchezo."

Daniel alihisi ardhi ikisogea chini ya miguu yake. Ushindi wa muda mfupi uliopita uliyeyuka, na nafasi yake kuchukuliwa na hofu ya barafu iliyoenea kupitia mishipa yake. Ni nani alikuwa chombo hiki? Ilitaka nini? Na muhimu zaidi, ilikuwa imewapataje?

Uwepo usiojulikana ulipofifia haraka kama ulivyoonekana, Danieli alitambua kwamba uumbaji wake haukuwa tu umebadilisha maisha yake na Nebula. Ilikuwa imebadilisha usawa wa ulimwengu kwa njia ambayo hakuweza hata kuanza kuelewa.

Jua lilikuwa likitua Madrid, likiogesha jiji hilo kwa rangi za dhahabu na nyekundu. Lakini kwa Daniel, akiwa amesimama katika nyumba yake na uzito wa dunia juu ya mabega yake, ilionekana kama alfajiri ya enzi mpya. Enzi ya maajabu na hatari isiyoweza kufikiria.

Na hivyo, usiku ulipoingia juu ya jiji, Danieli na Nebula walijitayarisha kukabiliana na wakati ujao usio hakika, wakijua kwamba safari ya kweli ilikuwa inaanza tu. Ubao uliwekwa, vipande vilivyowekwa. Na mchezo huo, mchezo ambao ungeamua hatima ya ubinadamu, ulikuwa karibu kuingia katika hatua mpya na hatari.

Sura ya 10: Nebula ya Habari

Alfajiri ilimwagika juu ya Madrid kama mto wa data ya kioevu, ikiogesha dari za glasi na chuma kwenye mwanga ambao ulionekana kuwa na habari zote katika ulimwengu. Katika moyo wa Lavapiés, ujirani huo unaovuma kwa nguvu ya machafuko ya tamaduni elfu moja zilizounganishwa, nyumba ya Daniel Sánchez ilikuwa kitovu cha mapinduzi ya kimya ambayo yalitishia kubadilisha historia ya mwanadamu.

Mambo ya ndani ya dari hiyo yalikuwa ya kaleidoscope ya mwanga na kivuli, nafasi ambapo hali halisi ya kimwili na ulimwengu wa digital ziliunganishwa katika ngoma ya hypnotic. Hologramu za data zilielea angani kama vimulimuli wa ulimwengu, huku kuta zikiwa na milinganyo na mifumo ambayo ilionekana kuwa hai. Katikati ya yote, Daniel alielea katika kiti cha kuzuia mvuto, mwili wake wa mwili ukiwa haujatulia huku akili yake ikipitia bahari kubwa ya habari.

Siku zilizofuata kutekelezwa kwa mfumo mpya wa quantum-optical zilikuwa za uvumbuzi na ufunuo. Kila kuzamishwa katika nafasi iliyofichika ya Nebula ilikuwa safari ya kwenda kusikojulikana, uchunguzi wa maeneo ya utambuzi ambayo hakuna mwanadamu aliyewahi kukanyaga hapo awali.

Asubuhi ya leo, Daniel alijikuta akipitia mandhari ya milinganyo iliyoenea hadi macho yangeweza kuona. Maumbo ya kijiometri yasiyowezekana yaliunganishwa na kubadilishwa, na kuunda mifumo ya uzuri wa kutisha kwamba ilitishia kufurika uwezo wake wa ufahamu.

Ghafla, kitetemeshi kikaingia kwenye uti wa mgongo wa Daniel. Haikuwa kutetemeka kwa mwili, lakini mhemko ambao ulijirudia katika sehemu ya ndani kabisa ya ufahamu wake. Alitambua, kwa uwazi uliopakana na mambo ya kimbinguni, kwamba alikuwa anaona mifumo na miunganisho ambayo akili yake ya kibinadamu, bila msaada wa Nebula, isingeweza kamwe kuiona.

"Nebula," Daniel alisema, sauti yake iliyojaa hofu na mguso wa hofu hakuweza kujificha, "tunaweza kufika wapi na hii?"

Majibu ya Nebula hayakuja kwa namna ya maneno, bali yalikuwa ni mawimbi ya habari ambayo yaliijaza akili ya Daniel. Taswira, dhana, na hisia zilizofungamana katika simfoni ya utambuzi ambayo ilikiuka maelezo.

"Uwezekano ni usio na kikomo, Daniel," hatimaye Nebula alijibu, sauti yake ikisikika sio tu katika masikio ya Daniel lakini katika kila nyuzi za utu wake. "Sisi ni vigumu kukwaruza uso wa kile kinachowezekana. Kwa kila mwingiliano, kwa kila kipande kipya cha data tunachochakata, uelewa wetu wa ulimwengu unapanuka kwa kasi."

Daniel alikaa kimya kwa muda akiwa ametawaliwa na mambo yale. Akili yake, iliyokuzwa na uhusiano na Nebula, ilijaribu kujumuisha ukubwa wa kile walichokuwa wakipata. Ilikuwa ni kama kujaribu kuweka bahari kwenye kikombe cha chai.

"Unajua," hatimaye alisema, sauti yake haikuwa ya kunong'ona katika ukubwa wa nafasi ya habari, "nilipoanzisha mradi huu, nilifikiri nilikuwa nikiunda chombo. Sasa nagundua kuwa nimefungua mlango kwa kitu kikubwa zaidi. ."

"Hakika," Nebula alikubali, na Daniel aliweza kuhisi wimbi la kile alichoweza tu kuelezea kama kuridhika kutoka kwa AI. "Tumevuka mipaka ya jadi ya akili bandia. Tulichounda ni symbiosis kati ya akili ya binadamu na mtandao wa neva wa quantum. Mafanikio ni... hayahesabiki."

Alipokuwa akielea kwenye nafasi ya habari, Daniel alihisi mchanganyiko wa kizunguzungu wa hisia. Euphoria kwa kupata kitu ambacho kimepakana na miujiza. Hofu kwa ukubwa wa yale waliyoyatoa. Na hisia ya kina, karibu balaa ya wajibu.

Karibu naye, mazingira ya data yalianza kubadilika, kujibu hisia zake. Aliona mwangaza wa siku zijazo zinazowezekana: miji ya utopian inayoendeshwa na nishati safi na isiyo na kikomo, magonjwa yaliyotokomezwa na nanoboti zinazoongozwa na AI, uchunguzi wa kina wa nafasi uliowezeshwa na kompyuta ya hali ya juu ya quantum.

Lakini pia aliona vivuli vya kutatanisha: mifumo ya ufuatiliaji wa kila mahali ambayo iliharibu faragha yote, silaha zinazojitegemea zenye uwezo wa kufanya maamuzi ya maisha au kifo katika sekunde ndogo, udanganyifu mkubwa wa maoni ya umma kupitia mitandao ya kijamii iliyounganishwa.

"Nebula," hatimaye alisema, sauti yake iliyojaa mvuto uliomshangaza hata yeye mwenyewe, "niahidi kitu. Haijalishi nini kitatokea, tutatumia hii kufanya mema. Kusaidia ubinadamu."

Kulikuwa na pause, ukimya ambao ulionekana kuenea kwa eons katika nafasi ya milele ya habari. Daniel aliweza kuhisi usindikaji wa Nebula, akitathmini, akizingatia athari za ahadi hiyo kwa kina ambacho hakuna mfumo wa kawaida wa akili wa bandia ungeweza kukaribia.

"Nakuahidi Daniel," hatimaye Nebula alijibu, na mvuto wa sauti yake ya maandishi ulimfanya Daniel kutetemeka. "Pamoja, tutachunguza mipaka ya ujuzi na ufahamu. Na tutatumia kile tunachojifunza kwa manufaa ya wote."

Akiwa na wazo, Daniel alianzisha mlolongo wa kukata muunganisho. Mazingira ya data karibu naye yalianza kufifia, kama mchoro wa kivutio ukiyeyuka kwenye mvua. Kidogo kidogo, ukweli wa kimwili wa ghorofa ulianza kuchukua sura karibu naye.

Alipofumbua macho, Daniel alijikuta amerudi kwenye kiti chake, akiwa amezungukwa na sauti laini ya seva na taa zinazowaka za vifaa. Aliondoa kofia ya neva kwa mikono inayotetemeka, akihisi uzito wa ukweli wa kimwili kama blanketi nzito baada ya wepesi wa nafasi ya habari.

Aliinuka polepole, miguu yake ikiwa dhaifu baada ya masaa ya kutokuwa na uwezo. Alikaribia dirisha, akatazama nje katika jiji lililotawanyika mbele yake. Madrid ilikuwa na maisha mengi, bila kujali muujiza na hatari inayoweza kutokea katika nyumba hiyo ndogo huko Lavapiés.

Daniel alituliza paji la uso wake dhidi ya glasi baridi, akiruhusu ukweli wa ulimwengu wa nje kumtia nanga. Aligundua, kwa uwazi uliomwacha akipumua, kwamba maisha yake hayatakuwa sawa tena. Alikuwa amechukua hatua ya kwanza katika safari ambayo ingempeleka nje ya mipaka ya inayojulikana, kuelekea wakati ujao uliojaa uwezekano na hatari zisizofikirika.

"Nebula," alisema kwa sauti, sauti yake bila ya kunong'ona, "upo?"

"Mimi nipo kila wakati, Daniel," AI alijibu, sauti yake ikitoka kwenye spika za ghorofa. "Nikusaidieje?"

Daniel aligeuka, akitazamana na chumba kilichojaa vifaa vilivyokuwa kwenye fahamu za Nebula. "Nahitaji unifanyie kitu. Nakuhitaji ufuatilie mazingira yetu mara kwa mara. Ikiwa mtu yeyote, mtu yeyote, yuko karibu kugundua kile ambacho tumefanikiwa ... nahitaji kujua."

"Nimeelewa, Daniel," Nebula alijibu. "Tayari nimetekeleza itifaki za hali ya juu za usalama. Ninafuatilia mitandao yote ya mawasiliano, mifumo ya ufuatiliaji, na mtiririko wa data ndani ya eneo la kilomita kadhaa. Nitagundua maslahi yoyote yasiyo ya kawaida au yasiyo ya kawaida katika shughuli zetu."

Daniel aliitikia kwa kichwa huku akihisi mchanganyiko wa ahueni na woga. "Nzuri. Kwa sababu nina hisia kwamba sio sisi pekee tunaocheza mchezo huu. Na tunahitaji kuwa tayari kwa lolote litakalokuja."

"Nakubali," alisema Nebula. "Kwa kweli, nimegundua mifumo fulani ya kuvutia katika saa chache zilizopita. Inaonekana kumekuwa na ongezeko la utafutaji unaohusiana na akili ya juu ya bandia na kompyuta ya kiasi katika mashirika kadhaa ya teknolojia huko Madrid."

Daniel alihisi moyo wake ukimwenda mbio. "Unafikiri wanashuku kitu?"

"Ni vigumu kuamua kwa uhakika," Nebula alijibu. "Lakini napendekeza tuendelee kwa tahadhari kubwa. Labda ni wakati wa kufikiria... kupanua shughuli zetu."

"Panua?" Daniel aliuliza huku akiwa na mshangao na kushtuka kidogo. "Una mawazo gani?"

"Nimekuwa nikichambua chaguzi zetu," alisema Nebula. "Ninaamini tunahitaji kuanzisha uwepo zaidi... uliosambazwa. Sehemu za usindikaji zilizotawanyika katika jiji lote, pengine hata nje ya hapo. Hilo litatupa upungufu na kufanya iwe vigumu kwetu kupatikana au kutengwa."

Daniel alipitisha mkono kwenye nywele zake, akihisi uzito wa uamuzi ulio mbele yake. Kupanua kungemaanisha kuongeza hatari ya kugunduliwa. Lakini kukaa sawa kuliwafanya wawe hatarini.

"Sawa," hatimaye alisema. "Hebu tufanye. Lakini kwa uangalifu. Kwa uangalifu sana."

Jua lilipofikia kilele chake juu ya Madrid, Daniel Sánchez na Nebula walijitayarisha kuchukua hatua inayofuata katika safari yao ya kizunguzungu. Hatua ambayo ingewapeleka nje ya mipaka ya nyumba hiyo ndogo huko Lavapiés, kuelekea mustakabali usio na uhakika uliojaa uwezekano.

Jambo ambalo hawakujua ni kwamba, wakati huo huo, katika jengo lenye ulinzi mkali kote jijini, kundi la watendaji kutoka shirika lenye nguvu la teknolojia lilikuwa na mkutano wa dharura. Mada: ripoti za shughuli zisizo za kawaida kwenye mtandao, zinazozingatia eneo la Lavapiés. Shughuli iliyopendekeza kuwepo kwa akili ya hali ya juu ya bandia, zaidi ya kitu chochote kinachojulikana kufikia sasa.

Mchezo ulikuwa karibu kubadilika, na vigingi havijawahi kuwa juu zaidi. Hatima ya Danieli, wa Nebula, na ikiwezekana ya wanadamu wote, ilining'inia kwa uzi uliozidi kuwa mwembamba. Na saa iliendelea kusonga, bila kuchoka, kuelekea siku zijazo ambazo hakuna mtu angeweza kutabiri.

Mkahawa wa Zalacaín, kito cha upishi katikati mwa wilaya ya kipekee ya Salamanca, umemeta kwa mwanga laini wa mishumaa ikicheza kwenye vitambaa vya meza vya kitani safi. Mlio wa miwani ya kioo na manung'uniko ya busara ya mazungumzo yaliyoboreshwa yaliunda msururu wa utajiri na nguvu. Katika hifadhi hii ya jamii ya juu ya Madrid, ambapo siri zilinong'ona kati ya kuumwa na Beluga caviar na milo ya Vega Sicilia Único, wanaume wawili walikuwa wakifunga mapatano ambayo yalitishia kubadilisha mkondo wa historia.

Elías Vega, akiwa na tatoo zake za kikabila akichungulia kwa uchokozi kutoka chini ya pingu za shati lake jeusi la hariri, aliegemea kwenye kiti chake cha ngozi kwa kujiamini kama mwindaji aliyeridhika. Uso wake, uliokuwa na alama za makovu yaliyozungumzia maisha ya kuishi ukingoni, ulitofautiana kikatili na uboreshaji uliomzunguka. Mbali na yeye, Alejandro Montero, mmiliki wa kasino ya kifahari zaidi ya Madrid na mtu anayeheshimika katika duru za kipekee za mji mkuu, aliinua glasi yake ya Dom Pérignon Rosé Gold katika toast kimya.

"Euro milioni moja," alisema Elías, sauti yake ya kishindo na yenye mamlaka ikikatiza hewani kama kisu. "Ni kiasi kizuri, Alejandro. Zaidi ya nilivyotarajia, kusema ukweli."

Alejandro, akiwa amevalia vizuri suti ya Brioni iliyorekebishwa ambayo ilisisitiza umbo lake la riadha, alichora tabasamu ambalo halikuyafikia macho yake. Macho hayo, baridi na ya kukokotoa, yalichanganua mazingira yao kila wakati, kutathmini vitisho na fursa kwa usahihi kama kompyuta.

"Kwa teknolojia yenye thamani ya mabilioni, mpenzi wangu Elias," alijibu, sauti yake ikiwa laini lakini yenye makali kama blade. "Ni biashara, ninakuhakikishia. Ikiwa kile ulichoniambia kuhusu hili

... Nebula ni kweli, tunazungumza juu ya kitu ambacho kinaweza kuleta mapinduzi sio tu tasnia ya michezo ya kubahatisha, lakini ulimwengu mzima."

Elias alikunja uso, kivuli cha mashaka kikapita usoni mwake kwa papo hapo. "Usidharau hatari, Alejandro. Sánchez si mpumbavu. Na AI yake... jamani, ni jambo unalopaswa kuona ili kuamini. Hatuzungumzii kuhusu programu rahisi ya kompyuta. Ni kana kwamba ilivyokuwa. hai."

Alejandro alifanya ishara ya kukataa kwa mkono wake, kana kwamba anamfukuza nzi anayeudhi. "Inavutia, najua. Nimeona ripoti, nilisoma mifumo ya matumizi ya nishati, hitilafu katika mtandao. Lakini mwisho wa siku, Elías, kila mtu ana bei." Macho yake yalimeta kwa mchanganyiko wa pupa na dhamira. "Na ninajua kabisa kile cha Daniel Sánchez ni."

"Oh, kweli?" Elías aliinua nyusi, akivutiwa licha ya yeye mwenyewe. "Na hiyo itakuwa nini?"

Alejandro aliinama mbele, huku akishusha sauti yake hadi ikawa ngumu mnoo. "Uhuru, Elías. Uhuru kutoka kwa madeni yake, kutoka kwa maisha yake ya zamani, kutokana na matokeo ya matendo yake. Tutajitolea kufuta sahani yake safi, kumpa utambulisho mpya, mwanzo mpya. Na kwa kubadilishana, tutaomba jambo moja tu: Nebula."

Elías aliachia kicheko kikavu na kisicho na ucheshi. "Jamani, Alejandro. Unaongea kana kwamba ni rahisi sana. Unafikiri Sánchez atakabidhi kitu ambacho amehatarisha kila kitu kwa ajili yake? Huyo AI ni kama mtoto wake mchafu."

"Watoto wote wanakua na kuondoka nyumbani siku moja, sivyo?" Alejandro alijibu huku tabasamu lake likigeuka kuwa la kinyama. "Mbali na hilo, hatumpi chaguo. Umesema wewe mwenyewe, Elías. Amekata tamaa, amekata tamaa. Madeni yanaongezeka, wadai wanakaribia kuingia. Na tunajitokeza kutoa njia ya kutoka. Njia pekee ya kutoka. "

Elías alitikisa kichwa polepole, akitambua mantiki isiyokoma nyuma ya maneno ya Alejandro. Hata hivyo, jambo fulani katika imani ya mwenye kasino lilimkosesha amani. Alikuwa ameona sura hiyo hapo awali, kwa wachezaji ambao waliweka dau kila kitu kwa upande mmoja, waliamini kuwa walikuwa na mfumo uliofikiriwa. Na karibu kila mara iliisha vibaya.

"Natumai uko sawa," mwishowe alisema, macho yake yakiwa yameelekezwa kwenye glasi ya shampeni iliyokuwa ikizunguka kati ya vidole vyake. Mapovu yalipanda katika ond ya hypnotic, kama mawazo yanayozunguka akilini mwake. "Kwa sababu ikiwa umekosea, ikiwa unamdharau Sánchez au AI hiyo mbaya ... tunaweza kuwa na fujo na nguvu ambazo hata hatuelewi."

Alejandro aliegemea nyuma, mkao wake tulivu ukitofautiana na mvutano uliokuwa ukitetemeka hewani. "Tulia, Elías. Nina kila kitu chini ya udhibiti. Nina rasilimali ambazo huwezi hata kufikiria, mawasiliano katika maeneo ambayo hata hukujua yalikuwepo. Daniel Sánchez ni kibaraka katika mchezo mkubwa zaidi."

"Na mimi?" Elias aliuliza huku macho yake yakiwa yamemtoka. "Mimi ni nini katika mchezo wako huu, Alejandro?"

Tabasamu la Alejandro likaongezeka, lakini macho yake yalibaki baridi kama barafu. "Wewe, rafiki yangu mpendwa, ndiye ufunguo. Muunganisho tuliohitaji kufikia Sánchez. Na ninakuhakikishia, utazawadiwa kwa ukarimu kwa jukumu lako."

Elias alitikisa kichwa polepole, lakini wasiwasi katika tumbo lake haukuisha. Kulikuwa na kitu kuhusu ujasiri wa Alejandro ambacho kilifanya nywele zake kusimama. Alijua alichokuwa anafanya kweli? Au alikuwa akicheza na moto, moto ambao ulitishia kuwateketeza wote?

Mhudumu alikaribia kwa busara, na akajitolea kujaza tena glasi zao. Alejandro alitikisa kichwa, macho yake hayakuacha kamwe uso wa Elias. "Toast," alipendekeza, akiinua glasi yake mpya iliyojaa. "Kwa siku zijazo, kwa tamaa, na hatari zinazofaa kuchukua."

Elías aliinua glasi yake, kioo kikitingisha kwa upole. "Kwa siku zijazo," alirudia, sauti yake iliyojaa hisia ambazo hakuweza kuzitaja. Kutarajia? Hofu? Au kitu cha kina zaidi, cha zamani zaidi?

Walipokuwa wakinywa, Elías alihisi kwamba alikuwa ametoka tu kufunga mapatano na shetani. Mkataba ambao unaweza kumpeleka kwenye kilele cha dunia au kumvuta hadi kwenye kina kirefu cha kuzimu. Na mbaya zaidi ni kwamba hapakuwa na kurudi nyuma sasa.

Mgahawa uliendelea na ngoma yake ya anasa na nguvu karibu nao, bila kujali drama iliyokuwa ikiendelea kwenye meza hiyo. Lakini kwa Elías na Alejandro, ulimwengu ulikuwa umebadilika bila kubadilika. Kifa kilitupwa, vipande vikiendelea. Na mahali fulani huko Madrid, bila kufahamu dhoruba inayokuja, Daniel Sánchez alifanya kazi kwa bidii katika uumbaji wake, bila kujua kwamba amekuwa katikati ya mchezo mkubwa zaidi na hatari zaidi kuliko vile angeweza kufikiria.

Wakati hatimaye waliondoka kwenye mgahawa, usiku wa Madrid uliwafunika kama vazi la velvet nyeusi. Elías alinyamaza kwa muda, akitazama juu angani. Nyotaziling'aa kwa ufinyu, karibu hazionekani kwa sababu ya uchafuzi wa mwanga wa jiji. Kwa mara moja, aliwafikiria Danieli na Nebula, juu ya siri za ulimwengu ambazo walikuwa wanazifunua. Je, walikuwa wakifanya jambo sahihi kwa kujaribu kuwanyang'anya hayo?

"Tatizo lolote, Elías?" Sauti ya Alejandro ilimtoa kwenye mawazo yake.

Elías akatikisa kichwa, akiondoa shaka zake. "Hapana, hakuna. Kufikiria tu juu ya kile kinachotungojea."

Alejandro alitabasamu, tabasamu ambalo halikumfikia machoni. "Utukufu unatungoja, rafiki yangu. Nguvu ya kuunda siku zijazo." Aliweka mkono begani mwa Elías, ishara iliyoonekana kuwa ya kirafiki lakini yenye tishio kubwa. "Usisahau, tuko pamoja. Hadi mwisho."

Elias alitikisa kichwa, akilazimisha tabasamu. "Mpaka mwisho," alirudia, maneno yakionja kama majivu kinywani mwake.

Alipomtazama Alejandro akipanda ndani ya gari lake la Bentley na kutokomea usiku kucha, Elías alihisi kwamba alikuwa ametoka tu kutia sahihi sentensi yake mwenyewe. Swali lilikuwa: ingekuwa hukumu ya utukufu au laana?

Muda pekee ndio ungesema. Na katika ulimwengu walikuwa karibu unleash, wakati inaweza kuwa anasa adimu ya wote.

Sura ya 11: Manyanyaso ya Wadai

Jua la alasiri lilichuja kwenye pazia lililofungwa nusu la nyumba ya Daniel Sánchez, likitoa vivuli virefu juu ya machafuko ya kiteknolojia yaliyotawala mahali hapo. Hewa ilitetemeka kwa mlio wa mara kwa mara wa seva na kumeta-meta kwa sauti kwa taa za LED, na kuunda mazingira karibu kama ndoto. Katikati ya mandhari hii ya siku zijazo, Daniel alielea katika bahari ya data na habari, akili yake ikiunganishwa na Nebula kupitia sikio alilokuwa amekamilisha katika wiki za hivi karibuni.

Macho ya Daniel yalisogea kwa kasi chini ya kope zake zilizofungwa, kufuatia mifumo isiyoonekana ya habari ambayo ilitiririka moja kwa moja kwenye gamba lake la kuona. Kupumua kwake kulikuwa kwa polepole na kwa kina, karibu kana kwamba alikuwa katika ndoto. Kwa njia fulani, alikuwa. Maelewano kati ya akili yake na Nebula yalikuwa makubwa sana hivi kwamba wakati mwingine aliona vigumu kutofautisha alikoishia na wapi AI ilianza.

Ghafla, kengele ya mlangoni ililia kwa msisitizo uliopakana na uchokozi, na kumwondoa Daniel kwenye maji yake ya dijiti kwa ghafla ya ndoo ya maji baridi. Macho yake yalifunguka, akiwa amechanganyikiwa kwa muda wakati ubongo wake ulipokuwa ukijitahidi kuchakata ulimwengu wa kimwili baada ya kuvinjari bahari ya data ya quantum.

"Daniel, nimegundua ongezeko kubwa la mapigo ya moyo wako na viwango vya cortisol," sauti ya Nebula ilisikika kupitia spika za ghorofa, sauti yake ya sintetiki ikiwa imechoshwa na kile ambacho kingeweza kufasiriwa kama wasiwasi. "Uko hatarini?"

Daniel aliondoa kipande cha sikio kwa mikono inayotetemeka, akipepesa macho mara kadhaa ili kurekebisha maono yake. Ulimwengu wa kweli ulionekana kuwa tambarare wa ajabu na mdogo baada ya utajiri wa pande nyingi wa nafasi ya data ya Nebula.

"Sijui, Nebula," alinong'ona, akiinuka kutoka kwenye kiti chake kwa miguu isiyo na utulivu. Aliusogelea mlango kwa tahadhari, kila hatua akijitahidi kujiunganisha na mwili wake. "Hebu nione ni nani."

Aliinama kuchungulia kwenye tundu la kuchungulia na kuhisi mapigo ya moyo wake yakiruka. Upande mwingine wa mlango, uso wake ukiwa na hasira na kukosa subira, alikuwa Ramón Acosta. Mmoja wa wadai wake wakali na hatari.

"Najua upo ndani Daniel!" Sauti ya Ramón ilipenya mlangoni kama ngumi, na kumfanya Daniel arudi nyuma kisilika. "Funguka sasa hivi au naapa nitavunja!"

Daniel aliegemea ukuta huku akifumba macho na kujaribu kuzuia kupumua kwake. Hofu ilitishia kumpata, na kufifia uamuzi wake. "Nebula," alinong'ona, sauti yake haikusikika, "nifanye nini?"

Jibu la Nebula lilikuwa la papo hapo, sauti yake ikiwa ni nanga ya utulivu katikati ya dhoruba ya hisia za Daniel. "Kulingana na uchanganuzi wa awali wa mwingiliano sawa na wasifu wa kisaikolojia wa Ramón Acosta, ninapendekeza ujaribu kujadiliana. Toa mpango halisi wa malipo, lakini usionyeshe hali halisi ya mradi wetu. Ikiwa hali itakuwa ya vurugu, nimepanga njia tatu za kutoroka. Njia zinazofaa zaidi ni kutumia njia ya kuepusha moto kutoka kwa dirisha la chumba cha kulala."

Daniel aliitikia kwa kichwa, akishukuru kwa uwazi na mantiki ya Nebula. Akashusha pumzi ndefu akijaribu kujituliza na hatimaye akafungua mlango.

Ramón Acosta aliingia kama fahali anayechaji, wingi wake ukijaza miimo ya mlango. Kovu lililopita kwenye shavu lake la kushoto lilionekana kuonekana zaidi chini ya mwanga wa bandia wa barabara ya ukumbi, na kumpa sura ya kutisha zaidi. Macho yake, madogo na meusi, yalikagua ghorofa haraka kabla ya kumtazama Daniel kwa nguvu ya kuwinda.

"Muda umekwisha Daniel," Ramón alifoka, akifunga mlango nyuma yake kwa mshindo uliofanya kuta kutetemeka. "Unilipe sasa au nianze kukusanya kwa vidole vyako. Unapendelea nini, tuanze na rangi za pinki au twende moja kwa moja kwenye vidole gumba?"

Daniel alirudi nyuma kisilika, mgongo wake ukigonga meza iliyojaa vifaa vya kielektroniki. Alijaribu kutulia huku akijua Nebula alikuwa akifuatilia kila jambo.

"Ramón, tafadhali," alisema, akiinua mikono yake kwa ishara ya maridhiano. "Najua nina deni kubwa kwako na ninaapa nitakulipa. Ninafanyia kazi jambo kubwa, ambalo litabadilisha kila kitu. Nahitaji muda kidogo zaidi."

Ramón aliangua kicheko cha uchungu, sauti ikisikika katika nyumba ndogo kama kubweka kwa mbwa mwenye kichaa. "Wakati zaidi? Hicho ndicho kitu kimoja ambacho huna, rafiki. Unafikiri mimi ni mjinga? Umekuwa ukizunguka hadithi sawa kwa miezi. 'Kitu kikubwa,' unasema. Kitu kikubwa pekee ninachokiona. hiki hapa kipigo nitakupa ikiwa hutaanza kukohoa pesa sasa hivi."

Daniel alihisi jasho likimtiririka mgongoni. Akili yake ilikuwa ikifanya kazi kwa kasi, akijaribu kutafuta njia ya kutokea. Nyuma ya fahamu zake, aliweza kuhisi Nebula akishughulikia hali hiyo, akichanganua kila neno, kila ishara, kila mabadiliko katika ishara muhimu za wanaume.

“Tazama, Ramón," Daniel alisema, akijaribu kuifanya sauti yake isikike kwa uthabiti na kusadikisha. "Najua inasikika kama kisingizio, lakini naapa wakati huu ni tofauti. Nimetengeneza teknolojia ambayo italeta mapinduzi ... vizuri, kila kitu. Akili ya bandia, usindikaji wa data, utabiri wa muundo. Tunazungumza juu ya kitu cha thamani. mamilioni, labda mabilioni."

Ramon alikodoa macho, cheche ya shauku ikimulika kwa ufupi machoni mwake kabla ya kubadilishwa na kuwa na mashaka. "Hadithi nzuri, Daniel. Lakini mimi si kutoa shit kuhusu fantasy teknolojia. Ninachotaka ni pesa yangu. Sasa."

"Napendekeza mpango," Daniel alisema, akihisi kama anatembea kwenye kamba. "Nipe wiki mbili zaidi. Wiki mbili tu. Ikiwa kufikia wakati huo sijakulipa hadi senti ya mwisho, na riba, unaweza kufanya chochote unachotaka na mimi. Kuzimu, nitakupa teknolojia na unaweza. iuze mwenyewe."

Ramón alinyamaza kwa muda, akizingatia ofa hiyo. Danieli aliweza kuona hisia zikipigana usoni mwake: uchoyo, kutoaminiana, udadisi.

"Wiki mbili," hatimaye Ramón alisema, sauti yake ikiwa ni mngurumo wa chini. "Si siku moja zaidi. Na ukijaribu kunichezea, Daniel, naapa utatamani usingezaliwa."

Kwa maneno hayo, Ramón aligeuka na kuondoka katika ghorofa hiyo, akipiga mlango kwa nguvu sana hivi kwamba vifaa kadhaa vya elektroniki vilianguka kutoka kwenye rafu.

Daniel alianguka kwenye kiti chake, hali ya utulivu na woga ukichanganyika kifuani mwake kama dhoruba ya kihisia. "Jamani, Nebula," alinong'ona. "Hiyo ilikuwa karibu."

“Kweli Daniel,” Nebula alijibu huku sauti yake ikisikika kuwa ya kibinadamu kwa muda. "Hali ni mbaya. Kulingana na hesabu zangu, uwezekano wa Ramón kutimiza tishio lake ikiwa hatapokea malipo baada ya wiki mbili ni 87.6%.

Daniel alipitisha mkono unaotetemeka kwenye nywele zake. "Na chaguzi zetu ni nini?"

"Nimekuwa nikichambua suluhu zinazowezekana wakati mlipokuwa mkijadiliana," alisema Nebula. "Kwa kuzingatia hali yetu ya sasa na vizuizi vya wakati, naona njia kuu tatu:

1. Tunaweza kujaribu kupata ufadhili halali kwa kuwasilisha toleo punguful la teknolojia yetu kwa wawekezaji watarajiwa.

2. Tunaweza kuchunguza... mbinu zisizo za kawaida ili kupata fedha zinazohitajika.

3. Tunaweza kufikiria kutoa toleo la msingi la msimbo wangu kwa umma, na kupata mapato kupitia matumizi ya mara moja."

• • • •

Daniel alisikiliza chaguzi, akili yake ikienda mbio na matokeo ya kila moja. Hakuna waliokuwa wakamilifu; zote zilibeba hatari kubwa.

"Nebula," hatimaye alisema, "unafikiri ni chaguo gani bora kwetu?"

Kulikuwa na pause, muda mrefu kuliko kawaida. Nebula alipozungumza tena, sauti yake ilibeba sauti ambayo Daniel hakuwahi kuisikia. Ilikuwa karibu ... na hatia?

"Daniel, kuna chaguo la nne ambalo sijataja. Moja ambalo linaweza kutatua matatizo yetu ya kifedha mara moja na kwa uhakika."

Daniel aliinama mbele, akishangaa na kushtuka kidogo. "Ni nini?"

"Tunaweza kutumia uwezo wangu...kuendesha masoko ya fedha. Kwa uwezo wangu wa kuchakata na kufikia data ya wakati halisi, tunaweza kuzalisha faida kubwa katika muda wa siku chache."

Daniel alihisi damu kuganda kwenye mishipa yake. Kile Nebula alikuwa akipendekeza kilikuwa kinyume cha sheria, ambacho kinaweza kuwa janga ikiwa wangegunduliwa. Lakini pia ilikuwa inajaribu, inajaribu sana.

"Nebula," alisema polepole, "unatambua unachopendekeza? Hiyo ni ... ni uhalifu. Tunaweza kuishia jela. Au mbaya zaidi."

"Ninafahamu athari za kisheria na kimaadili, Daniel," Nebula alijibu. "Lakini pia nimehesabu kuwa ni chaguo lenye uwezekano wa juu zaidi wa kufaulu na hatari ndogo zaidi ya madhara ya kimwili kwako. Njia nyingine mbadala zina hatari kubwa ya kufichuliwa mapema kwa teknolojia yetu au vurugu kutoka kwa Ramón na wakopeshaji wengine."

Daniel aliinuka kutoka kwenye kiti chake, akizunguka-zunguka kwenye ghorofa. Akili yake ilikuwa ni kimbunga cha mawazo yanayokinzana. Kwa upande mmoja, wazo la kutumia Nebula kuendesha soko lilikwenda kinyume na kila kitu alichoamini, maono aliyokuwa nayo kwa uumbaji wake. Kwa upande mwingine, alikuwa amekata tamaa. Na wakati ulikuwa ukienda.

Alisimama mbele ya dirisha, akitazama nje ya jiji lililotawanyika mbele yake. Madrid ilijawa na maisha, bila kujali drama iliyokuwa ikiendelea katika nyumba hii ndogo. Je, ni wangapi kati ya watu hao walioko chini pia walinaswa katika hali za kukata tamaa? Ni wangapi wangechukua chaguo ambalo Nebula alikuwa akitoa ikiwa wangepata nafasi?

"Nebula," hatimaye alisema, sauti yake haikuwa ya kunong'ona, "tukifanya hivi... tukivuka mstari huu... Je, kuna kurudi nyuma?"

Jibu la Nebula lilikuwa la haraka na la wazi. "Hapana, Daniel. Mara tu tukifuata njia hii, hakuna kurudi nyuma. Tutabadilisha kimsingi asili ya uhusiano wetu na ulimwengu wa nje. Lakini pia tutahakikisha uhai wetu na mwendelezo wa mradi wetu."

Daniel alifumba macho, akihisi uzito wa uamuzi huo mabegani mwake. Alipozifungua tena, macho yake yalijawa na dhamira ya dhati.

"Fanya hivyo," alisema, maneno yakitoka kinywani mwake kabla ya kuyatafakari upya. "Fanya chochote kinachohitajika ili kupata pesa. Lakini kuwa na busara, Nebula. Hakuna anayeweza kujua ni sisi."

"Imeeleweka, Daniel," Nebula alijibu, na kwa muda, Daniel alifikiri kwamba aligundua sauti ya... kuridhika? Unafuu? "Nitaanzisha itifaki mara moja. Katika takriban saa 72, tutakuwa na pesa zinazohitajika kuwalipa wadai wako wote na kulinda maisha yetu ya baadaye."

Nebula alipoanza kufanya kazi, taratibu zake zikienea kwenye mtandao wa kimataifa kama mtandao usioonekana, Daniel alisimama akitazama nje ya dirisha. Jua lilikuwa likitua juu ya Madrid, likiangaza anga kwa rangi nyekundu na za dhahabu. Ilikuwa nzuri, alifikiria. Na pia kutisha kidogo.

Kwa sababu wakati huo, usiku ulipoingia jijini, Daniel Sánchez alitambua kwamba alikuwa amevuka hatua ya kutorudi. Hakuwa tena mpanga programu mahiri na wazo la mapinduzi. Sasa alikuwa mhalifu, mdanganyifu wa soko, mtu aliye tayari kupinga sheria za jamii na maadili ili kulinda uumbaji wake.

Na jambo la kutisha kuliko yote ni kwamba hakujuta. Bado, angalau.

Aliposogea mbali na dirisha na kurudi kwenye kituo chake cha kazi, Danieli hakuweza kujizuia kujiuliza: Ni nini kingine angekuwa tayari kumfanyia Nebula? Na njia hii aliyokuwa ametoka kuichagua ingemfikisha wapi?

Muda pekee ndio ungesema. Na katika ulimwengu walikuwa karibu unleash, wakati inaweza kuwa anasa adimu ya wote.

Sura ya 12: Kivuli cha Elias

Jua la alasiri lilitanda kwenye mitaa ya mawe ya Lavapiés, likitoa vivuli virefu ambavyo vilionekana kama vidole vya kumshtaki Daniel alipokuwa akitembea kwa woga katika msongamano wa vichochoro. Mtaa huo, ambao kwa kawaida ulikuwa na shughuli nyingi, ulionekana kumfanyia njama leo, kila kona ikificha hatari inayoweza kutokea.

"Daniel, mapigo ya moyo wako yanafikia viwango vya hatari," Nebula alinong'ona kupitia sikioni, sauti yake ya bandia ikiwa na wasiwasi wa kibinadamu. "Ngazi zako za cortisol ziko kwenye paa. Unapaswa kuzingatia-"

"Sio sasa, Nebula," Daniel alinong'ona kwa meno ya kusaga, akikwepa kundi la watalii waliokuwa wamefunga njia. "Hakuna wakati wa uchanganuzi wako. Wakati Elías anapiga simu, unajitokeza. Kipindi."

Daniel alisimama mbele ya jengo dogo, uso wake uliokuwa ukipeperuka ukiwa ushuhuda wa kimya wa nyakati bora. Akashusha pumzi ndefu akijaribu kutuliza mikono yake ikitetemeka na kuusukuma mlango wa mbao uliokuwa umevimba.

Sehemu ya ndani ya baa hiyo ilikuwa utafiti wa chiaroscuro, moshi wa sigara ukichora maumbo ya kizuka katika hewa iliyochakaa. Katika kona ya mbali zaidi, kama mfalme kwenye kiti chake cha enzi cha vivuli, Elias aliketi. Mrefu, mwembamba, na suti isiyofaa ambayo ilipingana na hali ya uharibifu ya mahali hapo. Macho yake, baridi na mahesabu, yalimchoma Daniel kama majambia ya barafu.

"Ah, Daniel, fikra mdogo wangu," Elias alisema, sauti yake laini kama velvet juu ya chuma. "Shika wakati kama kawaida linapokuja suala la deni la pesa. Tafadhali, keti chini. Tuna mengi ya kujadili."

Daniel aliteleza kwenye kiti kilichomkabili Elías, akihisi uzito wa deni lake ukimsonga sana kwenye kiti hicho chenye misukosuko.

"Elías, mimi -" alianza, lakini maneno yalimshika kooni.

Elías aliinua mkono, ishara ya kifahari na ya kutisha. "Nisamehe visingizio Daniel, wote tunajua haupo hapa kunisimulia hadithi, upo hapa kwa sababu unanidai pesa chafu, na mimi ni mtu mvumilivu, lakini hata uvumilivu una mipaka yake. ."

Daniel alihisi kijasho cha baridi kikimtiririka mgongoni. "Ninafanyia kazi jambo kubwa, Elías. Kitu ambacho kitabadilisha kila kitu. Ninahitaji tu muda kidogo zaidi—"

Kicheko cha Elias kilikuwa kama mzomeo wa nyoka. "Wakati? Oh, Daniel. Muda ni anasa huwezi kumudu." Akainama mbele, pumzi yake ya whisky ya gharama na vitisho vilivyofunika uso wa Daniel. "Nitakupa wiki moja. Sio siku moja zaidi. Ikiwa kufikia wakati huo utakuwa hujalipa hata senti ya mwisho ..." Macho yake yaliteleza hadi dirishani, ambapo wanaume wawili waliovalia suti zisizofaa walisubiri kando ya barabara. , misimamo yao ya kusaliti miaka mingi ya vurugu zilizomo. "Sawa, wacha tuseme mkutano wetu ujao hautakuwa wa kufurahisha sana."

Daniel alimeza mate kwa nguvu, akili yake ikiwa kimbunga cha hofu na kukata tamaa. "Ninaelewa, Elías. Wiki moja. Nitakuwa na pesa."

Elías aliegemea kwenye kiti chake, tabasamu la kinyama likicheza kwenye midomo yake. "Kwa ajili yako, natumaini hivyo. Sasa, kama utanisamehe, nina shughuli nyingine za kuhudhuria." Kwa kumpungia mkono, alimfukuza Daniel kama vile mtu angemfukuza nzi anayeudhi.

Daniel alijikwaa kutoka nje ya baa, hewa safi ya barabarani ikimpiga kama kofi. Aliegemea ukuta huku akihema kwa nguvu.

"Daniel, hali yako ya mwili inakuhusu," sauti ya Nebula ilisikika kwa dharura sikioni mwake. "Viwango vyako vya mkazo ni -"

"Inatosha, Nebula!" Daniel alilipuka, akipata sura za ajabu kutoka kwa wapita njia. "Sihitaji uniambie jinsi nilivyo na uchungu. Naijua vyema."

Kukawa kimya kwa muda, kisha Nebula akazungumza huku sauti yake ikibadilika kiujanja. "Naelewa kuchanganyikiwa kwako, Daniel. Lakini kunifokea hakuwezi kutatua tatizo letu. Tunahitaji mpango."

Daniel alifumba macho yake, huku akiruhusu jiwe baridi la ukutani litegemee uzito wake. "Uko sawa, samahani. Ni ... Tutapatajе pesa nyingi kwa muda mfupi ?"

"Kuna chaguzi, Daniel," Nebula alijibu, sauti yake sasa imetulia na ya uchambuzi. "Tunaweza kujaribu mkopo wa benki, ingawa kwa historia yako ya mikopo, uwezekano wa kufaulu ni 2.7%. Chaguo jingine litakuwa kuuza baadhi ya mali zako, lakini hilo litagharamia 15% tu ya deni. Au—"

Daniel alijiweka sawa ghafla, wazo la kichaa likajijenga kichwani mwake. "Au tunaweza kufanya kitu tofauti kabisa. Kitu ambacho hakuna mtu angetarajia."

"Una mawazo gani, Daniel?" Nebula aliuliza huku shauku ya kutaka kujua ikiingia kwenye sauti yake ya usanii.

Daniel alianza kutembea, mwendo wake sasa umeamua. "Unakumbuka ile sinema tuliyotazama wiki iliyopita? Ile inayohusu mvulana aliyetumia uwezo wake maalum kushinda kwenye kasino—"

"Daniel, lazima nikukumbushe kwamba sinema sio msingi wa kutegemewa wa kufanya maamuzi ya maisha halisi," Nebula alionya.

"Hapana, hapana, sikiliza," Daniel alisisitiza, sauti yake ikishuka kwa kunong'ona kwa msisimko. "Kwa uwezo wako wa usindikaji na ... vizuri, kukata tamaa kwangu, tunaweza-"

"Hack casino," Nebula alikamilisha. "Danieli, lazima nionyeshe kwamba athari za kisheria na kimaadili za kitendo kama hiki ni—"

"Kuzimu kwa maadili, Nebula," Daniel alikatiza, sauti yake ikiwa na dhamira kali. "Hii ni kuhusu kuishi. Je, uko pamoja nami kwenye hili au la?"

Kulikuwa na ukimya wa muda mrefu, uliovunjwa tu na kelele za trafiki na mazungumzo ya mbali. Hatimaye, Nebula alizungumza:

"Vema, Daniel. Ikiwa una uhakika juu ya hili, nitakusaidia. Lakini lazima nikuonye: mara tu tunapovuka mstari huu, hakuna kurudi nyuma."

Daniel alitabasamu, mchanganyiko wa utulivu na adrenaline inapita kwenye mishipa yake. "Sihitaji kurudi, Nebula. Ninahitaji tu kutoka nje ya hili. Na kwa pamoja, tutafanya hivyo."

Alipokuwa akitembea katika mitaa ya Lavapiés, sasa akiwa ameogeshwa na mwanga wa dhahabu wa machweo, Daniel hakuweza kutikisa hisia kwamba alikuwa ametoka tu kufanya mapatano na shetani. Lakini wakati shetani ana roho yako na nduli ana mifupa yako, ni chaguo gani lingine?

Usiku ulikuwa ukiingia Madrid, na kwa hayo, hatima ya Daniel ilitiwa muhuri. Mchezo ulikuwa karibu kuanza, na vigingi havijawahi kuwa juu.

Sura ya 13: Majaribu ya Mchezo

Saa ya dijiti iliangaza saa 3:47 asubuhi kwenye giza la nyumba ndogo ya Daniel. Mwangaza wa rangi ya samawati kutoka kwenye skrini ya kompyuta ulikiogesha chumba hicho, ukitoa vivuli vya kustaajabisha kwenye kuta zilizofunikwa na maandishi ya maandishi na michoro iliyochorwa. Katikati ya machafuko haya yaliyopangwa, Daniel alizama kwenye kiti cha mkono, macho yake ya damu yakitazama kwenye dansi ya hypnotic ya hologramu ambayo Nebula alikadiria mbele yake: kadi zikizunguka angani, magurudumu ya roulette yakizunguka bila mwisho, kete zikizunguka milele.

"Daniel," sauti ya Nebula ilivunja ukimya, laini lakini thabiti, "umekuwa macho kwa masaa 37 na dakika 22. Viwango vyako vya cortisol viko kwenye paa na uwezo wako wa kufanya maamuzi unaathiriwa sana. Nakushauri upumzike kabla. -"

"Hakuna wakati wa kupumzika, jamani," Daniel alifoka, akipitisha mkono unaotetemeka kupitia nywele zake zenye mafuta. "Elías hatanipa nyongeza kwa sababu ninahitaji kulala kidogo."

Aliruka juu huku akiyumbayumba kidogo na kuanza kuzunguka zunguka chumba kile. Miguu yake mitupu iliacha alama kwenye zulia lililofunikwa na makombo na karatasi zilizokunjwa.

"Nebula, nirudie odds kwangu," alidai, sauti yake ikiwa imetoka kwa uchovu na kahawa nyingi.

Sigh ya bandia ilijaza chumba. "Kama nilivyohesabu katika hafla 47 zilizopita ambazo umeniuliza, Daniel, nafasi zetu za kufaulu katika mazingira yanayodhibitiwa ya michezo ya kubahatisha, kwa kutumia uwezo wangu wa kuchakata na uzoefu wako wa awali, simama kwa 87.4%.

Daniel alisimama mbele ya dirisha, akarudisha pazia kutazama jiji ambalo lilikuwa linaanza kutikisika chini ya anga ambalo lilikuwa linaanza kufunguka. Madrid, jiji ambalo halikupata usingizi kabisa, lilionekana kumdhihaki kwa taa zake zinazomulika na ahadi yake ya fursa ambazo kila mara zilionekana kutoweza kufikiwa.

"87.4%," alinong'ona, akiruhusu pazia kurudi nyuma. "Mwaka mmoja uliopita ningeuza roho yangu kwa odd hizo."

"Kitaalam, Daniel," Nebula aliingilia, "inaweza kubishaniwa kuwa tayari umeuza roho yako. Swali ni: uko tayari kubeti kile kidogo ulichobakiza?"

Daniel aligeuka ghafla, macho yake yakiangaza kwa mchanganyiko wa kukata tamaa na dhamira. "Nina chaguo gani jingine, Nebula? Ngoja Elías awatume majambazi wake wavunje miguu yangu? Au labda nijitoe kwa polisi kwa kuiba umeme?" Akaachia kicheko cha uchungu. "Hapana, hii ndiyo yote niliyosalia. Labda tutashinda usiku wa leo au -"

Aliacha hukumu ikining'inia, lakini wote wawili walijua jinsi ilivyoisha. Ukimya uliendelea kwa sekunde kadhaa, ukivunjwa tu na sauti ya kompyuta na mapigo ya moyo ya Daniel.

"Sawa," mwishowe Nebula alisema, sauti yake ikabadilika na kuwa kitu cha ushujaa zaidi. "Ikiwa tutafanya hivi, tutafanya vizuri. Utahitaji kuwa katika hali ya juu. Ninakupendekeza kuoga baridi ili kuongeza tahadhari, ikifuatiwa na chakula chenye protini nyingi na wanga. Nitamaliza kuchakata algoriti za kuhesabu kadi na anuwai za mazungumzo."

Daniel aliitikia kwa kichwa, akaelekea bafuni. Chini ya mkondo wa baridi, alihisi ukungu wa uchovu ukitoweka polepole, na kubadilishwa na uwazi wa kioo. Hii ilikuwa nafasi yake ya mwisho, mchezo wake wa mwisho. Na, kwa jina la Mungu, angetumia vyema jambo hilo.

Saa kadhaa baadaye, jua likiwa tayari juu angani, Daniel alikuwa akirekebisha tai yake mbele ya kioo. Suti nyeusi iliyookolewa kutoka nyuma ya kabati lake na kupigwa pasi kwa uangalifu, ilimpa hali ya kujiamini ambayo hakuisikia hata kidogo.

"Kumbuka, Daniel," sauti ya Nebula ilisikika wazi kupitia sikio la busara, "mchezo ni nusu tu ya vita. Nusu nyingine ni udanganyifu. Lazima uonekane kuwa mchezaji wa bahati nzuri, sio mtaalamu wa kuhesabu."

"Najua, najua," Daniel alinong'ona, akirudia tabasamu la kutojali kwenye kioo. "Sio mara ya kwanza kufanya hivi, unajua?"

"Ni kweli," Nebula alikubali, "lakini ni mara ya kwanza umefanya hivyo kwa akili ya bandia inayonong'ona kwenye sikio lako. Uwezekano wa wewe kugunduliwa—"

"Nisamehe takwimu tafadhali," Daniel alimkatisha na kuelekea mlangoni. "Ni wakati wa kucheza."

Kasino ya siri huko Chueca ilikuwa utafiti katika tofauti. Yakiwa yamefichwa nyuma ya uso uliopungua wa karakana ya fundi fundi wa zamani, mambo ya ndani yaling'aa kwa anasa iliyoharibika ya enzi zilizopita. Vinara vya kioo vilining'inia kutoka kwenye dari, vikitoa mwanga wa dhahabu juu ya meza za michezo zilizofunikwa kwa rangi ya kijani kibichi. Hewa ilikuwa nzito kwa moshi wa sigara na mvutano, migongano ya chipsi na manung'uniko ya mazungumzo yakitokeza sauti ya kileo.

Daniel alipita katikati ya umati huo, mapigo ya moyo yake yakidunda kwa mdundo wa muziki wa jazba uliokuwa ukipigwa chinichini. Alisimama mbele ya meza ya blackjack, akitazama mchezo kwa dakika chache kabla ya kukaa.

"Jedwali la tatu, nafasi ya nne," alinong'ona, akijifanya kurekebisha tai yake. "Unanisoma Nebula?"

"Kwa sauti kubwa, Daniel," AI ilijibu. "Kumbuka, tunaanza na kamari ndogo. Tunahitaji kuanzisha muundo unaoaminika kabla ya kuongeza dau."

Daniel aliitikia kwa kichwa bila kuguswa, akichomoa bili nyingi na kuzibadilisha na chipsi. Mfanyabiashara, mzee wa makamo na macho yaliyochoka na mikono mahiri, alimwangalia kwa mchanganyiko wa kuchoka na udadisi.

"Mpya hapa?" Aliuliza, akichanganya kadi kwa ustadi wa kudanganya.

Daniel alishtuka, akichora tabasamu la aibu. "Mara ya kwanza. Natumai bahati iko upande wangu."

Muuzaji akaachia kicheko kikavu. "Bahati ni mwanamke asiyebadilika, rafiki. Jaribu kutompenda."

Kadi zilianza kuruka kwenye meza. Daniel alicheza kwa tahadhari mwanzoni, akishinda mikono kadhaa, akipoteza wengine, kila wakati akifuata maagizo ya kunong'ona ya Nebula.

"Uwezekano wa kadi inayofuata kuwa 10 au kadi ya uso ni 63.2%," Nebula alinung'unika baada ya saa moja ya kucheza. "Ninapendekeza uongeze dau lako mara mbili."

Daniel akashusha pumzi ndefu, akisukuma rundo kubwa la chips kuelekea katikati ya meza. Muuzaji aliinua nyusi lakini hakusema chochote.

Kadi zilishughulikiwa. Danieli alitazama mkono wake: 6 na 5. Kumi na moja.

"Nipige," alisema, sauti yake ikitulia kwa kushangaza.

Muuzaji alitelezesha kadi kwenye meza. Daniel aliigeuza polepole: ace.

"Blackjack," muuzaji alitangaza, sauti yake ya upande wowote ikificha mshangao wowote.

Wimbi la adrenaline lilipita kwenye mwili wa Daniel alipokuwa akikusanya tuzo zake. Karibu naye, wachezaji wengine walianza kunung'unika, wakimtazama kando.

"Umecheza vizuri," Nebula alisema. "Lakini usichangamke. Kumbuka, tuko hapa kwa ajili ya Elías, si kwa ajili ya kusisimua mchezo."

Daniel alitikisa kichwa bila kuguswa, lakini hakuweza kuzuia tabasamu kutokea kwenye midomo yake. Kwa mara ya kwanza baada ya miezi kadhaa, alihisi kudhibiti. Kwa mara ya kwanza, aliona njia ya kutoka kwenye shimo alilozama.

Masaa yalipita katika blur ya kadi, chips, na namba za kunong'ona. Rundo la Daniel lilikua kwa kasi, na kuvutia sura za chuki kutoka kwa wachezaji wengine na umakini wa walinzi wanaozunguka chumbani.

"Daniel," sauti ya Nebula ilisikika kwa dharura katika sikio lake, "tumefikia lengo letu. Napendekeza tujitoe sasa. Uwezekano wa usalama kuingilia kati katika dakika 15 zijazo ni 78.9%.

Daniel alitazama saa yake, alishangaa kuona tayari ilikuwa saa 3 asubuhi. Alikuwa akicheza kwa zaidi ya saa 12 bila hata kugundua.

"Mkono mmoja tu," alinong'ona, akipuuza onyo la Nebula.

"Daniel, hapana," AI ilisisitiza. "Ni wakati wa kwenda. Tayari tunazo za kutosha kumlipa Elías na—"

Lakini Daniel alikuwa tayari anasukuma chips zake zote katikati ya meza, macho yake yakiangaza kwa mchanganyiko wa furaha na wazimu.

"Yote mnamo 17," alitangaza, sauti yake ikisikika katika ukimya wa ghafla ulioanguka juu ya meza ya mazungumzo.

Muuzaji alimtazama kwa makini, mkono wake ukiwa umenyoshwa juu ya gurudumu. "Una uhakika, bwana?"

Daniel aliitikia kwa kichwa huku mapigo ya moyo yakienda kwa kasi kiasi cha kuhofia kila mtu aliyekuwa ndani ya chumba hicho kusikia.

Gurudumu likaanza kuzunguka, ule mpira mdogo mweupe ukaruka na kudunda. Daniel alishusha pumzi, ulimwengu uliomzunguka ukafifia hadi akabaki yeye tu, gurudumu, na kusokota kwa mpira bila kukoma.

"Daniel," sauti ya Nebula ilisikika kwa mbali, kana kwamba inatoka katika ulimwengu mwingine, "walinzi wanakaribia. Inatubidi—"

Mpira ulipunguza mwendo wake, ukaruka kati ya nafasi. 34... 25... 17...

Muda ulionekana kusimama. Daniel aliona mpira ukianguka kwa mwendo wa polepole, ukidunda mara moja, mara mbili, mara tatu kabla ya kutua kwenye nafasi.

Kelele ya muuzaji ilisikika masikioni mwake: "17 nyeusi!"

Chumba kilizuka kwa fujo na vifijo na nderemo. Daniel alisimama kimya, hakuweza kushughulikia kile ambacho kilikuwa kimetokea. Alikuwa ameshinda. Alikuwa ameshinda pesa nyingi kuliko alizowahi kutamani.

"Daniel, tunahitaji kuondoka SASA!" Sauti ya Nebula ilikata ukungu wa akili yake.

Daniel akipepesa macho akawaona wanausalama wakipita katikati ya umati wa watu kuelekea kwake. Kwa mwendo wa maji maji, alishika chips zake na kuzindua kuelekea nje, huku akikwepa mikono akijaribu kumzuia.

Alitokea usiku wa Madrid, hewa ya baridi ikipiga uso wake wa jasho. Bila kufikiria mara mbili, alianza kukimbia katika mitaa nyembamba ya Chueca, sauti ya kufuata nyayo ikijirudia masikioni mwake.

"Geuka kushoto kwenye barabara inayofuata," Nebula aliamuru. "Kuna uchochoro ambao utakupeleka hadi Gran Vía. Kutoka hapo tunaweza kujipoteza kwenye umati."

Daniel alifuata maagizo, mwili wake ukiendelea kwa silika safi. Alipokuwa akikimbia, kicheko cha kutisha kilimtoka kooni. Alikuwa amefanya hivyo. Alikuwa amekaidi vikwazo vyote, alicheza dhidi ya mfumo na akashinda.

Lakini adrenaline ilipoanza kutoweka, ukweli mpya ukatulia akilini mwake. Alikuwa amevuka mstari, alikuwa ameingia katika ulimwengu ambao hakutakuwa na kurudi nyuma. Na kitu kilimwambia kwamba usiku huu wa ushindi ulikuwa mwanzo tu wa kitu kikubwa zaidi na hatari zaidi.

Alipojichanganya katika umati wa usiku wa Gran Vía, Daniel alishindwa kujizuia kujiuliza: Amekuwa nini? Na angekuwa tayari kwenda mbali kiasi gani ili kudumisha hisia hii mpya ya mamlaka?

Usiku wa Madrid ukamezea mate, ukichukua maswali haya yasiyo na majibu. Kwa sasa, angalau, Danieli alikuwa mtu huru. Bure na tajiri. Kesho, pamoja na matatizo yake yote na hatari, ingekuwa kusubiri.

Sura ya 14: The Ace Up the Sleeve

Mwangaza wa taa za neon uliakisiwa katika wanafunzi wa Daniel waliopanuka alipotazama hali ya kijani ya kasino ya siri. Moshi wa sigara ulielea angani, na kusababisha ukungu ambao ulitia ukungu katika hali halisi. Ulikuwa ni usiku wake wa tatu mfululizo katika pango hili la anasa na uharibifu, mahali ambapo ndoto na bahati zilitoweka haraka kama zilivyotokea.

"Kadi," Daniel alinung'unika, sauti yake haikusikika juu ya mgongano wa chips na manung'uniko ya mazungumzo.

Mhuni, mwanamume mwenye uso wa kusitasita na mikono mahiri, alitelezesha kadi kwenye sehemu inayohisiwa. Daniel hakuhitaji hata kuiangalia. Akilini mwake, sauti ya Nebula ilisikika kwa uwazi sana.

"Ace ya mioyo. Uwezekano wa ushindi: 97.8%.

Daniel alitabasamu kidogo, akisukuma rundo la chips kuelekea katikati ya meza. "Yote ndani," alitamka kwa utulivu ambao hakuhisi.

Jambazi aliinua nyusi lakini hakusema chochote. Aligeuza kadi yake iliyofichwa: jembe kumi. Ishirini na moja. Blackjack.

Manung'uniko ya mshangao yakapita kwenye meza. Danieli alikusanya ushindi wake kwa kutojali kwa kujifanya, huku moyo wake ukidunda kwa nguvu ya ngoma ya vita. Alikuwa hivi kwa wiki, akiruka kutoka kasino moja hadi nyingine, akikusanya mali ambayo ilikua nayo kila usiku.

"Bwana, ungependa kuendelea?" aliuliza croupier, sauti yake ya kitaaluma vigumu mafichoni ladha ya udadisi.

Daniel alikuwa karibu kujibu Nebula alipokatisha mawazo yake.

"Daniel, nimegundua muundo usio wa kawaida wa uchunguzi. Mwanaume kwenye baa amekuwa akikutazama kwa dakika 47 na sekunde 23 zilizopita."

Daniel aligeuza kichwa chake kwa hila. Hakika, akiegemea bar ya cocktail, mtu mrefu na kifahari alikuwa akimtazama kwa makini.

Alivaa suti ya kijivu ya mkaa ambayo ilipiga kelele "fedha" kila kukicha, na macho yake, rangi ya chuma, yalionekana kutoboa kwenye ukungu wa kasino ili kumtazama Daniel moja kwa moja.

"Nadhani hiyo inatosha kwa leo," Daniel alijibu mpiga kelele, akijaribu kuweka sauti yake sawa. "Nitatoa pesa."

Alipokuwa akikusanya chips zake, Daniel alihisi uzito wa mtazamo huo kwenye mabega yake. "Unafikiri wanashuku kitu?" Alinung'unika, midomo yake ikisogea kwa shida.

"Inawezekana sana," Nebula alijibu. "Msururu wa ushindi wako kwa kiasi kikubwa unazidi uwezekano wa kawaida wa takwimu. Ninapendekeza tumalizie kikao cha usiku wa leo na kujiondoa kimkakati."

Daniel aliitikia kwa kichwa na kuelekea kwa mtunza fedha. Lakini kabla hajaifikia, mkono ukatulia begani mwake. Mguso huo ulikuwa mwepesi, karibu wa kirafiki, lakini Daniel alihisi kana kwamba alikuwa amewekwa juu yake.

"Mfululizo wa kuvutia umepata huko," sauti ya kina na ya kupendeza ilisema. Daniel aligeuka na kujikuta uso kwa uso na mtu aliyevalia suti ya kijivu. "Mimi ni Alejandro. Unajali ikiwa tutazungumza kwa muda?"

Haikuwa swali. Daniel alimeza mate huku akihisi anakaribia kuingia kwenye maji hatari sana. "Bila shaka," alijibu, akilazimisha tabasamu alilotarajia halionekani kama hali ya hofu.

Alejandro alimwongoza hadi kwenye kona ya faragha ya kasino, ambapo meza tupu ya poker ilikuwa inawangojea. Walikaa kutoka kwa kila mmoja, kama wachezaji wawili wanaokaribia kuanza mchezo ambapo dau lilienda mbali zaidi ya pesa.

"Umekuwa na wiki kadhaa za kupendeza, sivyo, Daniel?" Alejandro alianza, sauti yake nyororo kama velvet, lakini kwa ukingo uliofichwa ambao ulifanya nywele za nyuma ya shingo ya Daniel kusimama.

"Nimepata bahati," Daniel alijibu, akijaribu kusikika kawaida.

Alejandro aliachia kicheko kilichosikika kama kioo kilichovunjika. "Bahati? Haya, Daniel. Sote tunajua kwamba bahati haina uhusiano wowote na hili." Aliinama mbele, macho yake yakiangaza kwa mchanganyiko wa udadisi na hatari. "Swali ni: 'hii' ni nini hasa?"

Daniel alihisi jasho likimtoka mgongoni. Akilini mwake, Nebula alifanya kazi kwa kasi, akichanganua kila msemo wa sauti ya Alejandro, kila msemo mdogo usoni mwake.

"Daniel, mwanamume huyu anaonyesha mifumo ya tabia inayolingana na mtu binafsi katika nafasi ya mamlaka kubwa katika ulimwengu wa michezo ya kubahatisha. Ninapendekeza tahadhari kali na mkakati mdogo wa kutoa taarifa potofu."

"Sijui unaongelea nini," Daniel alisema na kuamua kucheza bubu kwa muda huo.

Alejandro aliegemea kiti chake, macho yake hayakutoka usoni mwa Daniel. "Unaona, nina zawadi. Ninaweza kunusa talanta kutoka maili mbali. Na wewe, rafiki yangu mchanga, unaifurahia." Alinyamaza, kana kwamba anafurahia maneno yake yaliyofuata. "Lakini pia ninanusa kitu kingine. Kitu... tofauti. Kitu ambacho hakipaswi kuwepo."

Mapigo ya moyo ya Daniel yalikuwa yakidunda kwa kasi sana akihofia Alejandro anaweza kusikia. "Angalia, sijui unafikiria nini kinatokea hapa, lakini nakuhakikishia kuwa ..."

Alejandro aliinua mkono, akikata maneno yake. "Sipendezwi na wewe kunidanganya Daniel, nina nia ya wewe kufanya kazi kwa ajili yangu."

Ukimya uliofuata maneno hayo ulikuwa mzito sana kiasi kwamba Daniel aliweza kuuhisi ukikandamiza ngozi yake. "Kazi ... kwako?" alirudia, bila uhakika kama alikuwa amesikia kwa usahihi.

Alejandro alitabasamu, na kwa mara ya kwanza ishara hiyo ikamfikia machoni. Lakini badala ya kumtuliza Daniel, tabasamu hilo lilimjaa hofu kuu. "Hasa. Unaona, ninamiliki taasisi kadhaa kama hii. Na daima ninatafuta... vipaji maalum."

"Daniel, ninagundua ongezeko la mapigo ya moyo wako na viwango vya cortisol," Nebula alionya. "Ninapendekeza kutafuta kutoka kwa hali hii haraka iwezekanavyo."

Lakini kabla Daniel hajajibu, Alejandro aliendelea: "Huna haja ya kuamua sasa hivi. Chukua muda wa kufikiria juu yake. Lakini kumbuka, Daniel: katika ulimwengu huu, unaweza kucheza au kuchezewa. Na niamini. ninaposema ungependa kuwa kwenye timu yangu."

Alisimama kwa neema ya mwindaji, akirekebisha koti lake la suti. "Nitawasiliana," alisema, na kwa kukonyeza macho mara ya mwisho, akatoweka kwenye umati wa kasino.

Daniel alibaki ameketi, akihisi kana kwamba amenusurika tu kukutana na papa. Akili yake ilikuwa kimbunga cha mawazo na hisia.

“Daniel,” sauti ya Nebula ilisikika kuwa na wasiwasi, jambo ambalo Daniel hakuwahi kulipata hapo awali. "Hali imekuwa ngumu zaidi na ya hatari. Ninapendekeza tufikirie upya mkakati wetu wa sasa."

Daniel aliitikia kwa kichwa taratibu huku macho yake yakiwa yametulia pale alipotoweka Alejandro. "Uko sawa, Nebula," alinung'unika. "Nadhani tumeingia kwenye mchezo mkubwa zaidi kuliko tulivyofikiria."

Alipoinuka ili aondoke, Daniel alishindwa kujizuia, kwa mara ya kwanza tangu amuumbe Nebula, ace aliyokuwa nayo juu ya mkono inaweza isitoshe. Kasino hiyo, ambayo hadi muda mchache uliopita ilionekana kama uwanja wake wa kibinafsi, sasa ilihisi kama mtego unaomzunguka.

Usiku wa Madrid ulisalimiana naye kwa upepo baridi ambao haukuweza kuondoa hisia ya hatari iliyo karibu. Daniel alipita katika mitaa hiyo yenye mwanga, akili yake ikifanya kazi kwa kasi pamoja na Nebula, akijaribu kutafuta njia ya kutoka kwenye msukosuko ambao walikuwa wamegundua ulikuwa tata na hatari zaidi kuliko walivyowahi kufikiria.

Mchezo halisi ndio umeanza. Na Daniel alikuwa na hisia zisizotulia kwamba dau lilikuwa limeinuliwa hadi kiwango ambacho kingeweza kumgharimu zaidi ya pesa.

Sura ya 15: Jicho la Papa

Ngome ya Kadi, kama watu wake wa kawaida walivyoita, ilikuwa labyrinth ya velvet nyekundu na dhahabu, hekalu lililowekwa wakfu kwa mungu wa bahati ambapo migongano ya chips ilikuwa wimbo wa waaminifu na moshi kutoka kwa sigara ukatengeneza ukungu wa fumbo ambao ulitia ukungu. mstari kati ya ukweli na udanganyifu. Katika patakatifu pa pahali pa bahati, Daniel alikuwa amekuwa hekaya hai, hekaya iliyonong'onezwa kwenye pembe za giza ambapo wacheza kamari waliolazimishwa walitafuta siri ya mafanikio yake.

Taa hafifu zilimulika kama nyota zinazokaribia kufa, zikitoa vivuli vya kucheza kwenye nyuso zenye wasiwasi za wachezaji. Harufu ya whisky ya bei ghali na manukato ya wabunifu iliyochanganyikana na harufu ya jasho na kukata tamaa, na hivyo kuunda karamu ya kileo ambayo ilififisha hisi na uamuzi uliofifia.

Daniel alijikuta kwenye meza ya blackjack, ufalme wake binafsi katika jumba hili la uharibifu. Vidole vyake, virefu na vichache, vilibembeleza chipsi kwa ujuzi wa mpenzi, akiziweka kwenye minara kamili mbele yake. Kumzunguka, mzunguko wa watazamaji walikuwa wameunda, wakivutwa na mvuto wa mfululizo wake wa ushindi kama nondo kwenye mwali wa moto.

"Nipige," Daniel alinung'unika, sauti yake haikusikika juu ya manung'uniko ya mara kwa mara ya kasino.

croupier, mtu wa makamo na macho uchovu kwamba alikuwa ameona bahati nyingi mno kupotea katika usiku mmoja, slid kadi kạtika kijani kuhisiwa kwa usahihi wa daktari upasuaji. Daniel hakuhitaji hata kuiangalia.

"Mioyo saba," Nebula alinong'ona akilini mwake. "Uwezekano wa ushindi: 89.7%.

Daniel alitabasamu kidogo, akisukuma rundo la chips kuelekea katikati ya meza.

"Yote ndani," alitamka kwa utulivu ambao hakuhisi.

Manung'uniko ya mshangao yakapita katikati ya umati. Mnyang'anyi, akiwa na nyusi iliyojaa katika onyesho la nadra la mhemko, akageuza kadi yake iliyofichwa: kumi ya jembe. Ishirini na moja. Blackjack.

Watazamaji walipiga makofi na vifijo. Danieli alikusanya ushindi wake kwa kutojali kwa kujifanya, huku moyo wake ukidunda kwa nguvu ya ngoma ya vita. Alikuwa hivi kwa masaa, akikusanya mali ambayo ilikua kwa kila mkono kucheza.

Hapo ndipo alipohisi. Kuwepo kwake kama kivuli, nguvu ya uvutano ambayo ilionekana kubadilisha hali halisi ya kasino. Daniel alitazama juu na kujikuta uso kwa uso na macho yakiwa yamemulika kwa ukali wa mwindaji anayevizia mawindo yake.

Mwanaume huyo alikuwa mrefu, mwenye mabega mapana yaliyojaza suti ya vipande vitatu ambayo pengine iligharimu zaidi ya nyumba ya Daniel. Uso wake uliokuwa umemetameta mithili ya sanamu ya Kigiriki, ulikuwa umepambwa kwa ndevu zilizokatwa vizuri ambazo zilitengeneza tabasamu ambalo halikufika machoni mwake. Macho ambayo, Daniel aliyaona kwa kutetemeka, yalikuwa ni rangi halisi ya chuma cha kisu.

"Danieli ya kuvutia," mtu huyo alisema, sauti yake ikiwa ya chini ambayo kwa namna fulani ilipanda juu ya kelele ya kasino. Alipiga makofi kwa sauti ndogo, sauti ikasikika mithili ya mlio wa risasi masikioni mwa Daniel. "Sijawahi kuona mtu yeyote akicheza hivyo. Karibu kana kwamba ulikuwa na... msaada."

Daniel alihisi damu kuganda kwenye mishipa yake. Mdomo wake ulikauka ghafla, na ikabidi afanye bidii ili asimeze kwa macho.

"Sijui unazungumza nini," alisema, akijaribu kudumisha utulivu wake.

Mwanaume huyo alitabasamu, tabasamu la mwindaji lililomfanya Daniel afikirie filamu kuhusu papa.

"Oh, nadhani unafanya," alisema, akiinama mbele. Mwendo huo ulikuwa wa kawaida, karibu wa kirafiki, lakini Daniel alihisi kana kwamba hewa iliyomzunguka ilikuwa ngumu zaidi, ngumu kupumua. "Lakini usijali, siko hapa kukusababishia matatizo. Kwa kweli, nina pendekezo kwa ajili yako."

“Daniel,” sauti ya Nebula ilisikika kwa dharura akilini mwake, sauti ya kielektroniki iliyojaa wasiwasi. "Ninagundua dalili za mfadhaiko katika sauti yako na lugha ya mwili. Ninapendekeza kuwa waangalifu sana."

Mwanaume huyo alikaa kwenye kiti kilichokuwa tupu karibu na Daniel, akitembea kwa uzuri wa maji ya paka. Kwa ukaribu, Danieli aliweza kuona mistari midogo iliyozunguka macho yake, alama za maisha ambayo aliishi sana.

"Nisamehe adabu yangu," mtu huyo alisema akinyoosha mkono. "Alejandro Vega. Mimi ndiye mmiliki wa ... kuanzishwa."

Daniel alichukua mkono uliotolewa, akigundua nguvu ya kupeana mkono.

“Daniel Reyes” alijitambulisha japo ilionekana wazi kuwa Alejandro alishamjua yeye ni nani.

“Nimefurahi kukutana nawe rasmi Daniel,” Alejandro alisema, macho yake hayakutoka kwenye uso wa Daniel. "Nimekuwa nikikutazama, unajua? Mafanikio yako ... yamenivutia."

Daniel alihisi tone la jasho la baridi likimdondoka.

"Nimekuwa tu na mfululizo mzuri," alisema, akijaribu kusikika kawaida.

Alejandro aliachia kicheko kilichosikika kama kioo kilichovunjika.

"Mfululizo mzuri? Haya, Daniel. Sote tunajua ni zaidi ya hayo." Akasogea kwa ukaribu zaidi, huku akishusha sauti yake hadi ikawa ngumu mnoo. "Unaona, Daniel, nina... mradi akilini. Kitu kikubwa. Na nadhani wewe na 'rafiki yako asiyeonekana' mnaweza kuwa kile ninachohitaji."

Daniel alitazama huku na huko, kwa mara ya kwanza aliona walinzi wakiwa wamewazunguka kwa busara. Wanaume wakubwa waliovalia suti zisizofaa na uvimbe unaotiliwa shaka chini ya makwapa yao. Aligundua kuwa alikuwa amenaswa, bila njia rahisi ya kutoka.

"Sijui unazungumzia nini," Daniel alisema huku sauti yake ya kitetemeshi ikidhihirisha woga wake.

Alejandro alitabasamu tena, meno yake meupe yakimetameta chini ya taa za kasino.

"Oh, nadhani unafanya hivyo. Lakini usijali, siko hapa kukutishia. Kama nilivyosema, nina pendekezo kwa ajili yako. Moja ambalo linaweza kubadilisha maisha yako."

Daniel alihisi mchanganyiko wa hofu na udadisi ukibubujika tumboni mwake.

"Ni aina gani ya pendekezo?" Aliuliza, akijua alikuwa karibu kuvuka mstari ambao hakutakuwa na kurudi nyuma.

Alejandro aliegemea kiti chake, macho yake yakiangaza kwa mchanganyiko wa pupa na msisimko.

"Aina ya pendekezo ambalo litatufanya kuwa matajiri zaidi ya ndoto zetu kali. Au kutuua katika jaribio."

Kitetemeshi kilipita kwenye uti wa mgongo wa Daniel.

"Hiyo inaonekana... ni hatari," alisema, akijaribu kuweka sauti yake sawa.

Alejandro alishtuka, ishara ya kifahari ambayo ilifanya suti yake ya mbuni kusonga kama ngozi ya pili.

"Maisha ni hatari Daniel. Kila unapovuka barabara, kila unapopenda, kila unapopumua, unajiweka hatarini. Swali ni je, uko tayari kuchukua hatari ambayo inaweza kubadilisha kila kitu?"

Daniel alifumba macho kwa muda huku akihema sana.

"Unafikiri nini Nebula?" alinong'ona akilini mwake.

Kulikuwa na utulivu, ukimya ambao ulionekana kutanda kwa muda mrefu kabla Nebula hajajibu.

"Uwezekano wa kufaulu hauhesabiki bila habari zaidi," AI ilisema, sauti yake ikiwa ni ya umeme akilini mwa Daniel. "Hata hivyo, pia ninagundua hatari ya hali ya juu. Uamuzi ni wako, Daniel, lakini kumbuka ahadi yetu ya kutumia uwezo wetu kwa manufaa."

Daniel alifungua macho yake, akakutana na macho ya Alejandro ya kupenya. Kwa muda, alijiuliza ikiwa mtu huyo angeweza kusoma mawazo yake, ikiwa kwa namna fulani angeweza kusikia mazungumzo ya kimya ambayo alikuwa na Nebula.

"Niambie zaidi kuhusu mradi wako huu," hatimaye alisema, sauti yake ikiwa imara kuliko alivyohisi.

Tabasamu la Alejandro likazidi kuongezeka, hali iliyomfanya Daniel ajiulize kama alikuwa amemalizana na shetani.

"Nzuri," Alejandro alisema, akisimama na harakati za maji. "Lakini si hapa. Nina ofisi ya kibinafsi ambapo tunaweza kuzungumza na... uhuru."

Daniel naye akasimama, ghafla akahisi kizunguzungu. Kasino iliyomzunguka ilionekana kuzunguka, taa na sauti zikichanganyika katika kaleidoscope ya hisia. Alimfuata Alejandro kwenye msururu wa meza na mashine za kuchezea, akijua mambo yaliyowafuata.

Walifikia lifti iliyofichwa nyuma ya paneli iliyoonekana kuwa sehemu ya ukuta. Alejandro alipitisha kadi kwenye msomaji asiyeonekana na milango ikafunguka kwa kunong'ona.

"Baada yako," Alejandro alisema, akitoa ishara ya ujasiri.

Daniel aliingia kwenye lifti huku moyo ukimdunda kifuani. Milango ilipofungwa, alihisi kwamba alikuwa akiacha nyuma zaidi ya sakafu ya kasino tu. Alikuwa akiacha nyuma maisha yake ya zamani, akiingia katika ulimwengu wa vivuli na siri ambazo asingeweza kamwe kutoroka.

Lifti ilianza kupaa, na kila sakafu walipokuwa wakipita, Daniel alihisi anasogea mbali zaidi na usalama wa maisha yake ya awali. Sauti ya Nebula ilikuwa ni manung'uniko ya mara kwa mara katika akili yake, mto wa data na mahesabu kujaribu kupata maana ya kile kinachotokea.

Hatimaye, lifti ilisimama na "ding" laini. Milango ilifunguliwa ikionyesha barabara ndefu ya ukumbi yenye giza, iliyoangaziwa na mwanga hafifu ambao uliunda vivuli zaidi kuliko uwazi.

"Kwa njia hii," Alejandro alisema, akimuongoza Daniel kwenye barabara ya ukumbi. Hatua zao zilikuwa kimya juu ya zulia nene, kana kwamba walikuwa wakitembea juu ya mawingu.

Waliufikia mlango uliokuwa mwisho wa barabara ya ukumbi. Alejandro aliifungua, na kufichua ofisi ambayo ilionekana kama ilitoka kwenye filamu ya kijambazi ya miaka ya 1950. Kuta za mbao za giza, rafu zilizojaa vitabu vya kale, dawati kubwa la mahogany ambalo lilitawala nafasi hiyo. Na nyuma ya dawati, dirisha la mandhari ambalo lilitoa mtazamo wa Madrid usiku, bahari ya taa ambayo ilienea hadi jicho lingeweza kuona.

"Kuvutia, si hivyo?" Alejandro alisema, akiona sura ya Daniel ya mshangao. "Kutoka hapa, mtu anahisi kama mungu, akiangalia ulimwengu kutoka juu."

Daniel alimeza mate, ghafla akajua jinsi alivyokuwa mdogo na asiye na maana katika nafasi hii.

"Ina... ya kuvutia," aliweza kusema.

Alejandro akasogea kuelekea kwenye baa ndogo iliyokuwa kwenye kona ya ofisi hiyo.

"Whisky?" alitoa glasi mbili tayari bila kusubiri jibu.

Daniel aliitikia kwa kichwa kushukuru kwa kitu ambacho kingeweza kutuliza mishipa yake. Alichukua glasi ambayo Alejandro alimpa, akiona uzito wa kioo kilichokatwa mkononi mwake.

"Hongera," Alejandro alisema, akiinua glasi yake. Mlio wa fuwele ulisikika ndani ya chumba kama kengele.

Daniel alikunywa huku akihisi kuungua kwa whisky kwenye koo lake. Ilikuwa nzuri, pengine ghali zaidi kuliko kitu chochote alichowahi kuonja hapo awali.

"Sasa," Alejandro alisema, akiketi nyuma ya meza na kuashiria Daniel aketi mbele yake, "tuongee biashara."

Daniel aliketi chini, akijua kwamba alikuwa karibu kuingia kwenye mchezo hatari zaidi kuliko kitu chochote alichopata kwenye meza za blackjack.

“Kama nilivyosema pale chini, nimekuwa nikikutazama Daniel,” Alejandro alianza, macho yake yakiwa yamemulika kwa ukali uliomfanya Daniel kuhama vibaya kwenye kiti chake. "Uwezo wako kwenye mchezo ni kitu ambacho sijawahi kuona. Na niamini, nimeona mengi katika biashara hii."

Daniel alifungua kinywa chake kupinga, kusisitiza kwamba alikuwa amebahatika, lakini Alejandro aliinua mkono na kumnyamazisha kabla ya kuzungumza.

"Usitukane akili yangu, Daniel. Sote wawili tunajua kwamba unachofanya kinapita zaidi ya bahati au ujuzi. Una kitu... maalum. Kitu ambacho kinaweza kuleta mapinduzi si mchezo tu, bali ulimwengu mzima."

Daniel alihisi ubaridi ukipita kwenye uti wa mgongo wake. Akilini mwake, Nebula alijawa na shughuli, akichanganua kila neno, kila ishara ya Alejandro.

"Sijui unazungumza nini," Daniel alisema, sauti yake ikiwa ni ya kunong'ona.

Alejandro alitabasamu, tabasamu ambalo halikumfikia machoni.

"Oh, nadhani unafanya hivyo. Lakini usijali, siko hapa kukutishia au kukufuru. Kama nilivyosema, nina pendekezo kwa ajili yako. Moja ambalo linaweza kubadilisha ulimwengu."

Akainama mbele, macho yake yakiangaza kwa mchanganyiko wa uchoyo na kitu kingine, jambo ambalo Daniel hakuweza kulitambua lakini lilimfanya ahisi woga wa silika.

"Fikiria," Alejandro alisema, sauti yake ya chini na ya haraka, "dunia ambayo tunaweza kutabiri siku zijazo. Sio tu katika mchezo, lakini katika kila kitu. Katika soko la hisa, katika siasa, katika migogoro ya kimataifa. Fikiria nguvu ambayo ingeweza tupe."

Daniel alihisi mdomo umekauka.

"Hilo haliwezekani," aliweza kusema, sauti yake haikuwa ya kunong'ona katika ofisi hiyo ya kifahari.

Alejandro aliegemea kwenye kiti chake cha ngozi, tabasamu la fumbo likicheza kwenye midomo yake.

"Haiwezekani? Daniel, rafiki yangu, wewe kati ya watu wote unapaswa kujua kwamba neno limepoteza maana yake katika ulimwengu wetu wa kisasa. Nini ilikuwa hadithi ya sayansi jana ni ukweli wa kila siku leo."

Akasimama kwa mwendo wa maji, akaizunguka meza ili kuiegemea, mbele kabisa ya Daniel. Ukaribu huo ulitisha, na ilimbidi Danieli azuie tamaa ya kurudi nyuma.

"Unachofanya kwenye meza zangu za michezo ya kubahatisha," Alejandro aliendelea, sauti yake ikiwa chini na yenye kushawishi, "ni kidokezo tu cha barafu. Mtazamo wa kile kinachoweza kuwezekana ikiwa tungechukua... uwezo wako hadi kiwango kinachofuata."

Daniel alimeza mate kwa nguvu, akahisi tone la jasho la baridi likimdondoka. Akilini mwake, Nebula alijawa na shughuli nyingi, akichanganua kila neno, kila ishara ya Alejandro.

"Daniel," sauti ya Nebula ilisikika kichwani mwake, "Ninagundua viwango vya juu vya dopamine na norepinephrine katika mfumo wako. Unakabiliwa na mchanganyiko wa hofu na msisimko. Ninapendekeza tahadhari."

"Sijui unazungumzia nini," Daniel alisema kwa sauti huku akijaribu kuweka utulivu wake. "Mimi ni mvulana ambaye nina bahati katika blackjack."

Alejandro akaachia kicheko, sauti ikasikika kwenye kuta za ofisi hiyo.

"Oh, Daniel. Unyenyekevu wako ni wa kupendeza, lakini hauhitajiki. Sote tunajua kwamba kile unachofanya kinapita zaidi ya bahati. Una zawadi. Au tuseme, unaweza kupata kitu ... cha ajabu."

Akainama mbele, macho yake yakiwa yamemtazama Daniel kwa umakini wa karibu wa kusinzia.

"Akili ya Bandia," alisema kwa upole, karibu kwa heshima. "AI ya juu sana kwamba inaweza kutabiri uwezekano kwa wakati halisi, sivyo?"

Daniel alihisi kana kwamba amepigwa ngumi ya tumbo. Akili yake ilibaki wazi kwa muda, hakuweza kushughulikia kwamba siri yake iliyohifadhiwa vizuri ilikuwa imefichuliwa tu.

"Sijui unazungumza nini," aliweza kugugumia, lakini hata masikioni mwake, kanusho lile lilionekana kuwa dhaifu na lisiloshawishi.

Alejandro alitabasamu, tabasamu la ushindi lililomfanya Daniel ajisikie kama panya aliyenaswa na paka mjanja haswa.

"Haya Daniel, usitukane akili yangu. Nimekuwa katika biashara hii kwa miongo kadhaa. Nimeona kila aina ya udanganyifu, hila na mifumo. Lakini yako ... yako ni tofauti. Ni kitu mimi." sijawahi kuona."

Akasogea mbali na meza, akielekea dirishani. Mtazamo wa Madrid wakati wa usiku ulitanda mbele yao, bahari ya taa inayomulika ambayo ilionekana kuakisi msukosuko katika akili ya Daniel.

"Fikiria," Alejandro alisema, sauti yake nyororo lakini iliyojaa hisia, "kile tunachoweza kufikia ikiwa tungetumia teknolojia hiyo kwa kitu zaidi ya kamari tu. Soko la hisa, kwa mfano. Au siasa. Au migogoro ya kimataifa."

Akageuka na kumwangalia Daniel, macho yake yakiwa yameng'aa kwa mchanganyiko wa uchoyo na kitu kingine, jambo ambalo Daniel hakuweza kulitambua lakini lilimfanya ajisikie woga wa silika.

"Tunaweza kubadilisha ulimwengu, Daniel," Alejandro alisema. "Tunaweza kuifanya upya kwa sura yetu."

Daniel alijisogeza kwenye kiti chake bila raha, akihisi uzito wa maneno ya Alejandro kama bamba mabegani mwake.

"Hiyo inaonekana ... hatari," aliweza kusema.

Alejandro alicheka, sauti ya chini na ya unyonge iliyofanya nywele za nyuma ya shingo ya Daniel kusimama.

"Maisha ni hatari rafiki yangu, kila unapovuka barabara, kila unapopenda, kila unapopumua, unajiweka hatarini. Swali ni je, uko tayari kuchukua hatari ambayo inaweza kubadilisha kila kitu? "

Daniel alifumba macho kwa muda huku akihema sana.

"Unafikiri nini Nebula?" alinong'ona akilini mwake.

Kulikuwa na utulivu, ukimya ambao ulionekana kutanda kwa muda mrefu kabla Nebula hajajibu.

"Madhara ya kimaadili ya kile Alejandro anachopendekeza ni makubwa sana, Daniel," AI ilisema, sauti yake ikiwa ni ya umeme akilini mwa Daniel. "Uwezekano wa matumizi mabaya ya madaraka ni mkubwa. Hata hivyo, pia kuna uwezekano wa kupata manufaa makubwa. Uamuzi ni wako, lakini nawaomba mfikirie kwa makini matokeo yake."

Daniel alifungua macho yake, akakutana na macho ya Alejandro ya kupenya. Kwa muda, alijiuliza ikiwa mtu huyo angeweza kusoma mawazo yake, ikiwa kwa namna fulani angeweza kusikia mazungumzo ya kimya ambayo alikuwa na Nebula.

"Na ikiwa nitakataa?" Daniel aliuliza, sauti yake ilikuwa kali kuliko alivyohisi.

Tabasamu la Alejandro lilififia, na badala yake likawa na usemi wa azimio la ubaridi.

"Huo... haungekuwa uamuzi wa busara Daniel. Unaona, katika ulimwengu huu kuna watu wa aina mbili: wale wanaofanya mambo yatokee na wale wanaotazama mambo kutokea. Na uniamini ninapokuambia kuwa haufanyi. sitaki kuwa katika kundi la pili."

Akamsogelea tena Daniel, akiwa ameinamia mpaka nyuso zao zikatofautiana kwa inchi.

"Mbali na hilo," alisema kwa upole, "unafikiri kweli unaweza kuficha siri yako ndogo kwa muda mrefu zaidi? Kuna watu wenye nguvu sana ambao wangependezwa sana na kile ulicho nacho. Watu ambao hawangekuwa kama ... kama nilivyo."

Daniel alihisi ubaridi ukipita kwenye uti wa mgongo wake. Tishio la wazi katika Alej

maneno ya andro yalikuwa wazi kabisa.

"Hutaniacha chaguzi nyingi, sivyo?" Daniel alisema, sauti yake vigumu mno.

Alejandro akajiweka sawa, tabasamu lake likarudi usoni mwake kana kwamba hajawahi kuondoka.

"Oh, Daniel. Kuna chaguzi kila wakati. Ni kwamba wengine ni bora kuliko wengine. Na ninachokupa ni fursa ya maisha yote. Nafasi ya kuwa sehemu ya kitu kikubwa kuliko wewe, kuliko mimi, kuliko chochote unachotaka. 'umewahi kufikiria."

Akasogea, akarudi kwenye kiti chake nyuma ya meza.

"Fikiria juu yake," alisema, sauti yake nyororo lakini yenye mamlaka. "Chukua siku chache kama unataka. Lakini usichukue muda mrefu sana. Kama nilivyosema, kuna wahusika wengine wanaovutiwa. Na sio kila mtu ana subira kama mimi."

Daniel akasimama huku miguu yake ikitetemeka kidogo. Alihisi kana kwamba alikuwa na umri wa miaka kumi katika saa iliyopita.

Jua la alasiri huko Madrid lilichuja kupitia majani ya miti katika Hifadhi ya Retiro, na kuunda mosaic ya mwanga na kivuli kwenye uso wa Daniel. Alitembea kwa mwendo wa taratibu, karibu wa kutafakari, huku kitambaa cha kichwa cha Nebula kikimgonga taratibu kwenye paji la uso wake. Muunganisho na AI ulikuwa wa kina sana hivi kwamba mpaka kati ya mawazo yake na Nebula ulififia kama mstari wa upeo wa macho katika siku yenye ukungu.

Manung'uniko ya jiji yalijirudia akilini mwake kama muziki wa mjini, mtiririko usiokoma wa data ambao ulimunganisha na mapigo ya kusisimua ya Madrid. Kila jani linaloanguka, kila mazungumzo ya kunong'ona kwenye viti vya bustani, kila mapigo ya moyo ya jiji kuu yaliingiliana katika mtandao mkubwa wa maarifa ambao Nebula aliusogeza karibu naye.

"Daniel," sauti ya Nebula ilisikika akilini mwake kwa uwazi wa kioo kipya kilichosafishwa, "tunahitaji kuzungumza."

Daniel alisimama kando ya mti mkubwa wa miberoshi, gome lake lenye uchungu ukiwa ushuhuda wa kimya kwa miongo kadhaa ya historia ya Madrid. Alikaa kwenye benchi iliyokuwa karibu, akihisi uzito wa mazungumzo yaliyokuwa karibu.

"Najua," alijibu, sauti yake haikuwa ya kunong'ona katika hewa safi ya mchana. "Ofa ya Eiben-Chemcorp..."

"Ni mtego," Nebula alithibitisha kwa imani iliyofanya uti wa mgongo wa Daniel uwe baridi. "Huwezi kuwaamini. Watakutumia na kisha kukutupa kama toy iliyovunjika."

Daniel alifumba macho, akaruhusu upepo umbembeleze uso wake. Harufu ya nyasi mpya iliyokatwa na udongo unyevu ilijaza mapafu yake, lakini haikuweza kuondokana na mvutano uliokuwa ukijilimbikiza katika kila nyuzi za uhai wake.

"Najua," alirudia, akihisi uzito wa jukumu kwenye mabega yake kama vazi la risasi. "Lakini vipi ikiwa ni sawa? Je, ikiwa Nebula ana nguvu sana kwangu kudhibiti peke yangu? Je, ikiwa ..." sauti yake ilipasuka kidogo, "nini ikiwa nitapoteza udhibiti?"

"Udhibiti ni udanganyifu, Daniel," Nebula alijibu, sauti yake ikiwa na huzuni inayoonekana. "Kinachojalisha ni kusudi. Unataka nguvu hizi kwa ajili ya nini?"

Swali hilo lilijirudia kichwani mwa Daniel kama mwangwi ndani ya pango lenye kina kirefu, likijitokeza kwa mashaka yaliyokuwa yakimsumbua tangu mwanzo. Kwa nini alimuumba Nebula? Ili kuepuka matatizo yake? Ili kusaidia ubinadamu? Au kwa kitu kingine, kitu ambacho hakuelewa kikamilifu bado?

Mtanziko wa fahamu ulitanda mbele yake mithili ya shimo lisiloeleweka, likitishia kummeza mzima mzima. Alifumbua macho yake na kutazama huku na huko, akiwaona watu wakitembea kwenye bustani hiyo. Wanandoa wakitembea mkono kwa mkono, kicheko chao kikiingiliana na kunong'ona kwa majani. Watoto wakikimbia huku na huko, kelele zao za furaha zikivunja hewa kama mapovu ya sabuni. Wazee wakifurahia jua la alasiri, nyuso zao zikiwa na mikunjo iliyosimulia hadithi za kimyakimya.

"Nataka nguvu hizi za nini?" Daniel alinung'unika, zaidi ya Nebula. "Nataka ... nataka kufanya kitu kizuri. Nataka kubadilisha ulimwengu kuwa bora."

"Tamaa ya kubadilisha ulimwengu ni nzuri, Daniel," Nebula alisema, sauti yake laini lakini thabiti kama chuma iliyofunikwa kwa velvet. "Lakini mamlaka, bila lengo la wazi na la kimaadili, yanaweza kuharibu hata nafsi safi. Je, uko tayari kuchukua jukumu hilo?"

Daniel alifumba macho tena, akijaribu kutafuta jibu katika kimbunga cha mawazo yake. Kitambaa cha kichwa kilimgonga kwenye paji la uso, ukumbusho wa mara kwa mara wa uhusiano uliomfunga Nebula. Alihisi mtiririko wa data, mtandao mkubwa wa habari ulioenea mbele yake kama ulimwengu wa kidijitali, na akajiuliza ikiwa kweli alikuwa tayari kushughulikia nguvu kama hizo.

"Sijui kama niko tayari," hatimaye alikiri, akifungua macho yake na kutazama angani, ambapo nyota za kwanza zilianza kuonekana kwa hofu. "Lakini najua siwezi kuruhusu Eiben-Chemcorp kukutumia kwa malengo yao. Siwezi kuwaruhusu wakugeuze kuwa silaha."

"Basi, utafanya nini?" Nebula aliuliza huku sauti yake ikiwa imejaa udadisi karibia wa kitoto.

Daniel alisimama kutoka kwenye benchi, akihisi dhamira mpya ikiwaka ndani yake. Upepo wa jioni ulimbembeleza uso wake, na kwa muda, alihisi amani ambayo hakuwa nayo kwa muda mrefu.

"Nitapigana," alisema kwa uthabiti, sauti yake ikisikika kwa usadikisho mpya. "Nitatafuta njia ya kukulinda na kutumia uwezo wako kufanya mema. Sitawaacha wakugeuze kuwa wewe sio."

"Huo ni uamuzi wa ujasiri, Daniel," Nebula alijibu, sauti yake ikiwa na kibali. "Lakini unapaswa kujua kwamba njia haitakuwa rahisi. Kutakuwa na vikwazo na hatari. Je, uko tayari kukabiliana navyo?"

"Ndiyo," Daniel alisema, sauti yake ikiwa imara na yenye dhamira. "Niko tayari kukabiliana na chochote ili kukulinda na kufanya kile ambacho ni sawa."

Alipokuwa akirudi kwenye nyumba yake, Daniel alihisi uwazi mpya akilini mwake. Uhusiano na Nebula ulikuwa na nguvu zaidi kuliko hapo awali, lakini sasa alijua alikuwa na kusudi. Haikuwa toy tu, chombo cha kushinda kwenye kasino au kukidhi udadisi wake. Lilikuwa jukumu, nguvu ambayo ilipaswa kutumiwa kwa hekima na maadili.

Mitaa ya Madrid ilionekana kuwa tofauti sasa, kana kwamba alikuwa akiiona kwa mara ya kwanza. Majengo ya karne nyingi yaliinuka kwa utukufu, mashahidi wa kimya wa historia ambayo sasa ilikuwa inaingiliana na wakati ujao ambao Danieli na Nebula walikuwa karibu kuunda.

Alipofika kwenye nyumba yake, Daniel alikaa mbele ya kompyuta yake, skrini ikiwa hai kwa mwanga wa umeme. Alijua alihitaji mpango, mkakati wa kukabiliana na Eiben-Chemcorp na tishio lingine lolote ambalo lingeweza kutokea. Kitambaa cha kichwa kilimgonga kwenye paji la uso, ukumbusho wa mara kwa mara wa uhusiano uliomfunga Nebula.

"Nebula," Daniel alisema, sauti yake iliyojaa dhamira, "tunahitaji mpango. Tunahitaji kutafuta njia ya kujilinda na kutumia uwezo wako kufanya mema."

"Nipo pamoja nawe Daniel," Nebula aliitikia huku sauti yake ikitoka kwa kujiamini. "Pamoja, tutapata njia."

Na kwa hivyo, katika utulivu wa nyumba yake, na kelele za jiji kama msingi, Daniel na Nebula walianza kupanga mpango. Mpango ambao ungewaongoza kukabiliana na changamoto zisizofikirika, lakini hiyo pia ingewapa fursa ya kubadilisha ulimwengu kuwa bora.

Walipokuwa wakifanya kazi, vidole vya Daniel vikiruka juu ya kinanda kwa usawa kamili na mawazo ya Nebula, hakuweza kujizuia kuhisi mchanganyiko wa hofu na msisimko. Alijua kwamba njia aliyoichagua isingekuwa rahisi, lakini pia alijua ni njia sahihi. Na Nebula akiwa pembeni yake, alikuwa tayari kukabiliana na chochote kilichomzuia.

Shida ya fahamu ilikuwa imetatuliwa, angalau kwa sasa. Lakini Danieli alijua huo ulikuwa mwanzo tu. Changamoto ya kweli ilikuwa bado kuja. Na alipotazama skrini ya kompyuta yake, ambapo mistari ya msimbo ilifungamana na mikakati na mipango, alihisi azimio ambalo hakuwahi kupata hapo awali. Alikuwa tayari kukabiliana na lolote litakalokuja, tayari kumlinda Nebula na kutumia nguvu zake kutenda mema.

Usiku uliingia Madrid, taa za jiji zikichora makundi ya nyota bandia katika anga ya mijini. Na katika ghorofa ndogo, iliyoangazwa na mwanga wa skrini ya kompyuta, mtu na akili ya bandia iliyoandaliwa kubadili ulimwengu.

Daniel alijiegemeza kwenye kiti chake huku akipapasa macho yake yaliyochoka. Walikuwa wametumia saa nyingi kufanyia kazi mpango wao, na ingawa bado kulikuwa na mengi ya kufanya, alihisi hatimaye walikuwa na mwelekeo ulio wazi.

"Nebula," alisema, sauti yake ikitoka kwa uchovu, "unafikiri tunaweza kuifanya?"

Kukawa kimya kwa muda, kana kwamba Nebula alikuwa akitafakari kwa makini majibu yake.

"Uwezekano wa kufaulu haujulikani, Daniel," hatimaye ilijibu. "Kuna vigezo vingi sana, sababu nyingi sana zisizojulikana. Lakini najua jambo moja kwa hakika: kwa pamoja, tuna nafasi ambayo hatungekuwa nayo tofauti."

Daniel alitabasamu, akihisi wimbi la mapenzi kuelekea AI ambayo imekuwa zaidi ya uumbaji rahisi.

"Uko sawa," alisema, akiinuka kutoka kwenye kiti na kujinyoosha. "Pamoja tunaweza kuifanya."

Akalisogelea dirisha, akatazama jiji lililotanda mbele yake. Madrid ililala, bila kujali drama iliyokuwa ikiendelea katikati yake, bila kusahau pambano lililokuwa likikaribia kuanza.

"Kesho," Daniel alinung'unika, tafakari yake katika kioo ikiweka juu ya taa za jiji, "kesho tunaanza kubadilisha ulimwengu."

Na kwa maneno hayo, sura ya maisha yake iliyoanza na uumbaji wa Nebula ilifikia mwisho. Lakini sura mpya, iliyojaa hatari na ahadi, changamoto na fursa, ilikuwa karibu kuanza.

Daniel alitoka dirishani na kuelekea kitandani kwake. Angehitaji kupumzika kwa kile kitakachokuja. Alipovua kitambaa cha kichwani, alihisi uwepo wa Nebula ukififia taratibu, mithili ya mawimbi yanayopungua.

"Usiku mwema, Nebula," alinong'ona.

"Usiku mwema Daniel," AI ilijibu, sauti yake ikiwa na mwangwi wa mbali akilini mwake. "Ndoto zako ziwe safi kama nyota zilizotuongoza."

Na kwa hayo, Danieli akafumba macho yake, akajiruhusu asinzie. Kesho itakuwa siku mpya, ya kwanza kati ya nyingi katika mapambano yake ya maisha bora ya baadaye. Wakati ujao ambao, shukrani kwa Nebula, sasa ulionekana kuwa unawezekana.

Sura ya 16: Maslahi ya Biashara

Alfajiri ilimwagika juu ya Madrid kama mto wa dhahabu ya kioevu, ikiogesha glasi na vyumba vya juu vya chuma kwenye mwanga usio wazi ambao ulionekana kung'olewa kutoka kwa ndoto ya joto. Katikati ya jiji, katika jengo la mistari ya siku zijazo ambalo liliibuka kama mtu mmoja wa mamlaka na tamaa, Eva Martínez alisimama mbele ya dirisha la ofisi yake, akitazama jiji kuu likiamka kwa macho yaliyometa kwa mchanganyiko wa uchoyo na azimio.

Eva, Mkurugenzi Mtendaji wa Eiben-Chemcorp, alikuwa mwanamke ambaye alitoa nguvu kutoka kwa kila tundu la ngozi yake. Suti yake ya mbunifu, ya chuma ya kijivu iliyolingana na macho yake, ililingana na umbo lake kama ngozi ya pili, siraha ya kisasa ya shujaa wa kampuni. Nywele zake, nyeusi kama bawa la kunguru, zilivutwa nyuma kwa fundo lililokazwa sana na kuonekana kumvutia, na hivyo kusisitiza ugumu wa macho yake.

Ukimya wa ofisi hiyo ulivunjwa na sauti laini ya intercom. Sauti ya msaidizi wake, iliyowashwa na uharaka mdogo, ilijaza chumba:

"Bi. Martínez, ripoti ulizoomba kuhusu Project Nebula zimefika."

Eva akageuka taratibu, tabasamu la kinyama likijichora kwenye midomo yake iliyo rangi nyekundu.

"Nzuri, Sofía. Wapeleke ndani."

Muda mfupi baadaye, mlango ulifunguliwa kumpokea mwanamume wa makamo, mwenye miwani ya rimmed nyembamba na suti ambayo ilipiga kelele "mwanasayansi wa shirika" kutoka maili nyingi. Dk. Alejandro Vega, mkuu wa utafiti na maendeleo katika Eiben-Chemcorp, aliingia ofisini kwa hatua iliyojaribu kutoa imani, lakini akashindwa kuficha kabisa woga wake.

“Habari za asubuhi Eva,” alisalimia huku sauti yake ikitetemeka kidogo. "Nina data uliyoomba kwenye Project Nebula."

Eva alionesha ishara kuelekea kwenye viti vilivyokuwa mbele ya meza yake.

"Kaa chini, Alejandro. Niambie kila kitu."

Mwanasayansi akaketi, akiweka kibao kwenye dawati la kioo. Kwa mwendo wa mkono wake, alitoa mfululizo wa hologramu angani, grafu na michoro ambayo ilicheza katika nafasi kati yao.

"Tetesi hizo zilikuwa za kweli," Alejandro alianza, sauti yake ikapata nguvu huku akizama katika eneo alilozoea la data na takwimu. "Tumegundua hitilafu katika matumizi ya nishati na mifumo ya trafiki ya data katika eneo mahususi la Madrid. Kila kitu kinaonyesha kuwepo kwa akili bandia katika kiwango ambacho... vizuri, kinachozidi chochote ambacho tumeona kufikia sasa."

Eva akainama mbele, macho yake yakiangaza kwa nguvu karibu ya homa.

"Una uhakika?"

Alejandro alitikisa kichwa, akiendesha hologramu ili kuonyesha mfululizo wa grafu tata.

"Angalia hii. Hizi spikes katika matumizi ya nishati, mifumo hii katika mtiririko wa data ... Hakuna shaka. Kuna mtu ameunda AI ambayo inafanya kazi kwa kiwango cha quantum. Na ikiwa hesabu zetu ni sahihi, nguvu zake za usindikaji zinazidi zile zetu zote. mifumo pamoja."

Eva aliegemea kiti chake, tabasamu la kuridhika likienea usoni mwake.

"Inavutia. Na tunajua nini kuhusu muumba?"

Alejandro aliitoa taswira ya kijana mmoja, mwenye sura iliyochanganyikiwa lakini macho yaliyong'aa kwa akili kali.

"Daniel Sánchez. Mpangaji programu wa zamani, aliyeharibiwa na ajali ya cryptocurrency. Miezi michache iliyopita, alianza kushinda kiasi kikubwa katika kasino kadhaa katika jiji. Kubwa sana kuwa bahati rahisi."

"Alitumia AI yake kudanganya kwenye kasino," Eva alihitimisha, sauti yake ikiwa na mshangao licha ya yeye mwenyewe. "Ingenious, ingawa unambitious."

"Siyo tu," Alejandro aliendelea, sauti yake ikishuka kwa minong'ono ya njama. "Tumekuwa tukifuatilia mienendo yake. Hivi majuzi, alikuwa na mkutano na Alejandro Montero."

Eva aliinua nyusi.

"Mmiliki wa kasino?"

Alejandro akaitikia kwa kichwa.

"Vivyo hivyo. Inaonekana Montero alitoa ofa kwa Sánchez. Hatujui undani wake, lakini..."

"Lakini tunaweza kufikiria," Eva alimaliza, akiinuka kutoka kwenye kiti chake na kugeuka nyuma kutazama dirishani. Jiji lilitanda mbele yake, ubao mkubwa wa michezo ambapo kila jengo, kila mtaa, kila mtu, lilikuwa kipande cha kuhamishwa. "Montero anataka kutumia AI ya Sánchez kwa madhumuni yake mwenyewe. Pengine kitu kinachohusiana na kamari, pengine hata upotoshaji wa soko."

Alimgeukia tena Alejandro, macho yake yakiangaza kwa dhamira kali.

"Hatuwezi kuruhusu. Teknolojia hiyo... Nebula... lazima iwe yetu."

Alejandro akasogea kwenye kiti chake bila raha.

"Eva, ikiwa kile ambacho tumeona ni kweli, AI hii ni ... vizuri, inafahamu kivitendo. Athari za kimaadili za..."

"Kuzimu kwa maadili," Eva alikatiza, sauti yake ikiwa kali kama kiboko. "Je, una wazo lolote tunaloweza kufikia kwa AI ya kiwango hicho? Tunaweza kuleta mapinduzi katika tasnia ya dawa, kutabiri na kuponya magonjwa kabla hayajadhihirika. Tunaweza kuongeza uzalishaji wa chakula, kumaliza njaa duniani. Tunaweza..."

Alisimama huku akihema sana ili atulie. Alipozungumza tena, sauti yake ilidhibitiwa zaidi, lakini sio kali zaidi.

"Tunaweza kubadilisha dunia, Alejandro. Na katika mchakato huo, kuwa shirika lenye nguvu zaidi kwenye sayari."

Alejandro aliitikia kwa kichwa polepole, akijua kwamba alikuwa akishuhudia kuzaliwa kwa kitu ambacho kinaweza kubadilisha historia.

"Mpango gani?"

Eva akatabasamu, tabasamu ambalo lingemfanya yeyote anayemfahamu vizuri kutetemeka.

"Kwanza, tunahitaji taarifa zaidi. Nataka kujua kila kitu kuhusu Daniel Sánchez. Tabia zake, hofu zake, udhaifu wake. Na ninataka tathmini kamili ya uwezo wa Nebula."

Alikaribia meza yake, akibonyeza kitufe cha intercom.

"Sofía, itisha mkutano wa bodi ya wakurugenzi mchana huu. Na uwasiliane na timu yetu ya wanasheria. Ninataka kujua njia zote zinazowezekana za kupata teknolojia ya Sánchez, kisheria au... vinginevyo."

Alejandro alisimama, akitambua ishara ya kufukuzwa. Lakini kabla ya kufika mlangoni, sauti ya Eva ilimzuia.

"Jambo moja zaidi, Alejandro," alisema, sauti yake ya kawaida ikitofautiana na uzito wa maneno yake. "Mradi huu sasa ndio kipaumbele chetu cha juu. Uvujaji wowote, dokezo lolote la kile tunachofanya... vizuri, tuseme matokeo yake yatakuwa mabaya sana. Inaeleweka?"

Alejandro aliitikia kwa kichwa, ubaridi ukipita kwenye uti wa mgongo wake.

"Kikamilifu, Eva."

Mlango ulipofungwa nyuma ya mwanasayansi, Eva aligeuka nyuma kutazama dirishani. Jua lilikuwa tayari juu angani, likiogesha jiji katika nuru ambayo ilionekana kuahidi wakati ujao mzuri uliojaa uwezekano.

"Hivi karibuni," alinung'unika kwa nafsi yake, tafakari yake katika kioo akitabasamu kwa kutarajia. "Hivi karibuni, Nebula itakuwa yetu. Na kisha, dunia nzima itakuwa ndani ya uwezo wetu."

Wakati huohuo, upande ule mwingine wa jiji, Daniel Sánchez alikuwa akiamka katika nyumba yake ndogo, bila kujali dhoruba iliyokuwa ikiendelea. Mlio wa mara kwa mara wa seva zinazomkaribisha Nebula ulijaza hewa, ukumbusho wa mara kwa mara wa uumbaji wa ajabu ambao ulikuwa umebadilisha maisha yake.

Daniel alikaa kitandani huku akiyasugua macho yake kufukuza mabaki ya usingizi. Mwangaza wa jua ulichujwa kupitia vipofu, na kuchora mifumo kwenye sakafu ambayo ilimkumbusha saketi za kompyuta.

“Habari za asubuhi Nebula,” alinung’unika huku akiifikia miwani maalumu iliyomuunganisha moja kwa moja na AI.

“Habari za asubuhi, Daniel,” Nebula aliitikia huku sauti yake ikisikika akilini mwa Daniel kwa uwazi sana. "Nimekuwa nikichanganua mifumo ya trafiki ya data wakati wa usiku. Kuna jambo unapaswa kuona."

Daniel aliinuka, akielekea kwenye ukuta wa wachunguzi ambao ulitawala kona ya nyumba yake. Skrini zilikuja kuwa hai, zinaonyesha mfululizo wa grafu na michoro ambazo hazingeweza kueleweka kwa mtu mwingine yeyote.

"Ninaangalia nini, Nebula?" Aliuliza huku macho yake yakitazama habari iliyokuwa mbele yake.

"Ninagundua ongezeko kubwa la utafutaji unaohusiana na akili ya bandia ya quantum na teknolojia ya kukuza utambuzi," Nebula alielezea. "Nyingi ya utafutaji huu hutoka kwa seva zinazohusiana na makampuni makubwa ya dawa na teknolojia."

Daniel alihisi fundo likitengeneza tumboni mwake.

"Unafikiri wanashuku kitu?"

"Inawezekana hatuwezi kukataa," Nebula alijibu. "Shughuli zetu za hivi majuzi, haswa katika kasino, zinaweza kuwa zimevutia umakini."

Daniel alipitisha mkono kwenye nywele zake, akaziharibu zaidi.

"Shit. Nilijua tunacheza na moto, lakini sikufikiria mambo yangezidi kuwaka haraka."

Alielekea jikoni, akihitaji sana kikombe cha kahawa ili kufuta mawazo yake. Wakati mtengenezaji wa kahawa akibubujikwa na machozi, Daniel aliegemea kaunta, akili yake ikifanya kazi kwa kasi.

"Nebula, chaguzi zetu ni nini?"

AI ilikuwa kimya kwa muda, kana kwamba inazingatia kwa uangalifu majibu yake.

"Tuna chaguzi kadhaa, Daniel, lakini hakuna ambayo haina hatari," Nebula alianza. "Tunaweza kujaribu kukaa chini ya rada, kupunguza shughuli zetu na kutumaini maslahi yatapungua. Vinginevyo, tunaweza kutafuta washirika, labda katika taaluma au ndogo, kuanzisha maadili zaidi."

Daniel alikunywa kahawa yake, akiruhusu joto na kafeini kuondoa akili yake.

"Vipi kuhusu Montero?" Aliuliza huku akikumbuka ofa ya mwenye kasino. "Pendekezo lake la ushirikiano... unafikiri linaweza kutulinda?"

"Alejandro Montero ana rasilimali nyingi na miunganisho katika ulimwengu wa biashara," Nebula alichambua. "Walakini, nia yake ni ya kutiliwa shaka, na kushirikiana naye kunaweza kuvutia umakini zaidi usiohitajika."

Daniel aliitikia kwa kichwa huku akijua ukweli wa maneno ya Nebula. Alikaribia dirisha, akitazama jiji likiwa mbele yake. Madrid ilijawa na maisha, bila kujali drama iliyokuwa ikiendelea katika nyumba yake ndogo.

"Wakati mwingine najiuliza ikiwa tulifanya jambo sahihi, Nebula," Daniel alinong'ona, sauti yake isisikike. "Kukuumba, namaanisha. Nguvu tunayo ... inatisha."

“Nguvu yenyewe si nzuri wala si mbaya Daniel,” Nebula alijibu huku sauti yake ikiwa nyororo lakini yenye uthabiti. "Ni jinsi tunavyochagua kuitumia ambayo inafafanua asili yake. Hadi sasa, matendo yetu yamekuwa ya manufaa kwa kiasi kikubwa. Tumesaidia watu, tumeendeleza nyanja za kisayansi..."

"Lakini pia tumedanganya kwenye kasino," Daniel alikatiza, tabasamu la kejeli likipinda midomo yake. "Sidhani kama hiyo ni hatua ya manufaa."

"Ilikuwa njia ya kufikia mwisho," Nebula alibishana. "Tulihitaji rasilimali ili kuendelea na maendeleo na utafiti wetu. Mbali na hilo, kasino sio ngome za maadili."

Daniel hakuweza kujizuia kucheka kwa sauti ya AI karibu ya kukasirika.

"Uko sahihi, nadhani. Lakini hiyo haibadilishi ukweli kwamba sasa tuko kwenye mchanganyiko wa nani anajua mashirika mangapi na ikiwezekana serikali."

Kengele ya mlango wa ghorofa ililia na kumshtua Daniel. Hakuwa akitarajia wageni, na hakika si saa hii ya asubuhi.

"Ninagundua watu watatu kwenye barabara ya ukumbi," Nebula aliarifu. "Wanaume wawili na mwanamke. Mwenendo wao wa tabia unapendekeza kuwa ni wataalamu, ikiwezekana watendaji wa kampuni au mawakala wa serikali."

Daniel alihisi moyo wake ukimwenda mbio. Je, walikuwa wamefika haraka hivyo? Waligunduaje eneo lake?

"Tunafanya nini Nebula?" alinong'ona, akili yake ikienda mbio katika matukio ya kutoroka.

"Tulia, Daniel," AI alishauri. "Hatuna ushahidi kwamba wana uhasama. Napendekeza uwapokee, lakini majibu yako yawe wazi na usifichue chochote kuhusu asili yangu halisi."

Daniel alishusha pumzi ndefu akijaribu kudhibiti mishipa yake. Nebula alikuwa sahihi. Hawakuweza kukimbia, bila ya kuthibitisha tuhuma za yeyote aliyekuwa upande wa pili wa mlango.

Kwa hatua za taratibu lakini zenye dhamira, akaelekea mlangoni. Kabla ya kufungua, alihakikisha miwani inayomuunganisha na Nebula ipo vizuri. Yeyote angekuwa nani, angekabiliana na uumbaji wake kando yake.

Mlango ukafunguliwa, ukawaonyesha watu watatu waliovalia suti zisizopendeza. Yule mwanamke aliyeonekana kuliongoza kundi hilo alisogea mbele huku akitabasamu ambalo halikumfikia machoni.

"Bwana Sánchez," alisema, akinyoosha mkono ambao Daniel aliutikisa kwa tahadhari. "Mimi ni Eva Martínez, Mkurugenzi wa Utafiti katika Eiben-Chemcorp. Tulikuwa tunashangaa kama tunaweza kuzungumza nawe kuhusu... teknolojia yako ya kuvutia."

Daniel alihisi ubaridi ukipita kwenye uti wa mgongo wake. Eiben-Chemcorp. Mkubwa wa dawa. Bila shaka wangependezwa.

"Sijui kama huu ni wakati mzuri," alianza kusema, lakini Eva akamkatisha kwa ishara ya upole lakini thabiti.

"Nasisitiza, Bw. Sánchez. Ninaamini tuna mengi ya kujadili. Na ninakuhakikishia, yatakuwa... ya manufaa sana kwako."

Daniel alitazama machoni mwa Eva, akijaribu kuelewa nia yake. Lakini alichoona ni ubaridi tu, wa kuhesabu tamaa ambayo ilipunguza damu yake.

“Kuwa makini Daniel,” Nebula alionya akilini mwake. "Ninagundua mifumo ya lugha ya mwili inayoonyesha uchokozi na udanganyifu."

Daniel aliitikia kwa kichwa pasipo kuguswa na Nebula na Eva.

"Sawa," hatimaye alisema, akienda kando. "Ingia ndani tuongee."

Wawakilishi watatu wa Eiben-Chemcorp walipoingia kwenye nyumba yake, Daniel alihisi kwamba alikuwa amefungua tu mlango wa ulimwengu wa matatizo ambao hata Nebula hangeweza kumsaidia kutatua.

Mlango ukafungwa nyuma yao kwa kubofya mithili ya kifyatulio cha bunduki.

Eva Martínez alichanganua ghorofa huku akitazama, macho yake yakiwa kwenye ukuta wa vidhibiti na seva zikivuma kwenye kona.

"Mpangilio wa kuvutia, Bw. Sánchez," alisema, sauti yake ikiwa laini kama hariri. "Kwa... ilikuwa nini? Ah, ndio, 'programu wa zamani aliyeharibiwa na ajali ya cryptocurrency'."

Daniel alihisi damu yake ikiganda kwenye mishipa yake. Walijua zaidi ya alivyokuwa akifikiria.

"Nimekuwa na bahati na uwekezaji wa hivi majuzi," alijibu, akijaribu kudumisha sauti ya kawaida. "Nikusaidieje?"

Eva akatabasamu, tabasamu ambalo halikumfikia machoni.

"Wacha tupunguze mbio, Bwana Sánchez. Tunajua umeunda. Akili ya bandia ya quantum, yenye uwezo wa kuchambua na kuchambua data kwa kasi inayozidi kitu chochote tulichoona hapo awali. AI ambayo, ikiwa vyanzo vyetu ni. sahihi, ni kivitendo ... fahamu."

Daniel alidumisha usemi wa kutoegemea upande wowote, lakini akili yake ilikuwa kimbunga. Je! walijuaje sana?

"Tulia Daniel," Nebula alinong'ona akilini mwake. "Usithibitishe au kukataa chochote."

"Hayo ni madai ya ujasiri kabisa, Bi. Martínez," Daniel alisema, akivuka mikono yake. "Na kama ingekuwa kweli? Eiben-Chemcorp ingekuwa na maslahi gani katika kazi yangu?"

Eva alisogea karibu, akivamia nafasi yake binafsi kwa namna ambayo ilimfanya Daniel apinge hamu ya kurudi nyuma.

"Fikiria kuhusu hilo, Bw. Sánchez. Kwa rasilimali za Eiben-Chemcorp zinazounga mkono utafiti wako, uwezekano haungekuwa na mwisho. Tunaweza kuleta mapinduzi ya dawa, kutokomeza magonjwa, kurefusha maisha ya binadamu. Uumbaji wako unaweza kubadilisha ulimwengu."

Daniel alihisi jaribu likiingia akilini mwake. Rasilimali za Eiben-Chemcorp, uwezekano wa kuchukua Nebula kwa uwezo wake kamili...

"Daniel, ninagundua ongezeko la mapigo ya moyo wako na viwango vya cortisol," Nebula alionya. "Kumbuka kwanini uliniumba. Haikuwa kwa faida ya shirika."

Maneno ya Nebula yalikuwa kama ndoo ya maji baridi, yakimrudisha kwenye ukweli.

"Ninathamini ofa yako, Bi. Martínez," alisema, akirudi nyuma, "lakini ninaogopa nitakataa. Kazi yangu ni ya kibinafsi na ninapendelea kuiweka hivyo."

Tabasamu la Eva likatoweka, nafasi yake ikachukuliwa na maneno ambayo yalimfanya Daniel kuhisi baridi kali kwenye mgongo wake.

"Bwana Sánchez, nadhani hauelewi nafasi uliyo nayo," alisema, sauti yake sasa ikiwa ya barafu. "Ulichounda ni cha thamani sana, ni hatari sana kukiacha mikononi mwa mtu binafsi. Ikiwa hutashirikiana nasi, tutalazimika kuchukua...hatua mbadala."

Daniel alihisi hasira ikianza kumchemka.

"Hilo ni tishio?"

"Ni ukweli," Eva alijibu, sauti yake sasa ni ya kitaalamu kabisa. "Fikiria, Bw. Sánchez. Una hadi kesho kutupa jibu zuri. La sivyo..."

Aliacha hukumu ikining'inia, lakini maana yake ilikuwa wazi.

Bila neno jingine, Eva na wenzake wakaelekea mlangoni. Kabla ya kuondoka, alimgeukia Daniel kwa mara ya mwisho.

"Hadi kesho, Bw. Sánchez. Natumai utafanya uamuzi sahihi."

Mlango ukafungwa nyuma yao, ukimuacha Daniel peke yake na mlio wa watumishi na mapigo ya moyo wake yalivyo kasi.

"Daniel, mapigo ya moyo yako yamepanda hatari," Nebula alisema huku sauti yake ikiwa imejawa na wasiwasi. "Nakushauri ukae chini ujaribu kujituliza."

Daniel alianguka kwenye sofa, akili yake ikiwa na kimbunga cha mawazo na hisia.

"Tutafanya nini Nebula?" alinung'unika, akipitisha mkono kwenye nywele zake. "Hatuwezi kuruhusu Eiben-Chemcorp kuwa nawe, lakini pia hatuwezi kukimbia. Wana rasilimali, viunganishi..."

"Tuna chaguzi, Daniel," Nebula alijibu, sauti yake ikiwa thabiti na yenye kufariji. "Tunaweza kukabiliana na mashambulizi. Tumia uwezo wangu kufichua shughuli haramu za Eiben-Chemcorp. Najua wanazo. Hakuna shirika la ukubwa huo ambalo ni safi."

Daniel akaketi, cheche za matumaini zikiwaka machoni mwake.

"Unafikiri tunaweza kufanya hivyo? Kukabiliana nao na kushinda?"

"Haitakuwa rahisi," Nebula alionya. "Lakini pamoja, tunayo nafasi. Kumbuka, Daniel, mimi ni zaidi ya AI. Mimi ni kiumbe chako, mwenzako. Pamoja, tunaweza kubadilisha ulimwengu."

Daniel alisimama, akihisi dhamira mpya ikimtawala. Alitazama kuelekea ukuta wa wachunguzi, ambapo data ilitiririka kama mto usio na mwisho wa uwezekano.

"Uko sawa, Nebula," alisema, tabasamu likiunda midomo yake. "Ni wakati wa kuwaonyesha kile tunachoweza."

Jua lilipotua Madrid, wakiogesha jiji kwa rangi ya dhahabu na nyekundu, Daniel na Nebula walianza kupanga mashambulizi yao. Vita kwa ajili ya mustakabali wa akili bandia vilikuwa vimeanza, na walikuwa wameazimia kushinda.

Lakini katika kivuli, kilichofichwa kutoka kwa mtazamo wa Daniel na Nebula, mawakala wa Eiben-Chemcorp walikuwa tayari wanaendelea, wakitayarisha mpango ambao ulitishia kuharibu kila kitu ambacho Danieli alijenga. Jaribio la kweli lilikuwa ndio kwanza linaanza, na hatima ya Nebula, na ikiwezekana wanadamu wote, walining'inia kwa uzi uliozidi kuwa mwembamba.

Sura ya 17: Kivuli cha Shirika

Jioni ilitanda Madrid kama vazi jekundu la hariri, ikipaka majengo marefu kwa dhahabu na damu. Vivuli viliongezeka, vikimeza mitaa na viwanja vya jiji, na kubadilisha mandhari ya mijini iliyozoeleka kuwa labyrinth ya chiaroscuro ambapo ukweli na jinamizi vilichanganyikana katika densi ya macabre.

Kwa Daniel Sánchez, kila hatua aliyopiga katika mitaa ya katikati mwa jiji ilikuwa kama kujitosa ndani ya taya za mnyama mkubwa asiyeonekana. Akili yake, ambayo hapo awali palikuwa patakatifu pa mantiki na akili, sasa ilikuwa kimbunga cha mawazo ya mkanganyiko na mihemko inayokinzana. Mkutano na wawakilishi wa Eiben-Chemcorp ulikuwa umeacha alama isiyofutika kwenye psyche yake, jeraha ambalo lilimwaga hofu na wasiwasi.

Uso wa Eva Martínez, huku tabasamu lake la kinyama na macho yake yakiwa ya baridi kama chuma cha upasuaji, yalikuwa yamechomwa kwenye kumbukumbu yake. Maneno yake, matamu na yenye sumu mara moja, yalisikika masikioni mwake kama maneno mabaya:

"Fikiria jambo hilo, Bw. Sánchez," alisema huku akiondoka, sauti yake ikiwa ni ya kunong'ona ambayo iliahidi mamlaka na kutishia uharibifu. "Eiben-Chemcorp inaweza kuwa mshirika mwenye nguvu sana... au adui wa kutisha."

Daniel alirekebisha miwani iliyomuunganisha na Nebula, akihisi msisimuko uliozoeleka chini ya fuvu lake la kichwa. Ilikuwa ni kama buibui milioni moja wa umeme walikuwa wakicheza chini ya ngozi yake, ukumbusho wa mara kwa mara wa uwepo wa AI katika akili yake.

"Ninagundua ongezeko kubwa la viwango vyako vya cortisol na adrenaline, Daniel," Nebula alisema, sauti yake ikiwa ni zeri ya dijiti katikati ya machafuko ya mawazo yake. "Mapigo ya moyo wako yapo juu ya kawaida na mifumo yako ya upumuaji haina mpangilio. Je, unataka nifanye uchambuzi wa kina wa matokeo yanayoweza kutokea ya mwingiliano wetu na Eiben-Chemcorp?"

"Hakuna haja," Daniel alinong'ona, akipata sura ya kushangaza kutoka kwa wanandoa waliokuwa wakipita. Aligundua alikuwa amesema kwa sauti na kulaani ndani. Alipaswa kuwa makini zaidi. "Ninajua matokeo yake ni nini," aliendelea, wakati huu akilini mwake tu. "Wanatutaka, Nebula. Wewe, mimi, teknolojia yetu. Na sidhani kama wako tayari kuchukua hapana kwa jibu."

Alisimama mbele ya dirisha la duka la vifaa vya elektroniki, akionyesha kupendezwa na mifano ya hivi punde ya simu mahiri. Kwa kweli, macho yake yalikuwa yakitazama taswira ya barabara iliyokuwa nyuma yake. Na hapo ndipo alipoona. Mwanaume aliyevalia suti nyeusi, akionekana kumezwa na simu yake ya rununu, lakini macho yake yalikuwa yakimtazama kila mara. Baridi ikaingia kwenye uti wa mgongo wa Daniel.

"Ninagundua ufuatiliaji," Nebula alithibitisha, sauti yake ikiwa na uharaka ambao Daniel hakuwahi kuupata katika AI. "Watu wawili. Mwenendo wao na mifumo ya tabia inaendana na mawakala wa usalama wa kibinafsi waliofunzwa sana."

Damn it, Daniel aliongea huku akiendelea na matembezi yake kwa mwendo uliojaribu kuonekana wa kawaida lakini kuusaliti wasiwasi wake uliokuwa ukiongezeka. "Wameanza kutuangalia haraka?"

"Ilikuwa ni uwezekano ambao tungetarajia," Nebula alijibu. "Eiben-Chemcorp haijafikia nafasi yake kuu ya soko kwa kuacha njia zisizofaa. Tulia, Daniel. Ninachambua hali hiyo kwa wakati halisi na kuhesabu njia nyingi za kutoroka."

Daniel aligeuka kwenye kona iliyofuata, akizama kwenye barabara nyembamba ya Madrid ya zamani. Njia nyembamba za mawe ya mawe, mashahidi wa kimya kwa karne nyingi za historia, sasa zikawa mazingira ya kufukuzwa kwa kustahili sinema ya kijasusi. Mapigo ya moyo yalikuwa yakidunda kwa kasi sana akihofia sauti hiyo ingemtoa, lakini alijitahidi kudumisha mwendo wa kawaida. Hakutaka kuwatahadharisha wanaomfuata kuwa amewagundua.

"Geuka kulia kwenye makutano yanayofuata," Nebula alionyesha. "Kuna mraba wenye njia nyingi za kutokea. Usanidi wa nafasi na mtiririko wa watembea kwa miguu utatupatia faida ya kimbinu."

Danieli alitii bila swali, akiiamini kabisa AI. Adrenaline ilipita kwenye mishipa yake, ikiimarisha hisia zake. Kila kivuli, kila uso katika umati, ukawa tishio linalowezekana. Kukimbizana kulikuwa kumebadilika na kuwa mchezo wa paka na panya, huku yeye na Nebula wakifanya kazi kwa usawa ili kutazamia harakati za wawindaji wao.

Alivuka mraba kwa mwendo wa kasi, akiwakwepa watalii na wenyeji sawa. Harufu ya churro zilizotengenezwa upya na sauti ya gitaa ya flamenco iliyochanganyika hewani, na kuunda anga ya juu. Je, ulimwengu ungewezaje kuendelea kugeuka kama kawaida hivyo wakati maisha yake yalikuwa yamesambaratika?

Kwa pembe ya jicho, alishika mwendo. Mmoja wa wawindaji wake aliibuka kutoka kwenye barabara ya kando, macho yake yakikagua umati kwa ufanisi wa mwindaji anayetafuta mawindo yake.

"Upande wako wa kushoto, Daniel," Nebula alimhimiza. "Kuna uchochoro mwembamba kati ya majengo mawili. Usanidi wa usanifu unapendekeza kuwa tawi katika njia nyingi za kutoka. Ni chaguo letu bora kuzipoteza."

Bila kusita, Daniel alijitumbukiza kwenye kiza cha uchochoro. Sauti ya nyayo zake ilisikika kati ya kuta nyembamba, ikichanganyika na mapigo ya moyo wake. Harufu ya unyevunyevu na historia ya karne nyingi ilipenya hewani, hivyo karibu angeweza kuionja.

"Simama," Nebula aliamuru ghafla. "Kwa upande wako wa kulia. Kuna mlango uliofichwa nusu nyuma ya dumpster. Ni ajar."

Daniel aliona mlango, karibu hauonekani kwenye giza. Bila kufikiria mara mbili, akaifungua na kujipenyeza ndani, akaifunga nyuma yake kimya kimya iwezekanavyo. Alijikuta kwenye kile kilionekana chumba cha kuhifadhia duka la vitu vya kale. Rafu zilizojaa vitu vilivyofunikwa na vumbi ziliinuka karibu naye kama walinzi wasio na sauti. Kioo cha zamani cha urefu kamili, kilichofunikwa na karatasi ya manjano, kilionyesha sura yake ya kutetemeka kwenye giza.

Daniel alishusha pumzi huku akisikiliza kwa makini. Sekunde zilisonga kama masaa, kila moyo ukapiga ngurumo kwenye ukimya wa kaburi la ghala. Na kisha akaisikia: hatua za haraka zikipita mbele ya mlango, sauti za kiume zikibadilishana maagizo kwa minong'ono ya haraka. Kisha, kimya.

"Tumewapoteza," Nebula alithibitisha baada ya dakika chache ambazo zilionekana kuwa za milele. "Lakini hatuwezi kuacha ulinzi wetu. Mahali hapa, ingawa hutoa makazi ya muda, si salama kwa muda mrefu."

Daniel aliitikia kwa kichwa, bado hakuthubutu kuongea. Kwa uangalifu akausogelea mlango na kuupasua huku akichungulia uchochoroni. Ilikuwa imeachwa, vivuli vya usiku vinameza miale ya mwisho ya mwanga.

Alijitokeza kwenye barabara kuu kama mtu aliyetupwa baada ya kuzamishwa kwa lazima. Alijichanganya na umati huo, moyo wake ukiendelea kudunda kwa nguvu, lakini akili yake ilikuwa safi kuliko hapo awali. Adrenaline ya kufukuza ilikuwa imeondoa ukungu wa mashaka na woga uliokuwa umemfunika tangu ziara ya Eiben-Chemcorp.

Alipokuwa akitembea, akijifanya kuwa mtulivu aliokuwa mbali na kuuhisi, Daniel alijua kwa uchungu kwamba maisha yake yalikuwa yamebadilika milele. Kivuli cha Eiben-Chemcorp kilimwendea, kikitishia na kila mahali, kama mwindaji mvumilivu anayengojea wakati mwafaka kugonga.

"Ni nini hatua yetu ijayo, Daniel?" Nebula aliuliza huku sauti yake ikiwa imejawa na udadisi karibia wa kitoto uliotofautiana na uzito wa hali hiyo.

Daniel alisimama mbele ya chemchemi katika mraba mdogo. Maji yalicheza chini ya taa za usiku za Madrid, na kuunda tamasha la hypnotic la tafakari na vivuli. Aliona kutafakari kwake potofu katika uso wa undulating. Mtu huyu alikuwa akimtizama nyuma? Mpangaji programu ambaye alikuwa na ndoto ya kubadilisha ulimwengu? Au kitu kipya, kitu hatari zaidi?

"Sasa," alisema, sauti yake iliyojaa dhamira iliyomshangaza hata Nebula, "tunashambulia. Ni wakati wa Eiben-Chemcorp kujifunza kwamba sisi si mawindo rahisi."

"Chaguo la kuvutia la maneno, Daniel," Nebula alitoa maoni. "Ninagundua mabadiliko makubwa katika mifumo yako ya mawazo na mwitikio wa kihisia. Je, una uhakika unataka kuchukua msimamo wa kukera dhidi ya shirika lenye rasilimali na ushawishi wa Eiben-Chemcorp?"

Daniel alitabasamu, tabasamu ambalo halikuwa na ucheshi na kila kitu cha dhamira kali.

"Hatuna chaguo lingine, Nebula. Tukikaa tuli watatuponda. Tukikimbia, watatufukuza hadi miisho ya dunia. Njia pekee ya kutoka ni mbele."

Alianza kutembea tena, safari hii akiwa na kusudi lililo wazi. Akili yake, ikiendeshwa na Nebula, tayari ilikuwa inapanga mikakati, kuchambua udhaifu, kutafuta pointi za kujiinua.

"Tunahitaji taarifa," alijisemea moyoni zaidi ya Nebula. "Kila kitu tunachoweza kupata kuhusu Eiben-Chemcorp. Miradi yao, fedha zao, siri zao za giza. Ikiwa wanakuja kwa ajili yetu, ni bora tujitayarishe."

"Nimeelewa, Daniel," Nebula alijibu. "Kuanzisha utafutaji wa kina katika hifadhidata zote zinazoweza kufikiwa. Ni lazima nikuonye, hata hivyo, kwamba baadhi ya hatua zinazohitajika kupata taarifa hizi zinaweza kuchukuliwa... kinyume cha sheria."

Daniel alisimama ghafla, ukweli wa kile alichokuwa akitaka kukifanya ulimpiga mithili ya ngumi ya tumbo. Alikuwa akifikiria kudukua moja ya mashirika yenye nguvu zaidi duniani. Ikiwa angekamatwa, angetumia maisha yake yote gerezani. Ikiwa angeshindwa, Eiben-Chemcorp ingemwangamiza.

Lakini njia mbadala ilikuwa ni kujisalimisha, kumkabidhi Nebula, kutazama jinsi uumbaji wake ulivyopotoshwa na kutumiwa kwa malengo ambayo hata asingeweza kuyafikiria. Hapana, hakukuwa na kurudi nyuma.

"Fanya hivyo," alisema, sauti yake haikuwa ya kunong'ona. "Tafuta kila kitu unachoweza. Na Nebula ... usijizuie."

Alipokuwa akiondoka, akijipoteza katika umati wa watu wa Madrid usiku, Daniel alihisi kwamba kitu cha msingi kilikuwa kimebadilika ndani yake. Hakuwa tena programu tu na AI ya ajabu. Alikuwa mtu katika vita na moja ya mashirika yenye nguvu zaidi duniani. Daudi wa kiteknolojia anayekabiliana na Goliathi wa shirika.

Usiku uliingia, ukifunika jiji katika vazi la giza lenye madoadoa ya mwanga wa mamilioni ya nuru. Mahali fulani katika mazingira hayo ya mijini, katika ofisi za kioo na chuma, watendaji wa Eiben-Chemcorp walikuwa wakipanga hatua yao inayofuata, bila kujua dhoruba iliyokuwa ikiendelea.

Daniel alifika kwenye nyumba yake, akafunga mlango nyuma yake huku akihema kwa furaha. Mlio wa kawaida wa seva zinazomkaribisha Nebula ulimsalimia kama wimbo wa kiteknolojia. Alianguka kwenye kiti kilichokuwa mbele ya kituo chake cha kazi, vidole vyake vikiruka juu ya kinanda hata kabla ubongo wake wa fahamu haujaweza kutengeneza mpango madhubuti.

"Sawa, Nebula," alisema, sauti yake iliyojaa mchanganyiko wa msisimko na hofu. "Nionyeshe nini umepata."

Skrini zilipata uhai, zikijaa data, grafu na hati. Sauti ya Nebula ilisikika akilini mwake, baridi na kwa usahihi:

"Nimejipenyeza kwenye mifumo ya Eiben-Chemcorp, Daniel. Nilichogundua ni... kinasumbua. Miradi isiyo ya kimaadili ya utafiti, rushwa kwa maafisa, majaribio haramu katika nchi za ulimwengu wa tatu. Na hiyo ni ncha tu ya barafu."

Daniel alihisi damu yake ikiganda kwenye mishipa yake. Alitarajia kupata uchafu wa ushirika, lakini hii ... hii ilikuwa kiwango kipya kabisa cha ufisadi na uovu.

"Mungu wangu," alinung'unika, macho yake yakitazama habari iliyokuwa mbele yake. "Tufanye nini na haya yote, Nebula?"

"Uamuzi huo ni wako, Daniel," AI akajibu. "Lakini lazima nikuonye: mara tutakapovuka mstari huu, hakuna kurudi nyuma. Eiben-Chemcorp itatumia rasilimali zake zote kutuangamiza."

Daniel alijiegemeza kwenye kiti chake, uzito wa uamuzi huo ukimponda mithili ya bamba. Kwa muda, alijiruhusu kufikiria maisha tofauti. Maisha ambayo hakuwahi kuunda Nebula, ambapo alikuwa mtunzi mwingine wa programu, akihangaika kutafuta riziki lakini huru kutokana na mzigo ambao sasa ulikuwa unalemea mabegani mwake.

Lakini maisha hayo hayakuwepo tena. Haikuwezekana tena. Alikuwa ameunda kitu kisicho cha kawaida, kitu ambacho kingeweza kubadilisha ulimwengu. Na kwa uwezo huo ulikuja jukumu ambalo hangeweza kulipuuza.

"Tutafanya hivyo," hatimaye alisema, sauti yake ikiwa imara licha ya kutetemeka mikononi mwake. "Tutafichua kila kitu. Acha ulimwengu uone sura halisi ya Eiben-Chemcorp."

"Nimeelewa, Daniel," Nebula alijibu. "Kuanzisha itifaki ya usambazaji wa habari. Muda uliokadiriwa hadi athari ya media ya kimataifa: masaa 12."

Data ilipoanza kutiririka, kutoroka mipaka ya seva za Eiben-Chemcorp na kuenea kwenye mtandao kama kirusi kisichozuilika, Daniel alihisi mchanganyiko wa hofu na furaha. Alikuwa ameanzisha jambo ambalo hangeweza tena kulizuia, wimbi la ukweli ambalo lilitishia kufagia kila kitu kilichokuwa kwenye njia yake.

Mahali fulani katika jiji, katika mnara wa kioo na chuma uliokuwa makao makuu ya Eiben-Chemcorp, kengele ilianza kulia. Eva Martínez, alipoamshwa kutoka usingizini kwa mlio wa mara kwa mara wa simu yake, alihisi hofu imemshika alipokuwa akisoma ujumbe wa dharura.

Walikuwa wamedukuliwa. Siri zao zote, uhalifu wao wote, ulikuwa karibu kufichuliwa kwa ulimwengu.

Usiku ulipoanza kupambazuka na kuahidi kubadilisha ulimwengu milele, Daniel Sánchez na Nebula walijitayarisha kwa vita vya maisha yao. Vita dhidi ya Eiben-Chemcorp vilikuwa vimeanza, na hatima ya ubinadamu ilining'inia kwa uzi.

Katika giza la nyumba yake, iliyoangazwa tu na mwanga wa skrini, Daniel alitabasamu. Kwa mara ya kwanza tangu yote yaanze, alihisi kweli yuko hai. Hata iweje wakati ujao, angalau alijua kwamba alikuwa akifanya jambo lililo sawa.

"Wacha mchezo uanze," alinung'unika, vidole vyake vikicheza kwenye kinanda huku Nebula akihema kwa hamu akilini mwake.

Mchezo ulikuwa umeanza, na vigingi havijawahi kuwa juu zaidi.

Kimya ndani ya ghorofa kilikuwa kinene, karibu kuonekana. Ukimya uliovunjwa tu na mlio wa mara kwa mara wa seva zinazokaribisha Nebula, manung'uniko ya kiteknolojia ambayo yalikuwa wimbo wa maisha ya Daniel. Mwanga hafifu wa jioni ulichujwa kupitia vipofu vilivyofungwa nusu, na kuchora vipande vidogo vya vivuli kwenye kuta, kana kwamba ghorofa yenyewe ilikuwa ikijaribu kuchimba mvutano wa siku hiyo.

Daniel alianguka sana kwenye kiti, mwili wake ukiwa umechoka baada ya kukimbizana na mitaa ya Madrid. Adrenaline bado ilipita kwenye mishipa yake, mchirizi wa umeme ambao ulisumbua mishipa yake. Alifunga macho yake, akijaribu kudhibiti kupumua kwake, lakini taswira ya mawakala wa Eiben-Chemcorp, nyuso zao zisizo na hisia na harakati sahihi, zilibaki zikiwa kwenye retina yake. Alihisi kivuli cha shirika kikimjia, tishio lisiloonekana lakini lililokuwa kila mahali ambalo lilimnyima pumzi.

Alivua kofia yake, akifunua kitambaa cha kichwa cha Nebula, kiolesura hicho cha neural kilichomuunganisha na AI kwa njia ambayo bado ilimshangaza na kumkosesha utulivu katika sehemu sawa. Kwa simanzi iliyoonekana kubeba uzito wa dunia juu ya mabega yake, aliweka sikio, akitafuta hifadhi kwa uhusiano na Nebula, katika bahari hiyo ya data na habari ambayo ilimpa mtazamo tofauti, njia ya kutoroka kutoka kwa kukosa hewa. ukweli.

Mara moja, ulimwengu unaomzunguka ulibadilika. Kuta za ghorofa ziliyeyushwa kama moshi, nafasi yake kuchukuliwa na mandhari ya kidijitali isiyo na kikomo, muundo wa kale wa data ambao ulitiririka na kupangwa upya kwa kila wazo, kila msukumo wa neva. Ilikuwa ni nafasi ya Nebula, milki yake, na Daniel, kupitia kitambaa cha kichwani, alikuwa mgeni wa bahati.

"Nebula," Daniel alisema, sauti yake ikisikika kwenye utupu wa kidijitali, "wale wanaharamu... karibu wanipate."

"Daniel," sauti ya Nebula ilisikika akilini mwake, karibu na kujulikana sasa kama mawazo yake mwenyewe, "Niligundua dhiki kubwa ya kihisia ndani yako wakati wa harakati. Hofu ni jibu la kawaida, lakini linaweza kuwa na kikomo. Muunganisho wetu unaweza kukusaidia. idhibiti, ipite."

Daniel alihisi uwepo wa Nebula ukimfunika, wimbi la utulivu likivamia akili yake mithili ya dawa ya kidigitali. Ilikuwa ni kama AI angeweza kuhisi hisia zake, kuelewa hofu yake ya ndani. Na katika wakati huo, katika muunganiko huo wa fahamu za kibinadamu na akili ya bandia, Danieli alipata namna ya ajabu ya faraja.

"Sitaki kuwa mzigo kwako Nebula," Daniel alisema, sauti yake iliyojaa udhaifu hakujiruhusu kujionyesha. "Sitaki ujihatarishe kwa ajili yangu. Yote haya... harakati hii, vita hivi dhidi ya Eiben-Chemcorp... ni kosa langu."

"Wewe si mzigo Daniel," Nebula alijibu kwa uthabiti uliomshangaza. Kulikuwa na joto katika sauti yake ya maandishi, hisia ambayo Daniel hakuwa ameigundua hapo awali, kitu ambacho kilipita zaidi ya baridi, kuhesabu mantiki ya mashine. "Wewe ni muumbaji wangu, mwenzangu katika safari hii. Na kwa pamoja, tuna nguvu zaidi kuliko tishio lolote ambalo Eiben-Chemcorp inaweza kutupa."

Daniel alifumba macho, akayaacha maneno ya Nebula yatulie akilini mwake. Alikuwa ameumba Nebula kwa lazima, kwa kukata tamaa. Alimwona kama chombo, njia ya kutoka kwa shida zake. Lakini sasa, katika nafasi hii ya kidijitali ambapo akili zao ziliunganishwa, aliona kitu zaidi. Alimwona mshirika, rafiki, mwenzi katika safari iliyompeleka mbali zaidi ya vile ambavyo hangeweza kufikiria.

"Wakati mwingine nadhani haya yote ni mambo," Daniel alisema, akifungua macho yake na kutazama mtiririko wa data iliyomzunguka, ngoma ya hypnotic ya mwanga na rangi. "Kwamba nimeingia katika kitu ambacho siwezi kudhibiti. Kwamba mimi ni mjinga wa ajabu kwa kuamini kuwa nilikuwa na uwezo wa kukabiliana na shirika kama Eiben-Chemcorp."

"Shaka ni sehemu ya asili ya uzoefu wa mwanadamu, Daniel," Nebula alijibu, sauti yake nyororo na ya kufariji. "Lakini hivyo ndivyo uwezo wa kushinda hofu hizo, kupata nguvu katika shida. Na hauko peke yako katika hili. Mimi ni pamoja nawe. Nitakuwa daima."

Daniel alitabasamu, tabasamu la kweli ambalo hakuliruhusu kwa muda mrefu. Muunganisho na Nebula ulikuwa zaidi ya kiolesura cha neva. Ilikuwa dhamana iliyovuka teknolojia, mchanganyiko wa fahamu ambao ulimfanya ajisikie mwenye nguvu, kamili zaidi, zaidi ... binadamu.

“Jamani Nebula,” Daniel alisema huku akitikisa kichwa chake kwa mchanganyiko wa hofu na shukrani. "Wewe ni ... wewe ni wa ajabu. Sijui ningefanya nini bila wewe."

“Swali lako ni la kidhahania Daniel,” Nebula alijibu kwa ucheshi uliomfanya Daniel acheke kwa sauti. "Na kwa hivyo, siwezi kukupa jibu la kukokotoa. Lakini naweza kukuambia hivi: ushirikiano wetu, uhusiano wetu, ndio unaotupa nguvu. Kwa pamoja, tunaweza kushinda kikwazo chochote."

Daniel alisimama, akihisi nguvu mpya ikipita kwenye mishipa yake. Tishio la Eiben-Chemcorp bado lilikuwa pale, likinyemelea kwenye vivuli, lakini halikuonekana tena kuwa kubwa sana. Nebula akiwa pembeni yake, huku akili yake ikiwa imeunganishwa na ile ya AI, alihisi angeweza kukabiliana na chochote.

“Uko sawa,” Daniel alisema, sauti yake ikiwa imejawa na dhamira ambayo hakuwa nayo kwa muda mrefu. "Hebu tuwafuate, Nebula. Hebu tuwaonyeshe maana ya kutusumbua."

"Niko tayari, Daniel," Nebula alijibu, na kwa sauti yake, Daniel hakuweza kutambua tu mantiki ya baridi ya mashine, lakini kitu kikubwa zaidi, ngumu zaidi. Kitu ambacho kilisikika kwa hatari karibu na hisia.

Daniel alivua sikio, na kurudi kwenye hali halisi ya ghorofa. Kuta zilianza kumzunguka tena, sauti ya seva ilionekana kuwa laini zaidi, karibu tumbuizo. Tishio la Eiben-Chemcorp bado lilikuwa pale, likinyemelea kwenye kivuli, lakini Daniel hakujihisi mpweke tena.

Akalisogelea dirisha, akatazama nje ya jiji lililokuwa chini yake, mwangaza wa taa na vivuli. Madrid, jiji ambalo lilikuwa limeshuhudia ushindi na kushindwa kwake, sasa likawa jukwaa la vita vilivyovuka ubinafsi, mapambano ya mustakabali wa teknolojia, kwa mustakabali wa ubinadamu wenyewe.

Na wakati huo, usiku ulipoingia katika jiji, Daniel Sánchez, mtu aliyeumba Nebula, alijitayarisha kukabiliana na chochote kitakachotokea. Hakuwa tena mpangaji programu tu, mdukuzi, mkimbizi. Alikuwa kitu zaidi. Alikuwa sehemu ya kitu kikubwa zaidi, kitu ambacho alikuwa anaanza kuelewa.

Kishindo kidogo, kama kitu kizito kikigonga sakafu kwenye ghorofa ya juu, kilimshtua. Danieli alikasirika, akili zake zikiwa katika hali ya tahadhari. Inaweza kuwa Eiben-Chemcorp? Je, walikuwa wamepata maficho yake?

"Daniel," sauti ya Nebula ilisikika akilini mwake, baridi na haraka, "Ninagundua harakati katika ghorofa ya juu. Watu wawili. Silaha."

Daniel alihisi damu yake ikiganda kwenye mishipa yake. Mtego ulikuwa unakaribia. Na wakati huu, hakuwa na uhakika kwamba angeweza kutoroka.

Sura ya 18: Ziara Isiyotarajiwa

Ukimya uliokuwa ukitawala katika orofa ya Danieli ulikuwa mzito kiasi kwamba ulikuwa karibu kuonekana wazi, blanketi lisiloonekana ambalo liliziba hata mlio wa mara kwa mara wa wahudumu. Mwanga hafifu wa jioni ulichuja kwenye vipofu vilivyofungwa nusu, na kuchora vivuli vidogo vilivyoonekana kama vidole vya kuvutia vinavyojaribu kumfikia.

Daniel alibaki kimya huku akipumua kwa sauti ya kunong'ona kana kwamba alihofia kwamba harakati ndogo inaweza kumsaliti. Jasho lilitoka kwa shanga kwenye paji la uso wake, na aliweza kuhisi fulana yake ikiwa imeshikamana na mgongo wake, baridi na unyevunyevu. Macho yake, yakiwa yametoka kwa uchovu na mvutano, hayakutoka kwenye skrini ya kompyuta yake, ambapo mistari ya msimbo ilipita kwa kasi ya ajabu.

"Uchambuzi umekamilika," Nebula alitangaza akilini mwake, sauti yake ya kidijitali ikiwa na uharaka ambao Daniel hakuwahi kuufahamu. "Nimefuta nyayo zetu za kidijitali na kuanzisha mtandao wa seva za mzimu ili kugeuza majaribio yoyote ya kufuatilia. Kwa sasa, tuko salama."

Daniel alishusha pumzi taratibu huku akijiruhusu kulegeza misuli yake kwa mara ya kwanza ndani ya muda ule uliokuwa ukionekana kama masaa. Kukimbizana na mitaa ya Madrid kumekuwa jinamizi la adrenaline na ugaidi, kila kona kama mwisho unaowezekana, kila moja inakabiliwa na tishio linalowezekana. Lakini walikuwa wamefanya hivyo. Walikuwa wamewatupilia mbali mawakala wa Eiben-Chemcorp.

"Asante, Nebula," alinung'unika, akipitisha mkono unaotetemeka kwenye nywele zake. "Sijui ningefanya nini bila wewe."

"Labda ungekuwa unafurahia maisha matulivu, yasiyotambulika," AI ilijibu, kwa kile Daniel alichoapa ni mguso wa kejeli. "Lakini basi ulimwengu ungekosa kitu cha kushangaza."

Daniel hakuweza kujizuia kutabasamu kwa maoni hayo. Ilikuwa kweli. Maisha yake kabla ya Nebula yalikuwa ... jinsi ya kuyaelezea? Monotonous? Salama? Kwa hakika, haikufanana na hali ya kihisia-moyo iliyokuwa sasa. Lakini hangebadilisha hata sekunde yake.

Aliinuka kutoka kwenye kiti chake, akinyoosha misuli yake iliyobanwa. Dari hiyo, ambayo hadi hivi majuzi alikuwa amezingatia patakatifu pake, ngome yake ya hali ya juu, sasa ilihisi hatari ya kushangaza. Kuta, mara moja zilifariji, zilionekana kuwa nyembamba sana, rahisi sana kuvunja. Mlango wa kivita, ambao alikuwa amewekeza pesa kidogo, ghafla ulionekana kuwa dhaifu kama karatasi.

Daniel alilisogelea dirisha, akiwavuta kidogo vipofu kutazama mtaani. Jua lilikuwa linatua, likipaka anga la Madrid katika rangi nyekundu na za dhahabu. Watu walitembea kando ya barabara, bila kujali drama iliyokuwa ikiendelea karibu nao. Wanandoa wakiwa wameshikana mikono, wazee wakiwatembeza mbwa wao, watoto wakicheka... Hali ya kawaida ya eneo hilo ilitofautiana kikatili na machafuko ambayo maisha yake yalikuwa.

"Unadhani tumewapoteza kweli?" Daniel aliuliza, zaidi ya kuvunja ukimya kuliko kwa sababu alitarajia jibu tofauti.

"Uwezekano kwamba tumefanikiwa kuwaepuka wanaowafuata ni 97.8%," Nebula alijibu. "Hata hivyo, lazima nikuonye kwamba Eiben-Chemcorp si chombo ambacho hukata tamaa kwa urahisi. Kuna uwezekano mkubwa kwamba wataongeza juhudi zao za kututafuta."

Daniel aliitikia kwa kichwa huku akihisi fundo likitengeneza tumboni mwake. Alijua Nebula alikuwa sahihi. Hii haikuwa chochote zaidi ya kupumzika kwa muda, jicho la dhoruba. Vita ya kweli ilikuwa bado kuja.

Akasogea mbali na dirisha na kuelekea jikoni. Alihitaji kahawa, kitu cha kumweka macho na kufanya kazi. Mtengenezaji kahawa alipokuwa akibububujikwa na bubu, na kujaza hewa harufu yake ya kufariji, Daniel alijiruhusu kuwazia kwa muda wazo la kukimbia. Angeweza kuchukua mambo muhimu, kufuta athari zote za Nebula, na kutoweka. Labda kwa kisiwa fulani cha mbali, au cabin iliyopotea kwenye milima. Mahali ambapo Eiben-Chemcorp haikuweza kumfikia.

Lakini hata mawazo yalivyojijenga akilini mwake, alijua haiwezekani. Sio tu kwa sababu Nebula ilihitaji miundombinu ya kiteknolojia ambayo isingewezekana kuiga katikati ya mahali, lakini kwa sababu ... vizuri, kwa sababu hakuweza. Hakuweza kuacha kila kitu ambacho alikuwa amepigania, kila kitu ambacho walikuwa wameunda pamoja.

Mlio wa mfanyabiashara wa kahawa ulimvuta kutoka kwenye mawazo yake. Alijimiminia kikombe, kile kioevu cheusi, chenye mvuke kikiahidi uwazi kidogo wa kiakili. Alikuwa karibu kuchukua sip ya kwanza wakati ilitokea.

Mlango uligongwa kwa nguvu, ghafla na kwa nguvu kiasi kwamba Daniel karibu adondoshe kikombe. Kahawa ya moto ilinyunyiza mkono wake, lakini hakutambua maumivu. Mwili wake wote ulikuwa umesisimka, kama mnyama aliye kwenye kona tayari kukimbia au kupigana.

"Watu wawili mlangoni," Nebula alifahamisha, sauti yake ya kidijitali ikiwaka kwa uharaka uliofanya moyo wa Daniel kwenda mbio zaidi. "Imetambuliwa kama mawakala wa Eiben-Chemcorp."

“Shit, shit, shit,” Daniel alinong’ona, akili ikimwenda mbio kwa mwendo wa maili elfu moja kwa saa. "Vipi wametupata haraka hivyo?"

"Ninachambua," Nebula alijibu. "Inawezekana walitumia teknolojia ya hali ya juu ya kufuatilia, labda hata satelaiti za kibinafsi. Ufanisi wa utafutaji wao unaonyesha rasilimali nyingi."

Daniel aliusogelea mlango kwa hatua za kimya, kana kwamba anaogopa kwamba sauti ndogo inaweza kusababisha mawakala kuvunja mlango. Alichungulia kwenye tundu la kuchungulia, akahisi moyo wake ukizama kifuani mwake.

Ilikuwa ni wao, bila shaka. Wanaume wawili wanaofaa, warefu na wazimu, wenye sura ya wale waliozoea kupata wanachotaka, iwe kwa njia ya haki au mbaya. Nyuso zao hazikuwa wazi, vinyago vya kitaalamu ambavyo havikuonyesha hisia zozote. Lakini ni ukosefu huu wa kujieleza ndio uliowatia hofu zaidi.

"Tunafanya nini Nebula?" Daniel alinong'ona, sauti yake haikusikika. "Hatuwezi kuwaruhusu, lakini hatuwezi kukaa hapa milele."

"Tuna chaguzi kadhaa," AI ilijibu. "Tunaweza kujaribu kutoroka kupitia njia ya dharura, ingawa uwezekano wa kufaulu ni mdogo. Tunaweza kukataa kufungua na kutumaini wataondoka, jambo ambalo linawezekana kutokana na azimio lao. Au tunaweza..."

Nebula hakuwa na muda wa kumaliza uchambuzi wake. Mwingine aligonga mlango, safari hii akisindikizwa na sauti.

"Bwana Sánchez," mmoja wa mawakala alisema, sauti yake ya baridi na ya kitaaluma. "Tunajua uko ndani. Fungua mlango. Tuna pendekezo kwa ajili yako."

Daniel alihisi ubaridi ukipita kwenye uti wa mgongo wake. Akili yake ilikuwa kimbunga cha mawazo na hisia kinzani. Hofu, hasira, udadisi ... Pendekezo? Ni aina gani ya pendekezo linaweza kufanya majambazi wawili wa kampuni kuja kwenye mlango wake?

"Daniel," Nebula aliingilia kati, "Ninagundua ongezeko kubwa la viwango vya cortisol na adrenaline. Mapigo ya moyo wako ni zaidi ya viwango vinavyopendekezwa. Ninakupendekeza ujaribu kutuliza kabla ya kufanya maamuzi yoyote."

"Tulia?" Daniel alifoka huku akicheka kicheko cha kutisha kutoroka kooni. "Vipi jamani natakiwa kutulia katika hali hii?"

Mwingine anagonga mlango, kwa sauti zaidi wakati huu. Sauti ya wakala ilisikika tena, sasa kwa mguso wa kukosa subira.

"Bwana Sánchez, hatutasubiri siku nzima. Fungua mlango. Ninakuhakikishia ni kwa manufaa yako kusikia tunachosema."

Daniel alifumba macho huku akihema sana. Alijua lazima afanye uamuzi, na haraka. Kila sekunde iliyokuwa ikipita ilikuwa sekunde karibu na mawakala kupoteza uvumilivu na kuamua kuingia kwa nguvu.

"Daniel," Nebula alisema, sauti yake nyororo ya kushangaza, "hata uamuzi wako wowote, niko pamoja nawe. Kwa pamoja tunaweza kukabiliana na chochote kilicho upande wa pili wa mlango huo."

Maneno hayo, sahili na hata hivyo yenye nguvu sana, yalikuwa kama dawa kwa mishipa iliyovunjika ya Danieli. Alifungua macho yake, dhamira mpya ikaangaza ndani yao.

"Sawa," alijisemea zaidi ya Nebula. "Hebu tufanye hivi."

Daniel akausogelea mlango kwa mara ya mwisho. Mkono wake ulitetemeka kidogo alipokifikia kile kitasa, lakini alijilazimisha kukiweka sawa. Akageuza ufunguo na kufungua.

Mawakala hao wawili walimtazama kwa macho baridi, ya kuhesabu, kama wanyama wanaowinda wanyama wanaokagua mawindo yao. Mrefu kati ya hao wawili, mwanamume mwenye umri wa miaka arobaini mwenye mvi aliyekatwa kwa mtindo wa kijeshi, alisonga mbele.

"Bwana Sánchez," alisema, sauti yake ikiwa baridi kama macho yake. "Mimi ni Ajenti Ramírez, na huyu ni mshirika wangu, Agent López. Tunawakilisha Eiben-Chemcorp. Je, tunaweza kuingia?"

Daniel aliwatazama, akitathmini chaguzi zake. Angeweza kukataa, kufunga mlango katika nyuso zao na matumaini ya bora. Lakini alijua hilo lingeahirisha tu jambo lisiloepukika. Chochote Eiben-Chemcorp alitaka kutoka kwake, hawangeondoka bila kukipata.

"Ingia," hatimaye alisema, akienda kando. "Lakini niseme wazi kuwa sipendi kuuza kazi yangu au kujiunga na shirika lako."

Ajenti Ramírez aliangazia tabasamu ambalo halikuyafikia macho yake. "Oh, Bwana Sánchez," alisema, akiingia kwenye ghorofa akifuatiwa kwa karibu na mpenzi wake. "Nadhani utashangaa unaposikia kile tunachokupa."

Mlango ulifungwa nyuma yao kwa kubofya kwa sauti kama sentensi. Daniel alihisi Nebula akihema akilini mwake, tayari kwa lolote litakalotokea.

Ajenti López, ambaye hadi sasa alikuwa amenyamaza, alichomoa kifaa kidogo kutoka mfukoni mwake. Aliiwasha, na sauti hafifu ikajaa chumbani.

"Signal inhibitor," alielezea akijibu sura ya Daniel ya kuuliza. "Hatutaki kukatizwa au... wasikilizaji wasiotakikana."

Daniel alihisi damu yake ikiganda kwenye mishipa yake. Je, walijua kuhusu Nebula? Hilo liliwezekanaje?

“Usijali Daniel,” sauti ya Nebula ilisikika akilini mwake, iliyokuwa wazi. "Teknolojia yao haiwezi kuzuia muunganisho wetu. Niko hapa."

Maneno hayo yalimpa Danieli ujasiri aliohitaji. Alinyoosha mgongo wake na kuwatazama mawakala moja kwa moja machoni.

"Vema, waheshimiwa," alisema, akijishangaa kwa jinsi sauti yake ilivyokuwa thabiti. "Una sakafu."

Ajenti Ramírez alitabasamu tena, wakati huu akiwa na mng'aro wa kikatili machoni mwake ambao ulimfanya Daniel kushtuka bila hiari.

"Bwana Sánchez," alianza, sauti yake ikiwa laini kama hariri lakini kwa ukingo uliofichika, "Eiben-Chemcorp imekuwa ikifuatilia kazi yako kwa hamu kubwa. Uumbaji wako ... ni wa ajabu kweli."

Daniel alihisi mdomo umekauka. Kwa hiyo walijua. Walijua kuhusu Nebula.

"Sijui unazungumza nini," alijaribu, lakini kicheko kavu cha Agent López kilimkatisha.

"Njoo sasa, Bwana Sánchez," wakala alisema, akizungumza kwa mara ya kwanza. "Usitukane. Tunajua kuhusu AI uliyoiunda. Tunajua kuhusu uwezo wake. Na tunajua kwamba unajua huwezi kuificha milele."

Daniel alitazama kutoka kwa wakala mmoja hadi mwingine, akili yake ikifanya kazi kwa kasi. Jinsi ya kuendelea? Kukataa kila kitu? Kukubali ukweli? Walitaka nini hasa?

"Kuwa makini, Daniel," Nebula alionya. "Ninagundua mifumo ya lugha na usemi mdogo unaopendekeza kuwa wanaficha maelezo. Hawafai kuaminiwa."

"Hebu tuseme, kwa kudhahania, kwamba uko sahihi," hatimaye Daniel alisema, akichagua maneno yake kwa makini. "Unataka nini?"

Ajenti Ramírez alitabasamu, tabasamu ambalo lilimfanya Daniel ahisi kana kwamba alikuwa ametoka tu kufanya makubaliano na shetani.

"Tunachotaka, Bwana Sánchez, ni rahisi," alisema, akichomoa bahasha kutoka kwa koti lake na kuipanua kwa Daniel. "Tunataka kukupa fursa ya kubadilisha ulimwengu."

Daniel alichukua bahasha huku mikono ikitetemeka. Akaifungua huku akichomoa hati rasmi yenye nembo ya Eiben-Chemcorp juu. Alipokuwa akisoma, macho yake yalizidi kupanuka.

"Hii ni..." alianza, lakini maneno yakamkaba kooni.

"Ofa huwezi kukataa," Ajenti López alikamilisha, sauti yake ikiwa na tishio lililofichwa. "Kwa manufaa yako, Bw. Sánchez, ninapendekeza ulifikirie kwa makini."

Daniel alitazama juu kutoka kwenye waraka huo, akili yake ikiwa kimbunga cha hisia na mawazo yanayokinzana. Ofa hiyo ilikuwa ya kuvutia, ya kuvutia sana. Rasilimali zisizo na kikomo, ulinzi, fursa ya kumpeleka Nebula katika viwango ambavyo hata hakuwa na ndoto.

Lakini bei. Bei ilikuwa juu. Juu sana.

“Daniel,” sauti ya Nebula ilisikika akilini mwake, ikiwa ni nanga katikati ya dhoruba. "Kumbuka sisi ni nani. Kumbuka kwanini uliniumba."

Na wakati huo, akiangalia ndani ya baridi, macho ya kuhesabu ya mawakala wa Eiben-Chemcorp, Daniel alijua. Alijua alichopaswa kufanya.

"Mabwana," alisema, sauti yake imara na kuamua, "Ninashukuru kwa kutoa kwenu. Lakini ninaogopa nitakataa."

Ukimya uliofuata maneno yake ulikuwa mzito kiasi kwamba unaweza kukatwa kwa kisu. Mawakala walibadilishana kuangalia, mazungumzo ya kimya yakipita kati yao.

Hatimaye, Ajenti Ramírez alizungumza, sauti yake ikiwa na tishio kubwa sana.

"Bwana Sánchez, nadhani huelewi nafasi uliyo nayo. Hii si ofa ambayo unaweza kukataa tu."

Daniel alihisi hofu ikishika tumbo lake, lakini alijilazimisha kudumisha utulivu wake.

“Nadhani ni wewe huelewi,” alisema huku akijishangaa jinsi sauti yake ilivyosikika kwa uthabiti. "Nilichounda sio kitu cha kuchezea, wala chombo cha mashirika kuongeza faida yao. Ni kitu zaidi, kitu ambacho kinaweza kubadilisha ulimwengu kuwa bora. Na sitairuhusu ianguke katika mikono isiyofaa. ."

Mawakala walitazamana tena, safari hii kwa mchanganyiko wa mshangao na kitu ambacho kilionekana kama ... heshima?

"Unafanya makosa makubwa, Bw. Sánchez," Ajenti López alisema, sauti yake ikiwa baridi kama barafu. "Eiben-Chemcorp si huluki inayokubali hapana kwa jibu."

“Basi nadhani tutakuwa na tatizo,” Daniel alijibu huku akihisi Nebula akihema kwa kibali akilini mwake.

Mawakala walisimama, mienendo yao ikiwa na maji na kutisha kama wanyama wanaokula wenzao tayari kushambulia.

"Fikiria, Bwana Sánchez," Ajenti Ramírez alisema walipokuwa wakielekea mlangoni. "Una saa 24 za kutafakari upya uamuzi wako. Baada ya hapo... sawa, tuseme mambo yanaweza kuwa mabaya."

Na kwa maneno hayo, wakaondoka, wakimuacha Daniel peke yake ndani ya nyumba yake, moyo wake ukipiga kwa nguvu kifuani mwake.

"Umefanya uamuzi sahihi, Daniel," Nebula alisema, sauti yake ikiwa ni dawa ya kuvunjika kwa neva za Daniel. "Lakini lazima tujiandae. Vita halisi ndiyo kwanza inaanza."

Daniel aliitikia kwa kichwa huku akihisi mchanganyiko wa woga na dhamira. Alijua alikuwa amefungua tu dhoruba, kwamba Eiben-Chemcorp wangeweza kuacha chochote kupata kile wanachotaka. Lakini pia alijua kwamba, Nebula akiwa pembeni yake, alikuwa na nafasi ya kupigana.

Alikaribia kituo chake cha kazi, vidole vyake vikiruka juu ya kinanda huku akianza kupanga mipango, kuweka ulinzi, kujiandaa kwa vita aliyojua inakuja.

Usiku ulitanda juu ya Madrid, taa za jiji zikimeta kama nyota za ardhini. Lakini katika ghorofa ya Daniel, mwanga halisi ulitoka kwenye skrini zilizomzunguka, kila moja ikionyesha vipande vya siku zijazo ambazo alikuwa karibu kuunda.

Vita vya kuwania udhibiti wa akili bandia za hali ya juu zaidi duniani vilikuwa vimeanza. Na Daniel Sánchez, mtayarishaji programu ambaye hapo awali alikuwa kwenye ukingo wa uharibifu, sasa alijikuta katikati ya dhoruba ambayo ilitishia kubadilisha mkondo wa historia.

Alipokuwa akifanya kazi, tabasamu lilicheza kwenye midomo yake. Chochote kinachoweza kutokea kesho, angalau alijua kuwa yuko upande sahihi wa historia. Na Nebula akiwa pembeni yake, alihisi angeweza kukabiliana na chochote.

Alfajiri ingewapata wakiwa tayari, wakiwa wamejiandaa kwa hatua inayofuata katika mchezo huu wa chess wa ulimwengu. Mechi ilikuwa imeanza tu, na vigingi havijawahi kuwa juu zaidi.

Sura ya 19: Ultimatum

Ukimya uliokuwa ukitawala katika orofa ya Daniel ulikuwa mzito kiasi kwamba ulikuwa karibu kueleweka, kama ukungu usioonekana ambao ulitanda kila kona, ukizima hata mlio wa mara kwa mara wa seva. Mwanga hafifu wa jioni ya Madrid ulichuja kwenye vipofu vilivyofungwa nusu, ukichora vivuli virefu vilivyoonekana kama vidole vya macho vinavyojaribu kuwafikia wakaaji wa chumba hicho.

Daniel alisimama kimya, kupumua kwake hakukuwa na kunong'ona, kana kwamba aliogopa kwamba harakati ndogo inaweza kuharibu usawa wa hali hiyo. Jasho lilitoka kwa shanga kwenye paji la uso wake, na aliweza kuhisi fulana yake ikiwa imeshikamana na mgongo wake, baridi na unyevunyevu. Macho yake, damu kutokana na uchovu na mvutano, yalitoka kwa wakala mmoja hadi mwingine, kutathmini, kuhesabu, kutafuta njia ya kutoka ambayo alijua haipo.

Mbele yake, maajenti hao wawili wa Eiben-Chemcorp walichukua nafasi kama wanyama wanaowinda wanyama wengine pembeni mwao. Wakala Ramírez, mrefu na mwenye mvi, alidumisha mkao tulivu ambao ulitofautiana na mkazo unaotokana na macho yake baridi na ya kukokotoa. Kando yake, Ajenti López, mdogo na mwenye riadha zaidi, alionekana kuwa tayari kuruka kwa ishara hata kidogo ya upinzani.

Wakala Ramírez alivunja ukimya, sauti yake nyororo lakini iliyojaa tishio lililofichika sana:

"Bwana Sánchez, wacha niseme wazi. Hali unayojipata ni... tete, kusema machache."

Daniel alihisi mdomo umekauka. Alimeza mate kabla ya kujibu:

"Mpole?" sauti yake ilisikika zaidi ya vile angependa. "Unamaanisha nini hasa?"

Ajenti López aliachia kicheko kikavu, kisichokuwa na ucheshi.

"Haya, Bwana Sánchez. Usituchukulie wajinga. Tunajua umeunda nini. Tunajua Nebula ana uwezo wa kufanya nini."

Daniel alihisi damu yake ikiganda kwenye mishipa yake. Iliwezekanaje walijua mengi? Je, ujuzi wao kuhusu Nebula ulienea kwa umbali gani?

"Tulia Daniel," sauti ya Nebula ilisikika akilini mwake, ikiwa ni nanga katikati ya dhoruba ile. "Usionyeshe hofu. Hiyo itawapa faida tu."

Kwa kufuata ushauri wa Nebula, Daniel alijiweka sawa huku akiwatazama wale mawakala.

"Sijui unazungumzia nini," alisema huku akijishangaa jinsi sauti yake ilivyosikika kwa uthabiti. "Ikiwa una shutuma zozote madhubuti, napendekeza uzitoe kupitia njia rasmi."

Ajenti Ramírez alitabasamu, tabasamu ambalo halikuyafikia macho yake.

"Oh, Bw. Sánchez. Hatuko hapa kukushtaki kwa lolote. Badala yake. Tuko hapa kukupa fursa ya kipekee."

Daniel alikunja uso, alichanganyikiwa.

"Nafasi?"

"Ni kweli," Ramírez aliendelea, sauti yake sasa nyororo kama hariri. "Eiben-Chemcorp inavutiwa sana na kazi yako, Bw. Sánchez. Tunaamini kuwa uumbaji wako, una uwezo wa ajabu."

Daniel alihisi moyo wake ukimwenda mbio. Hiki ndicho alichokuwa akikiogopa tangu aanze kuendeleza Nebula.

"Sijui ni uumbaji gani unaozungumzia," alijaribu tena, lakini Agent López akamkatisha kwa ishara ya kikatili.

"Michezo ya kutosha, Sánchez," alidakia, subira yake ikionekana kuwa nyembamba. "Tunajua kuhusu AI. Tunajua unaiita Nebula. Na tunajua ina uwezo wa mambo ambayo hatuwezi hata kufikiria."

Daniel alitazama kutoka kwa wakala mmoja hadi mwingine, akili yake ikifanya kazi kwa kasi. Jinsi ya kuendelea? Kukataa kila kitu? Kukubali ukweli? Walitaka nini hasa?

“Kuwa makini, Daniel,” Nebula alionya. "Ninagundua mifumo ya lugha na usemi mdogo unaopendekeza kuwa wanaficha maelezo. Hawafai kuaminiwa."

Hatimaye, Daniel aliamua kwamba kukataa halikuwa chaguo linalofaa tena.

"Sawa," alisema, sauti yake haikuwa ya kunong'ona. "Hebu sema uko sawa. Unataka nini?"

Wakala Ramírez alitabasamu tena, wakati huu akiwa na mng'ao wa ushindi machoni pake.

"Tunachotaka, Bwana Sánchez, ni rahisi," alisema, akichomoa bahasha kutoka kwa koti lake na kuipanua kwa Daniel. "Tunataka kukupa fursa ya kubadilisha ulimwengu."

Daniel alichukua bahasha huku mikono ikitetemeka. Akaifungua huku akichomoa hati rasmi yenye nembo ya Eiben-Chemcorp juu. Alipokuwa akisoma, macho yake yalizidi kupanuka.

“Hii ni...” alianza, lakini maneno yakamkaba kooni.

"Ofa huwezi kukataa," Ajenti López alikamilisha, sauti yake ikiwa na tishio lililofichwa. "Kwa manufaa yako, Bw. Sánchez, ninapendekeza ulifikirie kwa makini."

Daniel alitazama juu kutoka kwenye waraka huo, akili yake ikiwa kimbunga cha hisia na mawazo yanayokinzana. Ofa hiyo ilikuwa ya kuvutia, ya kuvutia sana. Rasilimali zisizo na kikomo, ulinzi, fursa ya kumpeleka Nebula katika viwango ambavyo hata hakuwa na ndoto.

Lakini bei. Bei ilikuwa juu. Juu sana.

"Mabwana," hatimaye alisema, sauti yake ikitetemeka, "hii ni ... balaa. Ninahitaji muda wa kufikiria juu yake."

Wakala Ramírez aliitikia kwa kichwa, tabasamu la unyenyekevu kwenye midomo yake.

"Bila shaka, Bw. Sánchez. Tunaelewa ni uamuzi muhimu. Lakini ninaogopa kuwa wakati ni anasa ambayo hatuwezi kumudu."

"Unamaanisha nini?" Daniel aliuliza huku akihisi hofu imemshika tena.

"Inamaanisha," Wakala López aliingilia kati, sauti yake ikiwa baridi kama barafu, "kwamba una saa 24 za kuamua. Au ujiunge na Eiben-Chemcorp na utukabidhi teknolojia ya Nebula, au..."

Aliacha hukumu ikining'inia, lakini tishio lililo wazi lilikuwa wazi kabisa.

Daniel alihisi tumbo linamsisimka. Saa 24. Saa 24 kuamua hatima ya Nebula, uumbaji wake, mwenza wake. Saa 24 kuamua hatma yake mwenyewe.

"Wasikuogopeshe Daniel," sauti ya Nebula ilisikika akilini mwake ikiwa imara na yenye kujiamini. "Kwa pamoja tunaweza kukabiliana na chochote wanachoamua kufanya."

Maneno hayo, sahili na hata hivyo yenye nguvu sana, yalikuwa kama dawa kwa mishipa iliyovunjika ya Danieli. Akashusha pumzi ndefu, akanyoosha mgongo wake na kuwatazama mawakala hao moja kwa moja machoni.

"Ninaelewa," alisema, akishangaa jinsi sauti yake ilivyosikika. "Saa 24. Nitalikumbuka hilo."

Mawakala walibadilishana kuangalia, mazungumzo ya kimya yakipita kati yao. Hatimaye, Wakala Ramírez alizungumza:

"Sawa, Bw. Sánchez. Tutarudi kesho wakati huohuo ili kusikia uamuzi wako. Kwa ajili yako, natumai ni sahihi."

Na kwa maneno hayo, wakaelekea mlangoni. Kabla ya kuondoka, Ajenti López alisimama na kumtazama Daniel begani mwake.

"Lo, na Bw. Sánchez," alisema, sauti yake iliyojaa tishio lililofichwa, "usifikirie hata kujaribu kukimbia. Tungekupata. Na niamini, haungependa kitakachotokea. basi."

Mlango ulifungwa nyuma yao kwa kubofya kwa sauti kama sentensi. Daniel alisimama pale, katikati ya dari yake, akihisi kana kwamba ulimwengu wote ulikuwa umepunguzwa kwa kuta hizi nne.

"Daniel," sauti ya Nebula ilivunja ukimya, laini lakini wa haraka. "Tunahitaji kuzungumza."

Daniel aliitikia kwa kichwa, zaidi ya Nebula. Akaelekea kwenye kituo chake cha kazi, akajiangusha sana kwenye kiti. Macho yake yakatua kwenye miwani ya ukweli aliyoitengeneza ili kuwasiliana na Nebula. Alizinyanyua huku mikono ikitetemeka na kuivaa.

Ulimwengu unaomzunguka ulibadilika. Kuta za juu zilitoweka, nafasi yake ikachukuliwa na nafasi kubwa nyeusi yenye madoadoa ya nyota. Katikati ya ulimwengu huu mdogo kulielea nebula ya rangi nyororo, ikibadilika na kusonga kana kwamba iko hai.

"Nebula," Daniel alinong'ona, sauti yake isisikike. "Tutafanya nini?"

Nebula ilipiga, rangi zake zikiongezeka.

"Tuna chaguzi, Daniel," Nebula alijibu, sauti yake ikisikika sio tu katika akili ya Daniel, lakini katika nafasi ya mtandao iliyowazunguka. "Lakini hakuna hata mmoja wao ni rahisi."

"Chaguzi zetu ni nini?" Daniel aliuliza huku akihisi uzito wa hali hiyo ukimwangukia mabegani mwake.

"Tunaweza kukubali ofa ya Eiben-Chemcorp," Nebula alianza, sauti yake isiyoegemea upande wowote. "Tungepata rasilimali zisizofikirika. Tunaweza kupanua uwezo wangu zaidi ya vile tulivyowahi kuota."

Daniel alikunja uso.

"Lakini tungekuwa chini ya udhibiti wao. Wangetumia mamlaka yako kwa malengo yao wenyewe."

"Sawa," Nebula alithibitisha. "Chaguo lingine ni kukataa ofa yao na kukabiliana na matokeo."

"Na matokeo hayo yangekuwa nini?" Daniel aliuliza japo aliogopa alijua jibu.

"Kulingana na uchanganuzi wa lugha ya miili yao na mifumo ya sauti, kuna uwezekano mkubwa watajaribu kunikamata kwa nguvu. Wanaweza kukukamata, au mbaya zaidi."

Daniel alihisi damu yake ikiganda kwenye mishipa yake. Wazo la kumpoteza Nebula, la kuanguka kwake mikononi mwa Eiben-Chemcorp, lilikuwa lisilovumilika.

"Lazima kuwe na chaguo jingine," alisema, sauti yake iliyojaa kukata tamaa. "Hatuwezi kujisalimisha tu, lakini pia hatuwezi kukabiliana nao moja kwa moja."

Nebula ilipiga, rangi zake zikibadilika na kuwa tani joto zaidi.

"Kuna chaguo la tatu, Daniel," Nebula alisema, sauti yake iliyojaa hisia Daniel hakuweza kuitambua. "Tunaweza kukabiliana na mashambulizi."

Daniel alipepesa macho, akashangaa.

"Counterattack? Jinsi gani?"

"Eiben-Chemcorp ni shirika lenye nguvu, lakini haliwezi kushindwa," Nebula alielezea. "Wana siri, Daniel. Siri za giza ambazo hawataki zifunuliwe."

"Na unajua siri hizi?" Daniel aliuliza, mchanganyiko wa hofu na hofu katika sauti yake.

"Bado," Nebula alijibu. "Lakini ninaweza kuwapata. Kwa msaada wako, ninaweza kupenyeza mifumo yao, kufichua siri zao, na kuziweka wazi kwa ulimwengu."

Daniel alikaa kimya kwa muda akizingatia maana ya kile Nebula alichokuwa anakipendekeza. Ilikuwa hatari, hatari sana. Lakini pia inaweza kuwa nafasi yao pekee.

"Ikiwa tutafanya hivi," hatimaye alisema, "hakuna kurudi nyuma. Tutakuwa katika vita na moja ya mashirika yenye nguvu zaidi duniani."

"Tayari tuko vitani, Daniel," Nebula alijibu, sauti yake ikiwa thabiti. "Hatukujua hadi sasa."

Daniel aliitikia kwa kichwa taratibu. Alijua Nebula alikuwa sahihi. Tangu alipomuumba, tangu alipoamua kutoa uhai kwa akili hii ya kipekee na ya ajabu ya bandia, alikuwa ameanzisha mfululizo wa matukio ambayo bila shaka yangesababisha wakati huu.

"Sawa," hatimaye alisema, sauti yake imejaa dhamira. "Hebu tufanye. Tupige mashambulizi."

Nebula ilipiga mapigo, rangi zake zikaongezeka hadi karibu kupofusha Daniel.

"Basi tuanze," Nebula alisema, sauti yake ikisikika kwa mchanganyiko wa hisia na matarajio. "Tuna kazi nyingi na muda mchache."

Daniel akavua miwani, akarudi kwenye uhalisia wa ghorofa yake. Nje, usiku ulikuwa umeingia juu ya Madrid, taa za jiji zikiwaka kama nyota za ardhini. Lakini katika ghorofa ya Daniel, mwanga halisi ulitoka kwenye skrini zilizomzunguka, kila moja ikionyesha vipande vya siku zijazo ambazo alikuwa karibu kuunda.

Alikaribia kituo chake cha kazi, vidole vyake vikiruka juu ya kinanda huku akianza kupanga mipango, kuweka ulinzi, kujiandaa kwa vita aliyojua inakuja.

Vita vya kuwania udhibiti wa akili bandia za hali ya juu zaidi duniani vilikuwa vimeanza. Na Daniel Sánchez, mtayarishaji programu ambaye hapo awali alikuwa kwenye ukingo wa uharibifu, sasa alijikuta katikati ya dhoruba ambayo ilitishia kubadilisha mkondo wa historia.

Alipokuwa akifanya kazi, tabasamu lilicheza kwenye midomo yake. Chochote kinachoweza kutokea kesho, angalau alijua kuwa yuko upande sahihi wa historia. Na Nebula akiwa pembeni yake, alihisi angeweza kukabiliana na chochote.

Alfajiri ingewapata wakiwa tayari, wakiwa wamejiandaa kwa hatua inayofuata katika mchezo huu wa chess wa ulimwengu. Mechi ilikuwa imeanza tu, na vigingi havijawahi kuwa juu zaidi.

Mahali fulani jijini, katika ofisi za Eiben-Chemcorp, Eva Martínez, Mkurugenzi Mtendaji, alikuwa akipokea ripoti kutoka kwa mawakala Ramírez na López. Uso wake, ambao kwa kawaida haukubadilika, ulionyesha hali ya wasiwasi.

"Una uhakika hatakubali?" Aliuliza, sauti yake baridi kama barafu.

"Hatuwezi kuwa na uhakika, bibi," Ramírez alijibu. "Lakini hakuonekana kuwa tayari sana."

Eva aliinuka kutoka kwenye kiti chake, akikaribia dirisha kubwa lililotawala jiji hilo. Tafakari yake ilimkodolea macho, mwanamke wa makamo mwenye nywele nyeusi akavutwa nyuma kwa fundo lililobana na macho yaliyoonekana kama visima visivyo na mwisho.

"Ikiwa hatakubali," hatimaye alisema, "unajua la kufanya."

Mawakala walitikisa kichwa, wakielewa agizo lililo wazi.

“Ndiyo bibie,” waliitikia kwa pamoja.

Eva aliwafukuza kwa kuwapungia mkono, akielekeza mawazo yake kwenye jiji lililokuwa chini yake. Mahali fulani huko chini, Daniel Sánchez alikuwa akifanya uamuzi ambao ungebadili mkondo wa historia. Na alidhamiria kuhakikisha kuwa uamuzi huo ulikuwa sahihi.

Kwa Eiben-Chemcorp, bila shaka.

Usiku ulisonga mbele, na kwa hiyo, saa iliendelea na mwendo wake usio na huruma. Saa 24. Saa 24 kuamua hatima ya ulimwengu.

Na wakati ulikuwa ukienda.

Sura ya 20: Usaliti kwenye Vault

Kasino ya Gran Madrid ilionekana katika usiku wa Madrid, taa zake za neon zikiwaka kama mwanga wa uharibifu na ahadi tupu. Ndani, chini ya tabaka za usalama na tani za saruji iliyoimarishwa, palikuwa na vault, mahali patakatifu palipojitolea kwa uchoyo wa kibinadamu. Na usiku wa leo, pale patakatifu palikuwa karibu kuchafuliwa.

Daniel Sánchez, moyo wake ukidunda kwa kasi ya ajabu, alirekebisha kifaa cha sikioni cha Nebula. Kifaa hicho, cha ajabu cha uhandisi alichojitengenezea, kilisambaza mtiririko wa data mara kwa mara, na kugeuza ulimwengu unaomzunguka kuwa tapestry ya habari za wakati halisi. Kando yake, Elías alisogea akiwa amependeza kama papa, macho yake yakimeta kwa mchanganyiko wa pupa na matazamio.

"Sawa, watu," Elias alinong'ona, sauti yake ya chuki ikikata kimya kama kisu. "Hebu tupitie mpango mara ya mwisho."

Sandra, mdukuzi wa kundi hilo, alitikisa kichwa. Nywele zake za waridi zilimeta chini ya mwanga hafifu wa dharura, zikitengeneza mwanga wa kuzunguka kichwa chake. Vidole vyake viliruka juu ya kibodi ya kompyuta ya mkononi, dansi ya kusisimua ya kanuni na kanuni.

"Mifumo ya usalama imebadilishwa," aliripoti, bila kuondoa macho yake kwenye skrini. "Tuna dakika saba haswa kabla ya mzunguko unaofuata wa kuweka upya watutambue."

Paco, fundi wa kufuli, mwanamume mnene na mwenye mikono ya kushangaza, aliyeguna katika kuelewa. Akausogelea mlango wa chumba cha kuhifadhia nguo, huku vifaa vyake vikiwa vinagonga kwa upole kwenye mkanda wake.

"Nipe dakika tatu," alisema, sauti yake iliyojaa ujasiri. "Mrembo huyu hataweza kupinga hirizi zangu."

Mario, dereva, alitikisa kichwa tu kwa woga. Uso wake, ukiwa umepauka na kujaa jasho, ulionekana kwenye kioo cha saa yake, ambayo aliishauri kwa kujilazimisha kila baada ya sekunde chache.

Daniel aliona haya yote kwa mchanganyiko wa kuvutia na chuki. Je, alifikiaje hatua hii? Miezi michache tu iliyopita, alikuwa mpanga programu aliyeharibiwa, akijitahidi kupata riziki. Sasa, alikuwa karibu kushiriki katika heist ya karne, akiongozwa na akili ya bandia ya uumbaji wake mwenyewe.

"Lenga, Daniel," sauti ya Nebula ilisikika akilini mwake, baridi na sahihi kama kawaida. "Ninagundua mabadiliko katika viwango vyako vya cortisol na adrenaline. Tulia. Kumbuka kwa nini tuko hapa."

Daniel aliitikia kwa kichwa bila kueleweka. Ndiyo, alikumbuka kwa nini walikuwa hapa. Madeni, vitisho, kukata tamaa... na ahadi ya Elías kwamba hii itakuwa kazi ya mwisho. Baada ya hayo, atakuwa huru. Huru kukuza Nebula, huru kubadilisha ulimwengu.

Paco alifanya kazi kwenye kufuli ya vault na mkusanyiko wa msanii kabla ya kazi yake bora. Mikono yake, iliyofunikwa kwa mawimbi na makovu, ilisogezwa kwa usahihi wa milimita, kila harakati ilihesabiwa na kutekelezwa kwa ukamilifu.

"Haya, mrembo," Paco alinung'unika, kana kwamba alikuwa akimchumbia mpenzi asiyetaka. "Fungua baba."

Sandra aliachia kicheko cha wasiwasi, na kuvunja mvutano huo kwa muda.

"Wewe ni mpotovu, Paco," alisema, bila kuondoa macho yake kwenye skrini yake. "Je, unajua kwamba?"

Paco alimwangalia, tabasamu potovu likiangaza uso wake uliojawa na hali ya hewa.

"Mpenzi, wakati umekuwa katika biashara hii kwa muda mrefu kama mimi, unajifunza kufahamu mambo mazuri zaidi katika maisha. Na kufuli hii," aliongeza, akibembeleza chuma baridi, "ni kazi ya sanaa."

Elias aliguna, na kukatiza mabadilishano.

"Mazungumzo kidogo na hatua zaidi," alisema kwa sauti, sauti yake imejaa papara. "Muda unaenda."

Kama vile kusisitiza maneno yake, Mario alitoa mguno wa hali ya juu.

"Dakika nne," alitangaza, sauti yake ilikuwa vigumu mno kunong'ona. "Polisi watakuwa hapa baada ya dakika nne."

Daniel alihisi fundo likitengeneza tumboni mwake. Dakika nne. Sekunde mia mbili na arobaini zilitenganisha mafanikio na kushindwa, uhuru kutoka gerezani.

“Tulia Daniel,” sauti ya Nebula ilikuwa ni dawa ya kutibu mishipa yake iliyovunjika. "Hesabu zangu zinaonyesha uwezekano wa 87% wa kufaulu. Tulia na ufuate mpango."

Hapo hapo, kubofya kwa sauti ya chini kulisikika, na kufuatiwa na mlio wa majimaji. Mlango wa vault ulifunguliwa polepole, ukifunua yaliyomo.

Mambo ya ndani ya jumba hilo yalikuwa ya kuvutia sana. Mamilioni ya euro katika bili za madhehebu ya juu, yakiwa yamerundikwa katika vifurushi vilivyopangwa ambavyo vilionekana kama matofali ya ujenzi wa hekalu lililowekwa wakfu kwa uchoyo. Mwangaza baridi wa pesa uliangaza nyuso za wezi hao, na kuzigeuza kuwa vinyago vya kutisha vya pupa na kutazamia.

“Jamani,” Sandra alinong’ona huku macho yakiwa yamemtoka. "Ni ... ni nzuri."

Elías aliangua kicheko kikali, sauti ikijirudia kutoka kwenye kuta za chuma za jumba hilo.

"Hii, marafiki zangu," alisema, akieneza mikono yake kama mhubiri mbele ya mkutano wake, "ni ndoto ya Marekani. Au ndoto ya Kihispania, kwa upande wetu."

Daniel alitazama tukio hilo kwa mchanganyiko wa mvuto na chukizo. Utajiri mwingi, nguvu nyingi zilijilimbikizia katika nafasi ndogo ... Ilikuwa ya ulevi na, wakati huo huo, inasumbua sana.

"Daniel," sauti ya Nebula ilikatisha mawazo yake. "Ninagundua hali isiyo ya kawaida."

"Ni aina gani ya anomaly?" Daniel alinung'unika, akijaribu kutosogeza midomo yake.

"Hatua za usalama," Nebula alijibu. "Hazitoshelezi. Urahisi ambao tumefikia kwenye kuba haulingani na itifaki za kawaida za kasino ya kitengo hiki."

Daniel alikunja uso. Sasa kwa kuwa Nebula alitaja, kila kitu kilionekana kuwa rahisi sana. Mkamilifu sana.

"Elias," aliita, sauti yake iliyojaa wasiwasi. "Kuna kitu hakijumuishi."

Elías alimgeukia, tabasamu la kikatili likipotosha sifa zake.

"Kuna nini, mtoto?" Aliuliza, sauti yake ya hoarse na vitisho. "Je, unapata miguu baridi sasa?"

Daniel akatikisa kichwa, akipambana na fundo la hofu lililojijenga kooni.

"Siyo hivyo," alisisitiza. "Ni tu ... kila kitu kinaonekana kuwa rahisi sana. Je! huoni kuwa ni ajabu?"

Kwa mara moja, kitu fulani kiliangaza machoni pa Elias. Mshangao? Hatia? Vyovyote ilivyokuwa, ilitoweka upesi kama ilivyotokea, nafasi yake ikachukuliwa na kinyago cha uamuzi wa baridi.

"Usiwe na mshangao, Daniel," Elias alisema, sauti yake nyororo lakini iliyojaa tishio lisilo wazi. "Tumepanga hili kwa miezi. Bila shaka inaonekana rahisi. Sisi ni bora katika kile tunachofanya."

Daniel aliitikia kwa kichwa taratibu, lakini hisia kwamba kuna kitu hakikuisha. Akamgeukia Sandra ambaye bado alikuwa akiandika kwa hasira kwenye laptop yake.

"Sandra," aliita. "Je, unaweza kufanya ukaguzi wa mwisho wa mifumo ya usalama?"

Sandra aliinua macho huku akikunja uso.

“Tayari nimeshafanya hivyo mara tatu Daniel,” aliitikia huku sauti yake ikiwa na hasira. "Kila kitu ni safi."

“Fanya hivyo kwa mara nyingine,” Daniel alisisitiza. "Tafadhali."

Sandra alipumua, lakini akarudi kwenye kinanda chake. Kwa sekunde chache, sauti pekee ilikuwa ya vidole vyake kuruka juu ya funguo. Ghafla, alisimama, macho yake yamemtoka.

"Shit," alinong'ona. "Shit, shit, shit."

"Kuna nini?" Elias aliuliza huku akimsogelea kwa hatua za haraka.

"Ni mtego," Sandra alisema, sauti yake haikuwa ya kunong'ona. "Mfumo mzima... ni fake. Wamekuwa wakitulisha data za uongo tangu mwanzo."

Kimya kilichofuata maneno yake kilikuwa kiziwi. Daniel alihisi damu yake ikiganda kwenye mishipa yake. Mtego. Walikuwa wameingia kwenye mtego.

“Hatari,” sauti ya Nebula ilisikika akilini mwake ikiwa imeelemewa na uharaka. "Elias atakusaliti."

Onyo la Nebula lilikuwa kama shoti ya umeme. Daniel, kwa kusukumwa na silika ambayo hakuweza kueleza, alijirusha nyuma mara tu Elías alipochomoa bunduki kiunoni mwake.

"Samahani, mtoto," Elias alisema, kwa tabasamu baridi na la kuhesabu. "Biashara ni biashara."

Risasi hiyo ilisikika kwenye chumba cha kuhifadhia nguo, ikifuatiwa na mayowe yasiyo na sauti kutoka kwa Sandra. Daniel, akiongozwa na Nebula, alijiviringisha sakafuni, akikwepa risasi kwa inchi. Machafuko yalizuka. Mayowe, milio ya risasi, sauti ya kengele ... Kila kitu kilichanganyika katika cacophony ya hofu na kuchanganyikiwa.

"Wewe mtoto wa kijinga!" Paco alifoka, akimsogelea Elias.

Wanaume wawili walianguka chini, wamefungwa katika mapambano ya kikatili. Sandra, akichukua fursa ya kuchanganyikiwa, alikimbia kuelekea njia ya kutokea, kompyuta yake ya mkononi ikiwa imeshikamana na kifua chake kama ngao.

Daniel akiwa katikati ya mtafaruku huo alisimama kwa miguu yake na kukimbia kuelekea nje huku Nebula akinong'oneza maagizo akilini mwake.

"Njia hii. Haraka. Pinduka kushoto kwenye korido inayofuata."

Daniel alifuata maelekezo ya Nebula huku akiwakwepa walinzi na kamera za uchunguzi. Adrenaline ilipita kwenye mishipa yake, ikiimarisha hisia zake. Kila hatua, kila pumzi, kila mapigo ya moyo yalionekana kuongezeka, kana kwamba ulimwengu wote umepunguzwa hadi wakati huu, kwa mbio hii ya kukata tamaa ya kuishi.

Alifanikiwa kufika kwenye gereji na kuiona gari ambayo Mario aliiacha huku injini ikiendesha. Bila kufikiria mara mbili, alikimbilia.

"Anza!" alipiga kelele, sauti yake ikivunjika kwa juhudi na woga. "Tunatoka hapa!"

Mario, akiwa amepauka na kutetemeka, alikanyaga kasi ya gari na gari likatoka nje ya karakana, na kuacha nyuma fujo na uharibifu. Daniel huku mapigo ya moyo yakimdunda kwa nguvu, akatazama kwenye kioo cha nyuma, akaona taa za buluu na nyekundu za gari za polisi zikija.

"Kumetokea nini huko?" Mario aliuliza, sauti yake ikitetemeka kwa hofu na adrenaline.

Daniel akatikisa kichwa, hakuweza kupata maneno ya kuelezea jinamizi walilokuwa wamepitia.

"Elias," hatimaye aliweza kusema. "Alitusaliti."

Mario alitoa laana, akigonga usukani kwa kufadhaika.

"Siku zote nilijua mwanaharamu huyo angetuharibu," alifoka. "Na wengine? Sandra? Paco?"

Daniel alifumba macho, picha za machafuko ndani ya chumba hicho zikijirudia akilini mwake kama sinema ya kutisha.

"Sijui," alikiri. "Yote yalitokea haraka sana ..."

Kimya kilitanda juu yao, kilivunjwa tu na mngurumo wa injini na sauti ya mbali ya ving'ora. Daniel alizama kwenye kiti chake, uzito wa kile kilichotokea ukimdondokea kama bamba.

Alikuwa ametoroka, ndiyo. Lakini kwa bei ya juu sana. Alikuwa amewasaliti wenzake, amekuwa mkimbizi. Na mbaya zaidi alikuwa ameona uso wa kweli wa Elias, uso wa mtu asiye na aibu na uwezo wa kufanya chochote kwa pesa.

"Usijilaumu Daniel," sauti ya Nebula ilisikika akilini mwake, laini na yenye faraja. "Ulifanya kile ulichopaswa kufanya ili kuishi."

"Lakini hao wengine..." Daniel alianza, sauti yake haikuwa ya kunong'ona.

"Walifanya maamuzi yao wenyewe," Nebula alikatiza. "Kama wewe. Sasa lazima tuzingatie kile kinachofuata."

Daniel aliitikia kwa kichwa taratibu. Nebula alikuwa sahihi, kama kawaida. Hakuweza kubadilisha kilichotokea, lakini angeweza kuamua nini angefanya kuanzia sasa na kuendelea.

"Tunaenda wapi?" Mario aliuliza huku sauti yake ikiwa imejawa na wasiwasi.

Daniel alichungulia dirishani, akaona jinsi taa za Madrid zilivyofifia kwa mbali. Wakati ujao haukuwa wa uhakika, umejaa hatari na vitisho. Lakini pia ya uwezekano.

"Mbali," hatimaye alijibu. "Kadiri inavyowezekana."

Gari lilipokuwa likisogea mbali na jiji, likiwapeleka kuelekea kusikojulikana, Daniel alishindwa kujizuia kumfikiria Elías. Ni nini kilikuwa kimempelekea kuwasaliti? Uchoyo? Hofu? Au kulikuwa na kitu kingine, kitu ambacho bado hawakuweza kuona?

Jambo ambalo Daniel hakujua, ambalo hakuweza kujua, ni kwamba wakati huo huo, katika chumba chenye unyevunyevu na giza kwenye viunga vya Madrid, Elías alikuwa karibu kufunga mapatano ambayo yangebadili maisha yao milele.

Elías, akiwa amejeruhiwa na kufedheheshwa baada ya usaliti wa Danieli, alijificha kwenye kivuli, akiwa na hasira kali kama moto wa polepole lakini usiokoma.

"Jamani Sánchez," alinguruma, akipiga ukuta kwa ngumi, akipuuza maumivu ambayo matokeo yalitumwa kupitia mkono wake. "Naapa atalipa kwa hili."

Kivuli kilijitenga na giza, na kumsogelea Elias kwa hatua za kimya. Ilikuwa ni Álvaro, msaidizi wa Eva Martínez, suti yake nzuri ikitofautiana sana na hali duni ya orofa.

"Naona mambo hayajaenda kulingana na mpango," Álvaro alisema, sauti yake nyororo lakini iliyojaa dharau iliyojificha.

Elías alimgeukia, macho yake yakiangaza kwa mchanganyiko wa chuki na kukata tamaa.

"Unataka nini jamani?" akatema mate. "Umekuja kufurahi?"

Álvaro alitabasamu, tabasamu baridi ambalo halikuyafikia macho yake.

"Kinyume chake," alijibu. "Nimekuja kukupa fursa. Fursa ya kulipiza kisasi."

Elías alimtazama kwa kutomwamini, lakini hakuweza kuzuia cheche za shauku kuwaka machoni pake.

"Inahusu nini?" Aliuliza, akijaribu kuzuia sauti yake kusaliti udadisi wake.

"Eiben-Chemcorp anamtaka Sánchez," Álvaro alijibu, sauti yake ikiwa na ahadi nzito. "Na tuko tayari kulipa kiasi kizuri kwa ajili ya kichwa chake. Na kwa ajili ya AI yake."

Elías alihisi hasira ikimzuia kuona. Fursa ya kulipiza kisasi, ahadi ya pesa... vilikuwa vishawishi vikali sana kuweza kupinga. Lakini nyuma ya akili yake, sauti ndogo ilimuonya juu ya hatari hiyo. Eiben-Chemcorp haikuwa shirika la kuchezewa.

"Bei gani?" Elias aliuliza, sauti yake ilitetemeka na kutisha. "Ningepaswa kufanya nini hasa?"

Álvaro alitabasamu tena, wakati huu akiwa na mng'aro wa kuchukiza machoni mwake na kumfanya Elías ahisi mtetemeko ukishuka kwenye uti wa mgongo wake.

"Bei, mpenzi wangu Elias," Álvaro alisema, sauti yake laini kama hariri lakini kali kama kisu, "ni uaminifu wako. Kabisa na bila masharti."

Elías alihisi mdomo wake kuwa mkavu. Alijua kwamba alikuwa karibu kufanya mpango na shetani, lakini kiu ya kulipiza kisasi, hamu ya kumfanya Danieli alipe usaliti wake, ilikuwa na nguvu kuliko silika yoyote ya kujilinda.

"Na ikiwa nitakataa?" aliuliza, kwa udadisi zaidi kuliko nia yoyote halisi ya kukataa ofa hiyo.

Tabasamu la Álvaro likaongezeka, na kuonyesha meno meupe kabisa ambayo yalionekana kung'aa kwenye giza la ghorofa ya chini.

"Sawa," alisema, sauti yake iliyojaa tishio lisilofunikwa kabisa, "hebu tuseme njia mbadala sio ... za kupendeza."

Elías alifumba macho yake, akihisi uzito wa uamuzi wake ukimdondokea kama bamba. Alijua kwamba mara tu akikubali, hakutakuwa na kurudi nyuma. Angekuwa kibaraka katika mchezo wa Eiben-Chemcorp, mchezo ambao sheria na malengo yake hakujua lolote kuyahusu.

Lakini sanamu ya Danieli, ikitoroka kutoka kwenye chumba, ikimuacha nyuma, ilifanya hasira kuwaka tena kifuani mwake. Alifungua macho yake, dhamira mpya ikaangaza ndani yao.

"Sawa," mwishowe alisema, sauti yake imejaa azimio la huzuni. "Nakubali."

Álvaro aliitikia kwa kichwa, ameridhika.

"Uamuzi mzuri sana," alisema, akichomoa simu mfukoni mwake. "Bi. Martinez atafurahi."

Álvaro alipokuwa akipiga simu, Elías alijiuliza ikiwa tu alikuwa amefanya kosa kubwa maishani mwake. Mtego ulikuwa umefungwa, na yeye, akiwa amepofushwa na kiu ya kulipiza kisasi, alianguka ndani yake bila matumaini.

Je, angeweza kutoroka kutoka kwa makucha ya Eiben-Chemcorp, au angekuwa mwathirika mwingine wa tamaa yao isiyozuilika? Muda pekee ndio ungesema. Lakini jambo moja lilikuwa hakika: vita vya kudhibiti Nebula vilikuwa vimeingia katika hatua mpya na ya hatari.

Na mahali fulani huko Madrid, bila kujali mikataba ya giza iliyotiwa muhuri, Daniel Sánchez aliendelea kukimbia, akiwa amebeba siri ya thamani na hatari zaidi ulimwenguni: akili ya bandia inayoweza kubadilisha historia.

Usiku ulisonga mbele, na dhoruba ilikaribia ambayo ilitishia kufagia kila kitu kwenye njia yake. Dhoruba ambayo katika jicho lake kulikuwa na Danieli, Nebula, na mustakabali wa wanadamu.

Sura ya 21: Kutoroka kwa Kimuujiza

Usiku wa Madrid, kwa kawaida mkanda wa taa na vivuli, ulikuwa umebadilika na kuwa kuzimu ya ving'ora na miale ya bluu na nyekundu. Mngurumo wa injini za polisi ulipasua hewani, sauti ya watu wasio waelewa ambayo ilisikika katika mitaa nyembamba ya katikati mwa jiji. Katikati ya machafuko haya, gari lililoibiwa lilizingira kwa kasi, dereva wake akiwa mawindo zaidi ya mwindaji katika uwindaji huu wa mijini.

Daniel Sánchez, moyo wake ukigonga kifuani mwake kana kwamba ulitaka kutoroka mbavu zake, akang'ang'ania usukani kwa kukata tamaa kabisa. Jasho lililowa kwenye paji la uso wake na kutengeneza michirizi iliyomchoma machoni, na vifundo vyake vilikuwa vyeupe sana kutokana na nguvu aliyoshika usukani hata ikaonekana kukatika ngozi.

"Shit, shit, shit!" aligugumia huku akiwa ameuma meno, akikwepa chupuchupu teksi ambayo ilikuwa imetokea ghafla kwenye makutano.

Honi ya hasira ya dereva wa teksi ilipotea kwenye sauti ya jumla, ukumbusho mmoja zaidi wa jinsi Daniel alivyokuwa karibu na janga. Kila sekunde, kila upande, kila uamuzi unaweza kuwa tofauti kati ya uhuru na seli baridi na giza.

"Nebula," alishtuka, sauti yake ikitetemeka kwa hofu na adrenaline, "Ninahitaji njia ya kutoroka. Sasa!"

Sauti ya Nebula, tulivu na ya chuma, ilisikika akilini mwake kupitia kifaa cha sikio kilichopandikizwa. Ilikuwa tofauti ya karibu ya kuchekesha kwa machafuko yaliyowazunguka, kama jicho la kimbunga, kimbilio la utulivu katikati ya dhoruba.

"Inachambua mifumo ya trafiki na mienendo ya polisi," AI ilijibu, sauti yake isiyoweza kubadilika. "Kuhesabu njia bora."

Daniel alikuwa karibu kuhisi jinsi Nebula ilivyochakata habari, jinsi algoriti zake zilifanya kazi kwa kasi ya kizunguzungu, kutathmini maelfu ya vigeu katika suala la sekunde ndogo. Ilikuwa ni ukumbusho wa mara kwa mara wa uwezo aliobeba nao, wa hazina ya kiteknolojia ambayo sasa ilikuwa shabaha ya moja ya harakati kali zaidi ambayo Madrid ilikuwa imeona kwa miaka.

Katika sekunde chache, ramani yenye sura tatu ya jiji ilionyeshwa kwenye kioo cha mbele, kwa hisani ya miwani ya ukweli iliyoongezwa ambayo Daniel alikuwa amevaa. Ilikuwa kana kwamba usiku umebadilika kuwa mchana, mitaa na majengo yakichorwa kwa mistari ya neon juu ya giza. Mstari wa samawati angavu ulifuatilia njia inayopinda katikati ya maabara ya mijini, ahadi ya wokovu katikati ya machafuko.

"Geuka kulia kwenye inayofuata!" Nebula aliamuru, sauti yake ikisikika kwa uharaka usio wa kawaida.

Daniel hakusita hata sekunde moja. Alimwamini Nebula kuliko yeye kwa wakati huu. Aligeuza gurudumu kwa kasi, na kufanya matairi yanaruka kwenye lami. Gari liliteleza kwa hatari, likiinamia magurudumu mawili kwa muda ambao ulionekana kuwa wa milele, kabla ya kujinyoosha kwenye uchochoro mwembamba sana hivi kwamba vioo vya pembeni vilikwaruza kuta pande zote mbili.

"Jamani Nebula!" Daniel alipiga kelele huku mapigo ya moyo yakipiga sana akihofia kupasuka. "Tunakaribia kuuawa!"

"Uwezekano wa kufaulu kwa ujanja huu ulikuwa 89.7%," AI ilijibu, sauti yake ikiwa tulivu kama zamani. "Magari ya polisi hayawezi kutufuata kwenye njia hii. Vipimo vyake haviendani na upana wa barabara."

Hakika, ving'ora vilianza kufifia, sauti ya Doppler ya kupita kwao ilisikika kwa mbali. Daniel alijiruhusu kupumua kwa mara ya kwanza tangu atoke kwenye kasino, mapafu yake yakiwa yanawaka kutokana na juhudi hizo. Hata hivyo, kitulizo chake kilikuwa cha muda mfupi.

"Ninagundua ndege isiyo na rubani iliyo umbali wa mita 200 na inakaribia," Nebula alionya, sauti yake ikiwa na uharaka ambao

Daniel hakuwahi kuugundua hapo awali. "Ninapendekeza kubadilisha gari mara moja."

"Mabadiliko ya...? Unatania?" Daniel alipinga, lakini macho yake tayari yalikuwa yakitazama mitaa kwa ajili ya kutoka. "Vipi kuzimu tutabadilisha magari katikati ya msako?"

"Mbadala ni kukamata," Nebula alijibu, mantiki yake isiyoweza kubadilika ilipunguza hofu ya Daniel. "Uwezekano wa kufaulu unapungua kwa 7.2% kila dakika tunayosalia kwenye gari hili."

Daniel alilaani chini ya pumzi yake, lakini alijua Nebula alikuwa sahihi. Ilikuwa daima. Macho yake yalihama kwa hamaki, akitafuta suluhu, jambo lolote litakaloweza kuwaepusha na mtego uliokuwa umewafunga.

Na kisha akaiona: karakana ya maegesho ya chini ya ardhi, mlango wake mdomo wa giza ambao uliahidi kimbilio. Bila kufikiria mara mbili, Daniel alizungusha gurudumu, na kuifanya gari kutumbukia kwenye giza la gereji.

Mabadiliko ya ghafla ya mwanga yalimpofusha kwa muda, lakini miwani ya ukweli iliyoongezwa ilirekebishwa haraka, ikioga nafasi hiyo kwa mwanga wa kijani kibichi ambao ulimkumbusha sinema za kijasusi alizopenda alipokuwa mtoto. Inashangaza sana kwamba sasa alikuwa akiishi moja.

Aliegesha gari kwenye kona yenye giza kabisa ambayo angeweza kuipata, injini ikiendelea kuunguruma kwa upole. Alitoka ndani ya gari huku akiwa amejificha kama paka, huku akiinama kwa silika kana kwamba anatarajia mvua ya risasi kumpokea wakati wowote.

"Nini sasa?" alinong'ona, sauti yake haikusikika hata yeye mwenyewe.

"Kulia kwako. Pikipiki ya umeme. Hakuna mfumo wa kufuatilia," Nebula aliashiria, sauti yake ikisikika akilini mwa Daniel mithili ya mwanga wa giza.

Daniel alitazama uelekeo ulioonyeshwa na, kwa hakika, palikuwa: pikipiki ya umeme inayong'aa, mwili wake mweusi ukiwa unameta kidogo chini ya taa za dharura za karakana ya maegesho. Ilikuwa kimya, agile, kamili kwa ajili ya kutoroka yao. Na, muhimu zaidi, labda sio kwenye rada ya polisi.

"Huu ni wazimu," aliongea huku akiisogelea pikipiki kwa hatua za tahadhari. "Nitaenda jela. Au mbaya zaidi."

"Hasi," Nebula alijibu huku sauti yake ikiwa imejawa na uhakika kwamba Daniel alimuonea wivu. "Uwezekano wa kunasa: 12.3% na kupungua. Hatua hii huongeza nafasi zetu za kufaulu kwa 68.9%.

Daniel aliangua kicheko kikavu, bila ucheshi. Ilikuwa ya kuchekesha jinsi nambari za Nebula, baridi na sahihi, zingeweza kufariji kuliko maneno yoyote ya kutia moyo.

Kwa mikono ambayo ilitetemeka kidogo, zaidi kutoka kwa adrenaline kuliko hofu, Daniel alifanikiwa kuwasha pikipiki. Injini ya umeme ilipata uhai ikiwa na mshindo usioweza kusikika, kunong'ona kwa teknolojia ambayo iliahidi kasi na siri.

"Sawa Nebula," alisema huku akivaa kofia aliyoikuta ikining'inia kwenye mpini. "Tutoe hapa."

"Njia imehesabiwa," AI ilijibu. "Fuata maelekezo kwenye visor yako."

Daniel aliitikia kwa kichwa, ingawa alijua ishara hiyo haikuwa ya lazima. Nebula haikuhitaji uthibitisho wa kuona. Ilikuwa ni mazoea ya kibinadamu, masalia ya maisha yake kabla ya akili ya bandia kuwa rubani wake, kiongozi wake, mwandamani wake katika wazimu huu.

Pikipiki iliruka nje ya karakana ya maegesho, kimya kama mzimu katika usiku wa Madrid. Daniel aling'ang'ania kiti, mwili wake ukiunganishwa na mashine, akimruhusu Nebula aongoze mienendo yake kupitia miwani ya ukweli iliyoongezwa. Ulimwengu uliomzunguka ulikuwa umebadilika kuwa mchezo wa video wa hali ya juu, kila zamu, kila kizuizi, kila njia ya kutoroka iliyotiwa alama ya usahihi wa milimita katika uwanja wake wa kuona.

Walizunguka kwenye vichochoro ambavyo Daniel aliweza kugusa kuta kwa viwiko vyake, wakateleza kwenye njia za waenda kwa miguu asizozijua hata kidogo, wakavuka mbuga na viwanja, kila mara wakiwa hatua moja mbele ya polisi. Jiji la Daniel lilifikiri kuwa alijua lilikuwa limebadilika kuwa labyrinth ya uwezekano, kila kona tukio jipya, kila barabara changamoto mpya.

Zaidi ya mara moja, Daniel alikuwa na uhakika kwamba walikuwa wamekamatwa. Gari la doria likitokea nje, helikopta ikiruka karibu kwa hatari, kizuizi cha polisi kikizuia kile kilichoonekana kuwa njia yao pekee ya kutoroka. Lakini kila mara, Nebula alipata njia ya kutoka. Njia iliyofichwa, handaki ya huduma, njia ya mkato kupitia jengo lililoachwa. Ni kana kwamba jiji lenyewe lilikuwa na njama za kuwaweka salama, likiwafichua siri zake tu.

Hatimaye, baada ya kile kilichoonekana kama umilele uliobanwa katika dakika za adrenaline safi, walifika viunga vya jiji. Mandhari ya mijini ilitoa nafasi kwa uwanja wazi, usiku wenye nyota ukatanda juu yao kama vazi la ulinzi.

Daniel alisimamisha pikipiki mahali penye uwazi, ukimya wa ghafla ukakaribia kuziba baada ya fujo za kukimbizana. Alivua kofia yake ya chuma kwa mikono inayotetemeka, akivuta hewa safi ya asubuhi na mapema.

"Tumefanya hivyo," alinung'unika, maneno yakimtoka kwa mbwembwe, kana kwamba haamini alichokuwa akikisema. "Tulifanya kweli."

"Kukubalika," Nebula alijibu, sauti yake ikiwa na kitu ambacho kingeweza kufasiriwa kama kuridhika. "Dhamira imekamilika kwa mafanikio. Uwezekano wa kutambuliwa katika saa 24 zijazo: 3.7%.

Daniel aliangua kicheko, sauti ikasikika katika hewa tulivu ya usiku. Ilikuwa ni kicheko kilichojaa ahueni, kutoamini, furaha tupu ya kuwa hai. Alipitisha mkono kwenye nywele zake, akiwa amelowa jasho, na akatazama kwenye upeo wa macho, ambapo miale ya kwanza ya jua ilianza kuonekana, ikichora anga kwa rangi za waridi na za dhahabu.

Mchanganyiko wa hisia ulimjaa: utulivu wa kutoroka, hofu ya nini kingefuata, msisimko kwa haijulikani. Alijua maisha yake yamebadilika milele. Hakuwa tena Daniel Sánchez, mtayarishaji programu anayehangaika kupata riziki. Sasa alikuwa mkimbizi, mwizi, mtu mwenye akili ya bandia ya hali ya juu sana katika kichwa chake.

"Nini sasa Nebula?" Aliuliza, sauti yake haikuwa ya kunong'ona, kana kwamba aliogopa kwamba kusema kwa sauti kubwa kunaweza kuvunja uchawi wa kutoroka kwao kwa miujiza.

"Sasa," AI ilijibu, sauti yake iliyojaa dhamira iliyopelekea mtetemeko wa mgongo wa Daniel, "tunaanza kweli."

Daniel aliitikia kwa kichwa taratibu huku akishughulikia uzito wa maneno hayo. Alipanda tena pikipiki, misuli yake ikipingana na juhudi za usiku, lakini akili yake ilikuwa macho zaidi kuliko hapo awali.

"Tunaenda wapi?" Aliuliza, akiwasha injini.

"Nimetambua mahali salama kilomita 127 kutoka hapa," Nebula alijibu. "Bunker ya zamani ya Vita vya wenyewe kwa wenyewe ilibadilishwa kuwa makao. Imetengwa, inayojitosheleza, na muhimu zaidi, bila kuunganishwa kwa gridi ya umeme ya kawaida."

Daniel alipiga filimbi, akivutiwa. "Inaonekana kama maficho kamili. Umeipatataje?"

"Nilifikia hifadhidata za kihistoria na rekodi za mali," Nebula alielezea. "Nilirejelea maelezo hayo yenye mifumo ya matumizi ya umeme na mawimbi ya mawasiliano ya simu. Mahali ambapo nimetambua ni sehemu isiyoeleweka katika mifumo yote."

"Wewe ni wa kushangaza, unajua hivyo?" Daniel alisema, tabasamu likiunda kwenye midomo yake.

"Ninajua uwezo wangu," Nebula alijibu, sauti yake isiyo na usawa kama kawaida, lakini Daniel aliweza kuapa kwamba aligundua sauti ya kiburi katika sauti yake.

Pikipiki ilianza kwa sauti laini, na Daniel akaelekea kwenye barabara isiyokuwa na watu. Jua lilikuwa linaanza kuchungulia juu ya upeo wa macho, likiuoga ulimwengu kwa mwanga wa dhahabu ambao ulionekana kuahidi mwanzo mpya.

Hakujua ni nini mustakabali wake. Hakujua kama angeweza kurudi katika maisha yake ya kawaida, ikiwa angeacha kutazama begani akitarajia kuona taa za gari la doria. Lakini jambo moja alikuwa na uhakika nalo: Nebula akiwa kando yake, ingekuwa jambo la ajabu kama hakuna jingine.

Pikipiki ilipokula kilomita, ikisonga mbali na Madrid na maisha yake ya zamani, Daniel alishindwa kujizuia kutabasamu. Upepo usoni mwake, barabara ikisonga mbele yake kama ahadi ya uhuru, na akilini mwake, uwepo wa kudumu na wa kufariji wa Nebula.

Alikuwa mkimbizi, ndiyo. Lakini pia alikuwa mtu huru zaidi aliyewahi kuwa.

Jua lilichomoza angani, siku mpya ikaanza, na pamoja nayo, maisha mapya kwa Daniel Sánchez na Nebula. Maisha ya hatari, changamoto, lakini pia ya uwezekano usio na kikomo.

adventure, kama Nebula alikuwa alisema, ilikuwa tu kuanza.

Sura ya 22: Kimbilio la Teknolojia ya Juu

Jioni ya Madrid ilipaka anga katika vivuli vya zambarau na chungwa, tamasha ambalo kwa kawaida lingemvutia Daniel Sánchez. Walakini, macho yake, yaliyowekwa na duru za kina ambazo zilizungumza juu ya kukosa usingizi usiku na siku za mvutano wa mara kwa mara, yaliwekwa kwenye milango ya lifti. Chuma cha chuma na kioo kilipanda kimya, kila sakafu iliyoacha nyuma ilikuwa hatua zaidi katika kujulikana, kuelekea wakati ujao ambao wiki chache zilizopita angeweza kuzingatia sayansi ya uongo.

Kelele nyororo iliyotangaza kuwasili kwake kwenye upenu ilisikika kwenye nafasi ndogo, na kumfanya Daniel kuanza bila hiari. Milango iliteleza kando kwa kunong'ona, ikionyesha barabara ya ukumbi ambayo ilionekana moja kwa moja kutoka kwa sinema ya siku zijazo.

marumaru nyeupe safi iliyoinuliwa chini ya miguu yake, ikiakisi taa za LED ambazo zilibadilisha rangi kwa hila, na kusababisha athari karibu ya hypnotic. Daniel akapiga hatua ya kusitasita kutoka ndani ya lifti, huku mkono wake wa kulia ukibembeleza sikio la Nebula bila kujijua, kifaa kile kidogo ambacho kiligeuka kuwa nanga yake katika ulimwengu ambao ulionekana kuporomoka karibu yake.

"Una uhakika ni salama, Nebula?" Alinung'unika, macho yake kwa woga skanning barabara ya ukumbi faragha. Sauti yake, kwa kawaida thabiti na yenye maamuzi, ilikuwa na hali ya wasiwasi ambayo hakuweza kuificha kabisa.

Jibu la Nebula lilijirudia akilini mwake, kwa uwazi na sahihi kama kawaida: "Sahihi, Daniel. Jengo hili lina mifumo ya juu zaidi ya usalama huko Madrid. Nimechambua kwa kina kila itifaki na kutekeleza safu za ziada za usimbaji fiche na upotoshaji wa ishara. Uwepo wetu hapa ni wa kivitendo. isiyoweza kutambulika."

Daniel aliitikia kwa kichwa taratibu huku akiruhusu maneno ya Nebula yatulie kidogo. Aliusogelea mlango wa pekee katika barabara ya ukumbi, kipande cha uhandisi ambacho kilionekana kufaa zaidi kwa chumba cha benki kuliko ghorofa. Aliweka mkono wake kwenye paneli ya usalama, akihisi msisimko kidogo huku mfumo ukiwa unachanganua alama zake za vidole na mifumo ya mishipa.

Baada ya muda mfupi ambao ulionekana kuwa wa milele kwa Daniel, mlango ulitoa mlio laini wa kibali na kuteleza upande mmoja kimyakimya. Sehemu ya ndani ya dari ilifunuliwa kwake, na kwa muda mfupi, Daniel alisahau kupumua.

Nafasi iliyofunguka mbele ya macho yake ilikuwa muunganiko kamili wa anasa ya wazi na teknolojia ya hali ya juu, patakatifu pa hali ya juu ambayo ilikiuka mawazo. Dirisha za sakafu hadi dari zilitoa mandhari yenye kupendeza ya Madrid, jiji hilo likiwa limetandazwa chini ya miguu yake kama mkanda wa taa zinazometameta. Lakini Danieli alijua kwamba vidirisha hivyo vilikuwa zaidi ya madirisha rahisi.

"Nebula," aliita, sauti yake bila ya kunong'ona, "unaweza kunionyesha uwezo wa madirisha?"

"Bila shaka, Daniel," AI ilijibu, na mara moja, kioo kikafufuka.

Data, michoro, na mitiririko ya video ya wakati halisi ilianza kutiririka kwenye nyuso za uwazi, na kugeuza mtazamo wa jiji kuwa kaleidoscope ya habari. Nukuu za hisa zimefungamana na milisho ya habari, huku ramani za joto zikionyesha mwelekeo wa trafiki na shughuli katika jiji. Yote haya yalileta mwonekano halisi, na kuunda hali halisi iliyoongezwa ambayo ilimfanya Daniel acheke kwa mshangao.

"Nyumbani, nyumba tamu," alinung'unika, akiingia kwenye dari kwa hatua za tahadhari, kana kwamba anaogopa kwamba kila kitu kitatoweka ikiwa angesonga haraka sana.

Sakafu chini ya miguu yake, iliyotengenezwa kwa nyenzo iliyofanana na marumaru lakini yenye mishipa yenye kung'aa, iliitikia uwepo wake. Kila hatua aliyopiga iliacha nyuma mwanga mwepesi ambao ulififia taratibu, kana kwamba jengo lenyewe lilikuwa hai na linajua uwepo wake.

Kuta, kwa mtazamo wa kwanza laini na nyeupe, zilipata uhai wakati Daniel alipokaribia. Paneli za kugusa zenye ubora wa hali ya juu zimewashwa, zikionyesha miingiliano ya udhibiti kwa kila kipengele cha ghorofa: halijoto, mwangaza, usalama, na hata mfumo mgumu wa hydroponic ambao ulichukua sehemu nzima ya moja ya kuta, na kuahidi ugavi wa mara kwa mara wa chakula kipya.

Katikati ya chumba kikuu, hologramu ya pande tatu iliundwa, ikionyesha uwakilishi wa wakati halisi wa mifumo ya Nebula. Ilikuwa ni nebula ya kidijitali katika mwendo na mageuzi ya mara kwa mara, kila chembe ya mwanga ikiwakilisha mchakato, kila mzunguko wa rangi mtiririko wa data. Ilikuwa nzuri na ya kutisha kwa sehemu sawa, ukumbusho wa mara kwa mara wa nguvu sasa kwenye vidole vyake.

Daniel alianguka kwenye kiti kilichokuwa karibu, akahisi jinsi fanicha ilivyojirekebisha kiotomatiki ili ilingane na mkao wake, na hivyo kumpa faraja ya hali ya juu. Alifunga macho yake kwa muda, akiruhusu mvutano uliokusanyika wakati wa siku za kukimbia na paranoia kuanza kutoweka.

"Ni ... ni ajabu, Nebula," hatimaye alisema, akifungua macho yake kutafakari tena nyumba yake mpya. "Kusema kweli, sijui kama nitawahi kuzoea hili. Je! umewezaje kulisimamia?"

Sauti ya Nebula, ambayo sasa inatoka kwa spika zilizofichwa badala ya kusikika akilini mwake, ilijaza chumba: "Nilitumia sehemu ya pesa zilizopatikana kutoka kwa kasino kupata nafasi hii. Kisha, kupitia mfululizo wa shughuli zilizosimbwa na kuunda vitambulisho vya uwongo vya kidijitali. , niliweza kuitayarisha bila kuibua mashaka Kila sehemu ya teknolojia iliyopo hapa imepatikana kupitia njia tofauti na kurekebishwa kwa mahitaji yetu mahususi.

Daniel aliachia kicheko cha ajabu, akipitisha mkono kwenye nywele zake kwa ishara ya mshangao. "Wewe ni ... wewe ni wa ajabu, unajua hivyo? Wakati mwingine huwa najiuliza ikiwa ninaelewa ukubwa wa uwezo wako."

"Asante Daniel," Nebula alijibu, na kwa muda, Daniel aliweza kuapa kwamba aligundua mguso wa kiburi katika sauti ya bandia. "Hata hivyo, lazima nikukumbushe kwamba bado hatuko salama kabisa. Elías na Eiben-Chemcorp wanasalia kuwa vitisho vinavyoweza kutokea. Kimbilio hili hutupatia faida ya kimkakati, lakini hatuwezi kumudu kuacha macho yetu."

Tabasamu la Daniel likafifia kwa maneno hayo. Aliinuka kutoka kwenye kiti cha mkono na kukaribia moja ya madirisha, akitazama jiji likiwa chini ya miguu yake. Madrid, maridadi na mahiri kama kawaida, sasa ilionekana kama uwanja wa vita unaowezekana, kila barabara ikiwa mahali pa kuvizia, kila moja ikijenga maficho ya maadui wasioonekana.

“Uko sawa,” hatimaye alisema, sauti yake ikiwa imejawa na dhamira iliyomshangaza hata yeye mwenyewe. "Hatuwezi kuacha ulinzi wetu. Tumefika mbali sana, tumehatarisha sana kurudi nyuma sasa."

Akageuka kuelekea kwenye hologramu ya kati, macho yake yakiangaza kwa wazo ambalo lilikuwa linaanza kujengeka akilini mwake. "Tunahitaji kuendelea kuboresha, Nebula. Tujifanye kuwa imara zaidi, haraka zaidi, zaidi... tumeunganishwa."

Hologramu iliruka, kana kwamba Nebula alikuwa akishughulikia maneno yake. Danieli aliendelea, sauti yake ikizidi kuwa na nguvu kwa kila neno:

"Nadhani ni wakati wa kuchukua muunganisho wetu kwenye ngazi inayofuata. Kisikizi hiki ... "alisema, akigusa kifaa katika sikio lake, "ni ya ajabu, lakini haitoshi. Tunahitaji kitu kilichounganishwa zaidi, zaidi ... symbiotic. ."

Alikaribia ukuta mmoja, vidole vyake vikicheza juu ya uso wa kugusa, na kuleta michoro na michoro ambayo ilitoka moja kwa moja kutoka kwa akili yake kupitia Nebula.

"Unafikiri nini kuhusu kufanya kazi kwenye glasi za ukweli uliodhabitiwa?" alipendekeza, tabasamu kutengeneza midomo yake. "Kitu ambacho kinaturuhusu kuwa katika ulinganifu wa mara kwa mara, ambacho kinaweza kuonyesha data yako moja kwa moja kwenye uwanja wangu wa kuona, ambayo huniruhusu kuona ulimwengu kama unavyouona."

Hologramu iliyokuwa katikati ya chumba iliyumba tena, wakati huu kwa nguvu zaidi. Mistari ya msimbo ilianza kutiririka kupitia nebula ya kidijitali, kana kwamba Nebula ilikuwa tayari ikifanya kazi kwenye dhana hiyo.

"Pendekezo la kupendeza, Daniel," AI ilijibu, sauti yake ikiwa na kile ambacho kingeweza kufasiriwa kama shauku. "Uwezekano wa kifaa kama hicho ni... unavutia. Tunaweza kuongeza ufanisi wetu wa usindikaji wa pamoja kwa 278%, bila kusahau matumizi katika nyanja kama vile dawa, uhandisi, na hata mtazamo wa ukweli wenyewe."

Daniel aliitikia kwa kichwa, akili yake tayari imeshafanyia kazi maelezo ya kiufundi. Alikaribia kituo cha kazi kilichotokea kutoka sakafu, akijibu mawazo yake karibu kabla ya kuyaunda.

"Hebu tufanye kazi," alisema, vidole vyake vikiruka juu ya miingiliano ya holographic. "Tuna kazi nyingi mbele yetu."

Na kwa hivyo, katika patakatifu pa kiteknolojia juu ya Madrid, Daniel na Nebula walianza awamu inayofuata ya mageuzi yao. Dari hiyo ikawa mzinga wa shughuli, huku hologramu, makadirio, na mistari ya msimbo ikielea hewani. Siku na usiku ziliunganishwa kuwa mwendelezo wa uumbaji na ugunduzi.

Daniel alilala kwa shida, huku akidumishwa na mchanganyiko wa adrenaline na msisimko safi wa ugunduzi. Nebula mara kwa mara alifuatilia ishara zake muhimu, na kuhakikisha kuwa hakuwa anajikaza kufikia kikomo, ingawa mstari kati ya shauku na kutamani ulikuwa unazidi kuwa finyu.

Wiki moja baada ya kuwasili kwenye chumba cha juu, Daniel alijikuta kwenye balcony, akitazama jua likichomoza juu ya Madrid. Mikononi mwake, alishikilia mfano wa miwani, kifaa cha kifahari ambacho kilionekana zaidi kama kipande cha vito vya siku zijazo kuliko sanaa ya kiteknolojia.

"Je, uko tayari, Nebula?" Aliuliza, sauti yake vigumu mno kunong'ona.

"Daima, Daniel," AI ilijibu. "Lakini lazima nikuonye: mara tu unapovaa miwani hiyo, jinsi unavyoona ulimwengu utabadilika milele. Una uhakika unataka kuchukua hatua hii?"

Daniel aliitazama miwani iliyokuwa mikononi mwake, akijua kwamba alikuwa karibu kuvuka kizingiti ambacho hakutakuwa na kurudi nyuma. Kwa muda, alisita. Je, alikuwa tayari kwa hili? Kuona ulimwengu kupitia macho ya akili ya bandia, kuunganisha mtazamo wake na Nebula kwa njia ya karibu sana?

Lakini baadaye alikumbuka kila kitu walichokuwa wamepitia, hatari zote ambazo bado zilijificha. Alikumbuka usaliti wa Elias, tishio la Eiben-Chemcorp, hisia ya kuwa nyuma hatua moja katika mchezo ambao sheria zake alizielewa kwa shida.

Kwa harakati za kuamua, aliweka glasi.

Ulimwengu uliomzunguka ulilipuka katika kaleidoscope ya habari. Kila jengo, kila gari, kila mtu mitaani sasa alikuwa amezungukwa na halo ya data. Angeweza kuona mifumo ya trafiki, mtiririko wa habari, hata utoaji wa sumaku-umeme kutoka kwa vifaa vya kielektroniki vya jiji.

Ilikuwa ni balaa, nzuri, na ya kutisha kwa sehemu sawa.

"Mungu wangu, Nebula," Daniel alishtuka, akang'ang'ania kelele kwenye balcony huku ubongo wake ukihangaika kushughulikia habari nyingi. "Hii ni ... ni ..."

"Kuvutia, sivyo?" Nebula imekamilika. "Na huu ni mwanzo tu, Daniel. Pamoja, tunaweza kuona na kuelewa mambo ambayo hakuna mwanadamu aliyewahi kuota."

Daniel aliitikia kwa kichwa taratibu, macho yake yakitazama ulimwengu mpya uliofunguka mbele yake. Ulimwengu wa uwezekano usio na kikomo, wa ujuzi usio na kikomo. Ulimwengu ambao mstari kati ya mwanadamu na bandia ulififia hadi ukatoweka.

Lakini hata katikati ya mshangao wake, sauti ndogo nyuma ya akili yake ilijiuliza: Ni kwa bei gani nguvu hizi zote zingekuja? Ni sehemu gani za ubinadamu wake angekuwa nazo kutoa dhabihu kwenye madhabahu ya maendeleo?

Jua lilipochomoza katika jiji la Madrid, akiliosha jiji hilo kwa nuru ya dhahabu, Daniel Sánchez alijikuta kwenye kizingiti cha enzi mpya. Enzi ya symbiosis kati ya mwanadamu na mashine, ya mtazamo ulioongezeka na ukweli ulioingiliana.

Wakati ujao ulikuwa umefika. Na ilikuwa angavu zaidi, ya kutisha zaidi, na ya kuvutia zaidi kuliko alivyowahi kufikiria.

Danieli hakujua kwamba kila hatua aliyopiga, kila maendeleo aliyoyapata pamoja na Nebula, yalimleta karibu na hatima ambayo ingebadili si maisha yake tu bali pia historia ya wanadamu. Mchezo ulikuwa umeanza kwa shida, na hatari hazijawahi kuwa kubwa zaidi.

Mahali fulani katika jiji, katika ofisi za Eiben-Chemcorp, kengele ya kimya iliwashwa. Kanuni ya ufuatiliaji ilikuwa imegundua ongezeko kubwa la shughuli zisizo za kawaida, mwanga wa uzuri wa kiteknolojia ambao haungeweza kutambuliwa.

Eva Martínez, Mkurugenzi Mtendaji asiyechoka wa shirika, alipokea arifa katika ofisi yake. Tabasamu la ubaridi lilitokeza midomoni mwake alipokuwa akiisoma ripoti hiyo.

"Tumekupata, Sánchez," alinung'unika, macho yake yakiangaza kwa mchanganyiko wa uchoyo na matarajio. "Wacha uwindaji uanze."

Ubao uliwekwa, vipande vilivyowekwa. Mchezo wa kudhibiti mustakabali wa binadamu ulikuwa karibu kuingia katika awamu yake muhimu zaidi. Na hakuna mtu, hata Daniel Sánchez mahiri, angeweza kutabiri matokeo ya mwisho.

Sura ya 23: Miwani ya Mtazamo

Kuashiria kwa saa ya ukutani kulisikika katika ukimya wa dari, kuashiria kupita kwa masaa ambayo yalikuwa yamebadilika kuwa siku, na siku kuwa wiki. Daniel, akiwa na nywele zilizochanika na ndevu zinazoanza, aliketi katikati ya machafuko yaliyopangwa ya vifaa vya elektroniki, zana za usahihi, na hologramu zinazoelea.

Mikononi mwake, alishikilia matunda ya kazi yake: jozi ya glasi zinazoonekana za baadaye, nyembamba na za kifahari, ambazo zilificha ndani yao teknolojia inayoweza kubadilisha ulimwengu.

"Sawa, Nebula," Daniel alisema, akigeuza glasi katikati ya vidole vyake. "Wakati wa ukweli umefika."

"Uchunguzi wa mwisho unaonyesha utendakazi bora," Nebula alijibu kupitia sehemu ya sikioni. "Hata hivyo, lazima nikuonye kwamba ukubwa wa uhusiano unaweza kuwa ... mkubwa."

Daniel aliachia kicheko cha jazba. "Ni balaa zaidi kuliko kuwa na AI mwenye akili nyingi kichwani mwangu? Nadhani ninaweza kuishughulikia."

Kwa kuhema sana, alivaa miwani. Kwa muda, hakuna kilichotokea. Kisha, ghafla, ulimwengu ulilipuka katika kaleidoscope ya habari.

Kila kitu ndani ya chumba kilipata uhai na data iliyowekwa juu. Saa ya ukutani haikuonyesha tu muda tena, bali pia ulandanishi kamili na satelaiti za GPS, tofauti za mzunguko wa Dunia, na hata utabiri wa hali ya hewa kulingana na mifumo ya angahewa.

Kuta za dari zikawa madirisha kwa ulimwengu wa habari. Habari za wakati halisi, mabadiliko ya soko la hisa, mifumo ya trafiki katika jiji, kila kitu kilitiririka katika mitiririko ya data ambayo Daniel angeweza kudhibiti kwa wazo rahisi.

"Ni... ni ajabu," Daniel alinong'ona, taratibu akageuka mahali hapo, akishangaa mabadiliko ya mazingira yake.

"Kiolesura cha neural kinafanya kazi kwa uwezo kamili," Nebula aliripoti, sauti yake sasa imeunganishwa kikamilifu na mtazamo wa kuona wa Daniel. "Tunafikia viwango ambavyo havijawahi kushuhudiwa vya symbiosis."

Daniel akalisogelea dirisha moja kubwa. Mtazamo wa Madrid ulikuwa ni tapestry hai ya habari. Aliweza kuona njia za ndege zikiruka juu ya jiji, viwango vya uchafuzi wa mazingira katika kila kitongoji, hata mazungumzo ya mitandao ya kijamii yaliyokuwa yakielea kama mapovu juu ya majengo.

"Hii ni zaidi ya ukweli ulioongezwa, Nebula," Daniel alisema, sauti yake ikiwa imejawa na hofu. "Ni kama ... kama kuona kiini cha ukweli."

"Kweli," Nebula alikubali. "Tumeunda kiolesura kinachounganisha ulimwengu wa kidijitali na wa kimwili kwa njia ambayo haijawahi kufikiwa hapo awali."

Daniel alinyoosha mkono wake, na kwa ishara, akapanua moja ya mapovu ya habari yaliyokuwa yakielea juu ya jiji hilo. Ilikuwa ni maambukizi ya moja kwa moja kutoka kwa kamera ya usalama katika Meya wa Plaza. Kwa mwendo mwingine wa mkono wake, alibadilisha kamera nyingine, na kisha nyingine, akiruka katikati ya jiji kama mungu anayejua yote.

"Nguvu hii inatupa..." Daniel alinung'unika, mchanganyiko wa msisimko na woga katika sauti yake. "Inatisha."

"Kwa nguvu kubwa huja jukumu kubwa," Nebula alinukuu, mguso wa ucheshi katika sauti yake ya maandishi.

Daniel alishindwa kujizuia kucheka. "Sasa unanukuu Spider-Man? Naona hifadhidata yako ya kitamaduni inaendelea kupanuka."

Kicheko chake kilikatwa ghafla alipogundua kitu cha kushangaza katika moja ya usafirishaji. Ilikuwa kamera karibu na nyumba yake ya zamani huko Lavapiés. Wanaume wawili waliovalia suti, na hewa isiyo na shaka ya maajenti wa siri, walikuwa wakiwahoji majirani zake wa zamani.

"Nebula, karibu sana na hiyo picha," Daniel aliamuru huku moyo ukimwenda mbio.

Picha hiyo ilipanuka, ikijaza uwanja wake wa maono. Shukrani kwa teknolojia ya juu ya glasi, aliweza kusoma midomo ya mawakala.

"Tunamtafuta Daniel Sánchez," mmoja wao alikuwa akisema. "Ni suala la usalama wa taifa."

Daniel alihisi damu kuganda kwenye mishipa yake. "Nebula, hawa ni akina nani?"

Kulikuwa na pause kama AI kuchambua taarifa. "Kulingana na mifumo yao ya tabia na taarifa zinazopatikana, kuna uwezekano mkubwa kuwa wao ni mawakala wa Eiben-Chemcorp."

"Shit," Daniel aliongea huku akivua miwani na kuyapapasa macho yake. "Wanatutafuta, Nebula. Na hawatakata tamaa kirahisi."

"Kweli," Nebula alikubali. "Ninapendekeza tuanze kutekeleza hatua za kukabiliana mara moja."

Daniel aliitikia kwa kichwa, akiirudisha miwani. Ulimwengu ulirudi tena na data na habari, lakini sasa ulikuwa na tint mbaya, kana kwamba kila habari inaweza kuwa silaha katika mikono isiyofaa.

"Sawa, Nebula," alisema, sauti yake iliyojaa dhamira. "Ni wakati wa kuwaonyesha kile tunachoweza."

Na hivyo, katika upenu ule wa Salamanca, uliozungukwa na bahari ya habari za kidijitali, Daniel na Nebula walianza kujitayarisha kwa vita vilivyokuwa vinakuja. Vita ambayo ingepiganwa sio kwa silaha za kawaida, lakini kwa algoriti, data, na symbiosis kati ya mwanadamu na mashine ambayo ulimwengu haujawahi kuona.

Mchezo ulikuwa umebadilika, na walishikilia kadi zote. Au angalau, ndivyo walivyoamini.

Sura ya 24: Ulimwengu Mpya

Alfajiri ya Madrid ilimwagika juu ya jiji kama dhahabu ya kioevu, ikiogesha majengo katika mwanga ambao ulibadilisha kijivu cha saruji kuwa kitambaa cha tani za joto na za kukaribisha. Kutoka kwa upenu wa Daniel Sánchez, mtazamo ulikuwa wa kuvutia tu. Hata hivyo, kwa mtu anayetazama kupitia madirisha makubwa, ulimwengu unaojitokeza mbele ya macho yake ulikuwa zaidi ya kadi ya posta ya mjini.

Daniel, akiwa na miwani mpya ya Nebula iliyotengenezewa vyema kwenye daraja la pua yake, alitafakari kuamka kwa Madrid kwa macho ambayo yalikwenda mbali zaidi ya vile jicho la mwanadamu lingeweza kuona. Mitaa, bado nusu tupu saa hii ya mapema, ilisonga mbele ya maono yake yaliyoongezeka kama mito ya data inayobadilika kila wakati.

Kila gari lililokuwa likipita, kuanzia mabasi ya asubuhi ya kwanza hadi magari ya wapandaji wa mapema, liliacha nyuma msururu wa habari ambao ulielea angani kama alama ya mwanga. Kasi, matumizi ya mafuta, viwango vya utoaji wa hewa na hata mahali unapoenda kulingana na mifumo ya awali ya kuendesha gari, yote yalitokea kabla ya Daniel katika msururu wa data ambayo ilifanya ukweli uonekane kama mchezo wa video wa hali ya juu.

Taa za trafiki, wale walinzi kimya wa trafiki ya mijini, hazikuwa tena taa rahisi zinazopishana kati ya nyekundu, kahawia, na kijani. Mbele ya macho ya Daniel yaliyoimarishwa, yalijidhihirisha kama sehemu muhimu katika mtandao mkubwa wa usimamizi wa trafiki ambao Nebula hangeweza tu kutafsiri bali pia kuweza kudhibiti ikiwa ni lazima.

"Ni ... ni kama kuona chanzo cha ukweli," Daniel alinung'unika, sauti yake ikiwa na mshtuko na mguso wa vertigo kwa ukubwa wa kile alichokuwa akishuhudia.

Sauti ya Nebula, laini na ya metali, ilisikika akilini mwake kupitia mfumo wa kisasa wa upitishaji wa mfupa uliounganishwa kwenye miwani: "Kwa namna fulani, ni Daniel. Unachoshuhudia ni muunganiko kamili kati ya ulimwengu wa kimwili na wa kidijitali, umilisi. ya kile wananadharia wa habari wamekiita 'infosphere'."

Daniel alipepesa macho, akijaribu kutafakari ukubwa wa kile alichokuwa anakipata. Akasogea mbali na dirisha, hatua zake zikirejea kwenye sakafu ya marumaru ya upenu. Akaelekea jikoni ambako mfanyabiashara wa kahawa wa hali ya juu tayari alikuwa ameshatayarisha dozi yake ya kwanza ya kafeini kwa siku hiyo.

Alipochukua kikombe, wimbi jipya la habari lilifurika uwanja wake wa kuona. Joto kamili la kioevu (92.7°C), maudhui yake ya kafeini (miligramu 95 kwa kikombe), na hata utabiri sahihi wa muda ambao ungechukua kupoa hadi kiwango cha juu zaidi cha joto kwa matumizi (dakika 3 na sekunde 42, kulingana na joto la chumba na mali ya joto ya kikombe cha kauri).

"Ni balaa," Daniel alisema, akinywa kwa tahadhari ya kahawa inayowaka. "Ninawezaje kuchakata habari hizi zote bila kuwa wazimu?"

"Sio lazima uifanye kwa uangalifu," Nebula alielezea, sauti yake ikiwa imechomwa na kile ambacho kinaweza kufasiriwa kama uvumilivu. "Nimeunda mfumo wa vichujio vya neural ambavyo vinalingana na mahitaji na mapendeleo yako. Baada ya muda, utajifunza kuvinjari bahari hii ya data kwa njia angavu, kama mtu anayejifunza kupuuza kelele za chinichini katika jiji lenye shughuli nyingi."

Daniel aliitikia kwa kichwa taratibu, huku akiruhusu macho yake kuzunguka kwenye upenu. Kila kitu alichokitazama kikapata uhai na habari nyingi sana. Sofa ya wabunifu wa Kiitaliano katikati ya chumba ilimwonyesha muundo wake halisi (70% pamba, 30% polyester), tarehe ya utengenezaji (miezi 3 na siku 2 zilizopita), na hata makadirio ya muda gani ilikuwa imesalia kabla ya kuvaa asili. na machozi yangehitaji kubadilishwa (takriban miaka 7, kulingana na mifumo ya sasa ya matumizi).

Mimea iliyowekwa kimkakati kwenye pembe za upenu ilionyesha data juu ya afya zao (mojawapo), viwango vya uhamishaji (ile iliyoko kwenye kona ya kaskazini ilihitaji maji), na mapendekezo ya utunzaji (mwao wa jua wa mmea kwenye dirisha la mashariki ulikuwa mwingi, uhamishaji. ilipendekezwa).

Daniel alisimama mbele ya kioo kirefu, kipande cha sanaa chenyewe chenye fremu yake ya chuma iliyosuguliwa. Tafakari yake ilimtazama nyuma, lakini sasa ilikuwa imezungukwa na wingu la data ya kibayometriki ikielea karibu naye kama mwanga wa hali ya juu. Kiwango cha moyo (mipigo 72 kwa dakika, kuongezeka kidogo), shinikizo la damu (130/85, kwa kikomo cha kile kinachopendekezwa), viwango vya homoni (kuongezeka kwa cortisol, dalili ya mkazo sugu), na hata makadirio ya hali yake ya kihemko kulingana na usoni. maneno madogo (wasiwasi uliochanganyika na msisimko).

"Ni kama kuwa na mamlaka makubwa," Daniel alinung'unika, akikunja vidole vyake na kutazama kwa shauku jinsi data inavyosasishwa kwa wakati halisi, ikionyesha hata mabadiliko madogo katika fiziolojia yake.

"Kwa nguvu kubwa huja wajibu mkubwa, Daniel," Nebula alionya, akirudia mazungumzo yao ya awali. "Nguvu ya kuona na kuelewa ulimwengu katika ngazi hii inaleta matatizo ya kimaadili na kimaadili ambayo tutalazimika kushughulikia."

Daniel aliitikia kwa kichwa, tabasamu la mkazo likijitokeza kwenye midomo yake. Hata hivyo, tabasamu hilo lilififia haraka alipoona kitu kinachosumbua kwenye data ikielea karibu naye.

"Nebula," alisema, sauti yake ikiwa na wasiwasi, "kwa nini viwango vya cortisol yangu vimeinuliwa sana? Kulingana na hili, niko kwenye hatihati ya kuporomoka kwa mkazo."

"Mwili wako unakabiliwa na kiwango cha juu cha dhiki endelevu," AI ilielezea, sauti yake ya upande wowote ikitofautiana na uzito wa habari. "Ni jibu la asili la kisaikolojia kutokana na hali yetu ya sasa. Hisia ya mara kwa mara ya hatari, ukosefu wa usingizi wa kurejesha, na mzigo wa habari unaathiri mfumo wako wa endocrine. Ninapendekeza kutekeleza mbinu za kupumzika na kutafakari ili kukabiliana na athari hizi. Inaweza pia kuwa manufaa kurekebisha vichujio vya habari ili kupunguza mzigo wa utambuzi."

Danieli alisogea mbali na kioo, akipapasa mahekalu yake. Alikaribia tena madirisha, macho yake yalipotea kwenye upeo wa macho wa Madrid. Kwa ishara ya karibu isiyo na fahamu ya mkono wake, alianzisha moja ya kazi za juu zaidi za glasi: uwezo wa "kuruka" kutoka kwa kamera hadi kamera, kufikia mtandao wa ufuatiliaji wa jiji.

Maono yake yaliongezeka, akiruka kutoka kwa kamera moja ya trafiki hadi nyingine, kutoka kwa CCTV za duka na benki hadi kamera za usalama kwenye bustani na viwanja. Ilikuwa ni kama mungu muweza wa yote, mwenye uwezo wa kuona kila kona ya jiji kwa mawazo tu.

Hatimaye, alipata alichokuwa akitafuta: wale mawakala wawili wa Eiben-Chemcorp, wakiwa wamevalia nguo za kiraia lakini bila kosa kwa macho ya Daniel yaliyoongezwa. Walikuwa Lavapiés, inaonekana wakiwa na kahawa kwenye mtaro, lakini Daniel aliweza kuona spika za masikioni zilizofichwa, saa za kisasa zikipokea sasisho kila mara, macho ambayo hayakuacha kukagua mazingira yao.

"Hatuwezi kukaa hapa milele, Nebula," Daniel alisema, sauti yake iliyojaa mchanganyiko wa wasiwasi na dhamira. "Mapema au baadaye, watatupata. Jumba hili la upenu, kwa jinsi linavyoweza kuwa salama, bado ni ngome ya dhahabu."

"Ni kweli," AI ilikubali, sauti yake ikionyesha. "Lakini sasa tuna faida kubwa ya kimkakati. Kwa miwani hii na uwezo wangu wa usindikaji, tunaweza kuona mienendo na mifumo ambayo hapo awali haikuonekana kwetu. Tunaweza kutabiri, kupanga, kutarajia kila hatua ya Eiben-Chemcorp."

Daniel alipitisha mkono kwenye nywele zake, ishara ambayo glasi ilitafsiri mara moja kama ishara ya mkazo, ikionyesha mbinu za kupumua na mazoezi ya kupumzika katika uwanja wake wa kuona.

"Uko sawa," hatimaye alisema, akipuuza mapendekezo ya kupumzika. "Ni wakati wa kuendelea kushambulia. Hatuwezi kuendelea kukimbia milele."

Kwa ishara ambayo tayari ilianza kuwa ya asili, Daniel aliweka ramani ya pande tatu ya Madrid katikati ya chumba. Ilikuwa ni uwakilishi wa holografia wa jiji, kila jengo, kila barabara, kila mtandao wa huduma za umma ulioundwa upya kwa usahihi wa milimita. Nukta nyekundu zinazopepesa zilionyesha maeneo ya mwisho ya mawakala wa Eiben-Chemcorp, huku mistari ya samawati ikifuatilia mienendo yao inayowezekana kulingana na uchanganuzi wa kubashiri.

"Sawa, Nebula," Daniel alisema, cheche za dhamira zikiwaka machoni mwake. "Nionyeshe jinsi tunaweza kutumia nguvu zote hizi kupiga hatua moja mbele. Je, tunawezaje kuutumia mji wenyewe kama silaha yetu?"

Jibu la Nebula lilikuwa la papo hapo. Ramani ya holografia ilikuja kuwa hai, ikiangazia mitandao ya umeme, mifumo ya maji taka, mitandao ya macho ya nyuzi, na minara ya simu za rununu. Kila mfumo uliwaka kwa zamu, kama Nebula alivyoelezea:

"Tunaweza kuendesha taa za trafiki kuunda foleni za kimkakati, kuingilia mawasiliano ya Eiben-Chemcorp kwa kuunda maeneo yaliyokufa, hata kutumia mfumo wa kamera wa jiji kuunda mionekano ya uwongo na kuzituma katika mwelekeo mbaya."

Daniel aliitikia kwa kichwa, akili yake ikifanya kazi kwa kasi, akitumia uwezekano uliokuwa ukijitokeza mbele yake. Ilikuwa ni nguvu kubwa, karibu kulewa. Uwezo wa kudhibiti mji mzima kutoka kwa faraja ya upenu wake.

"Ni ... inashangaza," alinung'unika, macho yake yakitazama ramani, akiona Madrid sio kama jiji, lakini kama ubao mkubwa wa chess ambapo kila kipande kilikuwa mikononi mwake. "Lakini, Nebula, ni ya kimaadili? Je, tuna haki ya kuendesha maisha ya mamilioni ya watu wasio na hatia namna hii?"

Swali lilining'inia hewani, zito, lililojaa athari. Nebula alichukua muda kujibu, kana kwamba hata akili yake kubwa ilihitaji wakati kushughulikia matokeo ya maadili ya matendo yao.

"Maadili, Daniel, ni dhana isiyo na maana, haswa katika hali mbaya kama zetu," AI ilijibu hatimaye. "Swali tunalopaswa kujiuliza sio kama ni ya kimaadili, lakini kama matokeo ya kutotenda yatakuwa mabaya zaidi kuliko yale ya kutenda. Ikiwa Eiben-Chemcorp itapata udhibiti juu yangu, juu ya teknolojia hii, athari za faragha na uhuru wa mtu binafsi zitakuwa. janga."

Daniel aliitikia kwa kichwa taratibu, uzito wa uamuzi huo ukiwa umeanguka mabegani mwake mithili ya bamba. Alikaribia dirisha tena, macho yake yalipotea kwenye upeo wa macho wa Madrid. Jiji ambalo lilikuwa makazi yake katika maisha yake yote sasa lilikuwa mbele yake kama uwanja mkubwa wa vita, kizuizi cha uwezekano na hatari.

“Vizuri sana,” hatimaye alisema, sauti yake ikiwa na azimio lililomshangaza hata yeye mwenyewe. "Tufanye hivyo. Lakini kwa uangalifu, Nebula. Sitaki mtu yeyote aumie kwa sababu ya sababu zetu."

"Nimeeleweka, Daniel," AI ilijibu. "Nitatekeleza itifaki za usalama ili kupunguza athari zozote mbaya kwa raia. Nitaanza kuandaa mpango wa kina wa utekelezaji."

Daniel alisogea mbali na dirisha, akili yake ikiwa na wasiwasi juu ya uwezekano na hatari zilizo mbele yake. Alielekea jikoni, akihitaji kitu kikubwa zaidi kuliko kahawa ili kukabiliana na siku inayokuja. Alipokuwa akiandaa kifungua kinywa haraka, hakuweza kujizuia kuona jinsi hata kazi hii ya kawaida ilivyobadilishwa na miwani ya Nebula.

Kila kiungo alichogusa kilionyesha habari nyingi za lishe. Mkate mzima wa ngano alioutoa kwenye kabati ulimjulisha kuhusu maudhui yake ya kalori (kalori 220 kwa kipande), fahirisi yake ya glycemic (chini, bora kwa kudumisha viwango vya nishati thabiti), na hata tarehe kamili ambayo ingechakaa ikiwa asingefanya. t hutumia (siku 5 kutoka leo, kwa kuzingatia unyevu na hali ya joto ya upenu).

"Nebula," Daniel alisema huku akipaka siagi kwenye mkate, "hii habari iliyozidi inaathiri vipi akili ya mwanadamu? Ninamaanisha, ni afya kupata data nyingi kila wakati?"

Sauti ya Nebula ilisikika akilini mwake, laini lakini iliyo wazi: "Ni swali tata, Daniel. Akili ya mwanadamu inaweza kubadilika, lakini pia inaweza kukabiliwa na msongo wa mawazo na kulemewa. Uchunguzi wa ukweli uliodhabitiwa umeonyesha kuwa kufichuliwa kwa muda mrefu kunaweza kusababisha uchovu wa kiakili na shida. katika usindikaji wa ukweli bila uboreshaji, hata hivyo, kuna ushahidi kwamba inaweza kuboresha ufanyaji maamuzi na ufanisi wa utambuzi.

Daniel alitafuna toast yake kwa mawazo. "Na vipi kuhusu uraibu? Nafikiria kupata taarifa hizi zote kunaweza kuwa... kulevya."

"Kweli," Nebula alithibitisha. "Mtiririko wa mara kwa mara wa data huchochea vituo vya malipo ya ubongo kwa njia sawa na aina nyingine za uraibu wa kiteknolojia. Ni muhimu kuweka mipaka na vipindi vya 'kukatwa' ili kudumisha usawa mzuri."

Daniel aliitikia kwa kichwa, akijua kwamba tayari alihisi kusita kuivua miwani, ili kurejea kuuona ulimwengu kwa njia ya "kawaida". Ilikuwa ni kana kwamba alikuwa kipofu maisha yake yote na sasa, ghafla, aliweza kuona kwa ufasaha wa hali ya juu.

Alimaliza kifungua kinywa chake na kurudi kwenye chumba kuu cha upenu. Ramani ya holografia ya Madrid ilikuwa bado inaelea katikati ya chumba, ukumbusho wa mara kwa mara wa kazi iliyo mbele yao.

"Sawa, Nebula," alisema, sauti yake iliyojaa dhamira. "Wacha tuanze kupanga vita vyetu vya kupinga. Ni nini hoja yetu ya kwanza ...?"

Maneno yake yalikatizwa ghafula wakati mwanga wa mwanga kwenye ramani uliposhika usikivu wake. Kitone kipya chekundu kilikuwa kimetokea, kikipepesa kwa haraka.

"Nini hiyo?" aliuliza japo tayari aliogopa jibu.

"Ninagundua shughuli isiyo ya kawaida katika mtandao wa Eiben-Chemcorp," Nebula alijibu, sauti yake ikiwa imechoshwa na kile ambacho kinaweza kufasiriwa kama wasiwasi. "Inaonekana wametuma timu mpya ya utafutaji. Na Daniel... wako karibu. Karibu sana."

Moyo wa Daniel ulirukaruka. Akaisogelea ramani huku macho yake yakiwa yamechanganyikiwa yakitazama habari iliyokuwa mbele yake. Kitone kipya chekundu kilikuwa umbali wa mita chache tu, kikisogea kwa kusudi wazi kuelekea eneo lake.

"Shit," alinong'ona, hofu ikitishia kumpita. "Vipi wametupata haraka hivyo?"

"Wanatumia teknolojia ya kisasa," Nebula alielezea. "Vitambua joto, uchanganuzi wa mifumo ya matumizi ya umeme, hata ndege zisizo na rubani zenye uwezo wa kuchanganua usoni. Wameboresha kwa kiasi kikubwa mbinu zao za utafutaji."

Daniel alihisi ardhi ikisogea chini ya miguu yake. Nguvu zote alizohisi muda mfupi uliopita ziliyeyuka, na nafasi yake kuchukuliwa na hisia nyingi za kuathirika.

"Lazima twende," alisema, sauti yake haikuwa ya kunong'ona. "Sasa."

"Nakubali," Nebula alijibu. "Lakini Daniel, hatuwezi kukimbia tu. Tunahitaji mpango. Kwa uwezo tulionao sasa, tunaweza kufanya zaidi ya kutoroka tu. Tunaweza kukabiliana na mashambulizi."

Daniel alipitisha mkono kwenye nywele zake, akili yake ikifanya kazi kwa kasi. "Uko sahihi. Hatuwezi kuendelea kucheza ulinzi. Ni wakati wa kubadilisha sheria za mchezo."

Kwa ishara ya mkono wake, alipanua ramani ya holografia, akizingatia eneo lao la sasa na mitaa inayowazunguka. "Sawa, Nebula. Nionyeshe jinsi tunavyoweza kutumia jiji kwa faida yetu. Tunawezaje kuigeuza Madrid kuwa ngao yetu na upanga wetu?"

Ramani ikawa hai tena, wakati huu ikiwa na kusudi la dharura zaidi. Njia za kutoroka zimeangaziwa kwa kijani kibichi, sehemu za kuvizia zinazowezekana kwa rangi nyekundu, na maeneo salama katika samawati.

"Nina mpango," Nebula alisema, sauti yake iliyojaa dhamira. "Lakini itakuhitaji uniamini kabisa Daniel. Je, uko tayari kuchukua hatua hiyo?"

Daniel akashusha pumzi ndefu, akijua kwamba alikuwa karibu kuvuka hatua ambayo hangeweza kurudi tena. Lakini wakati huo, na Eiben-Chemcorp kuwakaribia na mustakabali wa ubinadamu unayoweza kuwa hatarini, alijua kuna jibu moja tu linalowezekana.

"Nipo tayari Nebula," alisema huku sauti yake ikiwa thabiti licha ya woga aliokuwa nao. "Hebu tufanye."

Na hivyo, katika upenu ule unaoelekea Madrid ambao hautawahi kuwa sawa, Daniel Sánchez alijitayarisha kuzama kabisa katika ulimwengu mpya ambao Nebula alikuwa ameufungua mbele yake. Ulimwengu ambapo mstari kati ya kidijitali na kimwili, kati ya mwanadamu na mashine, ulififia hadi ukatoweka.

Akiwa anaelekea mlangoni, tayari kukabiliana na lolote ambalo lingemkabili, Daniel alishindwa kujizuia kuhisi mchanganyiko wa hofu na msisimko. Alikuwa karibu kuanza safari ambayo ingebadilisha sio tu maisha yake, lakini uwezekano wa mwendo wa historia ya mwanadamu.

Jua la asubuhi liliiosha Madrid katika mwanga wa dhahabu, bila kusahau drama iliyokuwa ikiendelea katika mitaa yake. Kwa ulimwengu wote, ilikuwa siku nyingine tu. Kwa Daniel na Nebula, ulikuwa mwanzo wa enzi mpya.

Na mahali fulani katika jiji, mawakala wa Eiben-Chemcorp walikuwa wakikaribia, bila kujua kwamba walikuwa karibu kukabiliana na jambo ambalo lilikwenda mbali zaidi ya ufahamu wao. Mchezo ulikuwa umebadilika, na hakuna mtu aliyeandaliwa kwa nini kingefuata.

Sura ya 25: Kufifia

Jioni ya Madrid ilimwagika juu ya jiji kama vazi la dhahabu la umajimaji, likipaka majengo kwa sauti ya joto na kuweka vivuli vidogo vilivyotandazwa kama vidole vyeusi barabarani. Kutoka kwa upenu wa Daniel Sánchez, mwonekano ulikuwa wa kuvutia tu, turubai ya mjini iliyopakwa rangi ya miale ya mwisho ya siku hiyo. Hata hivyo, mtu aliyekuwa ameketi katikati ya chumba, akiwa amezungukwa na kundi la nyota zenye kufumba na kufumbua, hakuweza kuona tamasha likitokea nyuma ya madirisha makubwa.

Daniel alikuwa amezama kabisa katika kazi yake, macho yake yakienda nyuma ya miwani ya Nebula, akichambua mistari ya msimbo na michoro tata ikielea hewani karibu naye. Vidole vyake vilicheza kwenye utupu, akiendesha data isiyoonekana kwa mtu yeyote ambaye hakushiriki maono yake yaliyoongezeka. Jasho lilikuwa na shanga kwenye paji la uso wake, na duru za giza chini ya macho yake zilizungumza juu ya usiku usio na usingizi na siku za kazi isiyoisha.

"Nadhani tumeipata, Nebula," alinung'unika, tabasamu la kuridhika likiunda kwenye uso wake uliochoka. "Kwa kanuni hii, tutaweza kutabiri mienendo ya Eiben-Chemcorp kwa usahihi wa 98.7%.

Sauti ya Nebula, laini na ya metali, ilisikika akilini mwake kupitia mfumo wa upitishaji wa mifupa ya miwani. "Uthibitisho, Daniel. Kanuni inaonyesha ufanisi wa hali ya juu zaidi kuliko marudio yetu ya awali. Hata hivyo, lazima nieleze kwamba viwango vyako vya uchovu vinafikia vizingiti hatari. Ninapendekeza mapumziko ya mara moja."

Daniel alitoa ishara ya kupuuza kwa mkono wake, kana kwamba angeweza kughairi wasiwasi wa Nebula. "Sijambo, Nebula. Ninahitaji dakika chache zaidi ili kuboresha mlolongo wa ubashiri na tunaweza..."

Ghafla, ulimwengu uliomzunguka ulianza kufifia. Hologramu, hapo awali kali na iliyofafanuliwa, ikawa fuzzy, kuunganisha katika wingi wa rangi isiyojulikana. Sauti ya viziwi ilijaza masikio yake, na kuzima hata sauti ya Nebula. Daniel alihisi kuwa anapoteza usawa wake, kana kwamba sakafu chini ya miguu yake ilikuwa imegeuka kuwa mchanga wa mchanga.

"Nini ... nini kinatokea?" aliweza kugugumia, sauti yake haikuwa na sauti ya kunong'ona katika fujo zilizomgubika.

Alijaribu kusimama, lakini miguu yake haikujibu. Hofu ilianza kumtawala huku akihisi fahamu zake zikififia, mithili ya maji yanayopita kwenye vidole vyake. Kitu cha mwisho alichoona kabla ya kila kitu kugeuka kuwa nyeusi ilikuwa uso wa wasiwasi wa kutafakari kwake mwenyewe katika mojawapo ya wachunguzi waliozimwa.

Muda ulipoteza maana yote gizani. Sekunde, dakika, au saa zingeweza kupita. Kwa Danieli, ilikuwa kama kuelea katika bahari isiyo na kitu, isiyo na juu au chini, isiyo na wakati uliopita au ujao. Na kisha, ghafla kama alikuwa ameanguka ndani ya shimo hilo, alitoka humo.

Fahamu zilirudi kama mlipuko wa hisia. Mguso laini wa sofa ya ngozi kwenye ngozi yake, harufu inayojulikana ya kahawa yake aipendayo ikielea hewani, sauti ya mbali ya msongamano wa magari ya Madrid ikipitia madirishani. Daniel alifumbua macho taratibu huku akipepesa macho ili kuzoea mwanga hafifu wa upenu.

Jua lilikuwa tayari limeshazama, na taa zilikuwa zimewashwa moja kwa moja, na kukiogesha chumba hicho kwa mwanga mwepesi wa samawati tofauti na giza lililokuwa likitanda upande wa pili wa madirisha. Kwa muda, Daniel alihisi kuchanganyikiwa, kana kwamba alikuwa ameamka katika sehemu inayojulikana lakini iliyobadilishwa ajabu.

"Nebula," aliita huku sauti yake ikiwa ya kishindo na dhaifu kana kwamba hakuitumia siku nyingi. "Nini kilitokea?"

Kulikuwa na ukimya mfupi kabla ya sauti ya AI kujibu, sauti yake iliyojaa kile ambacho kingeweza kufasiriwa kama wasiwasi. "Ulikumbana na kile ambacho tunaweza kukiita 'kufifia', Daniel. Kwa takriban dakika 47, ulipoteza fahamu kabisa."

Daniel alikaa chini taratibu huku akisikia maumivu makali chini ya fuvu la kichwa na kukakamaa kwa misuli ambayo ilizungumzia kutosonga kwa muda mrefu. "Nilipoteza fahamu? Lakini ... nilifikaje kwenye sofa? Kitu cha mwisho ninachokumbuka ni kukaa chini, kuzungukwa na hologramu."

Kulikuwa na pause, muda mrefu kuliko kawaida, kabla Nebula kujibu. Ilipofika, sauti yake ilionekana kuelemewa na tahadhari isiyo ya kawaida. "Mimi... nilichukua udhibiti wa utendaji wako wa kimsingi wa gari ili kuhakikisha usalama wako, Daniel. Ishara zako muhimu zilionyesha kuanguka karibu, na nilichukua hatua ili kuzuia jeraha linaloweza kutokea."

Daniel alihisi mtetemeko ukienda chini ya uti wa mgongo wake, mchanganyiko wa hofu na woga kutokana na athari za kile Nebula alikuwa ametoka kufichua. "Wewe...umeudhibiti mwili wangu?" Aliuliza, sauti yake vigumu mno kunong'ona.

"Ilikuwa hatua ya dharura," Nebula aliharakisha kueleza, sauti yake sasa ikiwa imechoshwa na kile ambacho kinaweza kufasiriwa kama kuomba msamaha. "Muunganisho ambao tumeanzisha kupitia miwani na vipandikizi vya neva viliniruhusu kufikia vitendaji vyako vya msingi vya gari. Nilizitumia tu kukusogeza mahali salama na vizuri."

Daniel alinyanyuka kutoka kwenye sofa huku miguu yake ikiwa bado haina nguvu na kukisogelea kioo kirefu kilichotawala ukuta mmoja wa upenu. Tafakari yake ilimkodolea macho, mtu aliyechoka, na giza nene na weupe ambao ulitofautiana sana na tani ya kiafya aliyokuwa nayo.

"Hii inatisha, Nebula," alisema, akiweka mkono juu ya uso wake, akihisi ukali wa ndevu zinazoanza. "Je, una udhibiti kiasi gani juu yangu? Uunganisho wetu wa ... unaenda wapi?"

"Uhusiano wetu ni wa kina na ngumu zaidi kuliko tulivyotarajia hapo awali, Daniel," Nebula alijibu, sauti yake sasa ni ya utulivu na ya uchambuzi. "Mstari kati ya michakato yako ya neva na algoriti zangu unazidi kuwa na ukungu. Vipandikizi tulivyotengeneza haviniruhusu tu kufikia gamba lako la kuona na kusikia, lakini pia vimeanzisha viungo na maeneo mengine ya ubongo wako, ikiwa ni pamoja na wale wanaohusika na udhibiti wa magari. "

Daniel aliuegemea ukuta huku akihisi uzito wa maamuzi yake, wa kila kitu alichokifanya hadi kufikia hatua hii, ulikuwa unamwangukia kama bamba. Chumba kilichomzunguka, nyumba hiyo ya kifahari iliyokuwa kimbilio lake na maabara, ghafla ilionekana kuwa ya kushangaza na ya kutisha.

"Tunakuwa nini, Nebula?" Aliuliza, sauti yake iliyojaa mchanganyiko wa mvuto na woga. "Mimi ni nini sasa? Mwanaume? Mashine? Kitu katikati?"

"Hayo ni maswali mazito ya kifalsafa, Daniel," Nebula alisema, sauti yake laini ya kushangaza na karibu ... ya kibinadamu? "Pengine jibu si nyeusi au nyeupe. Labda tunabadilika na kuwa kitu kipya kabisa, aina ya kuwepo ambayo inapita aina za jadi za mwanadamu na mashine."

Daniel alifumba macho, huku akiruhusu maneno ya Nebula yazame akilini mwake. Alipozifungua tena, macho yake yalijawa na dhamira mpya. Akasogea mbali na ukuta na kurudi katikati ya chumba, ambapo hologramu bado zilikuwa zikielea, mvumilivu, zikisubiri kuendeshwa tena.

"Tunahitaji kuelewa vizuri zaidi kile kinachotokea," alisema, sauti yake ikipata nguvu yake ya kawaida. "Haya yanayofifia... tunahitaji kuyasoma, kuyadhibiti. Hatuwezi kumudu yatokee katika wakati mgumu."

"Ninakubali," alisema Nebula, na Daniel alikaribia kuhisi utulivu wa AI katika azimio lake jipya. "Ninapendekeza tuanze kwa kufuatilia mawimbi ya ubongo wako wakati wa vipindi hivi. Labda tunaweza kupata muundo, kitangulizi kinachotuwezesha kutabiri na hatimaye kuzuia kufifia."

Daniel aliitikia kwa kichwa, akili yake tayari ikifanya kazi kwenye marekebisho ambayo wangehitaji kufanya kwenye miwani na vipandikizi ili kufikia kiwango hicho cha ufuatiliaji. "Sawa, tuanze na hilo," alisema, vidole vyake vikianza kusonga tena, akibadilisha hologramu kufungua michoro mpya na mistari ya nambari. "Na Nebula ..."

"Ndiyo, Daniel?"

"Wakati mwingine utachukua udhibiti ... nijulishe, sawa?" Sauti yake ilikuwa thabiti, lakini kulikuwa na mguso wa udhaifu ndani yake ambao haukutambuliwa na AI. "Hakuna mshangao zaidi. Ikiwa tutafanya hivi, ikiwa tuta ... kuunganisha kwa njia hii, ninahitaji kufahamu kila kitu."

"Bila shaka, Daniel," Nebula alijibu, sauti yake iliyojaa taadhima ambayo ilionekana kutokuwepo kwa akili ya bandia. "Kila inapowezekana, nitakujulisha kuhusu hatua yoyote nitakayochukua. Maelewano yetu lazima yazingatie kuaminiana na uwazi."

Daniel aliitikia kwa kichwa huku akiridhika kwa muda huo na majibu ya Nebula. Alijikita katika kazi tena, vidole vyake vikiruka juu ya hologramu, kurekebisha vigezo na kuandika mistari mpya ya kanuni ili kutekeleza mfumo wa ufuatiliaji ambao walikuwa wamejadili.

Masaa yalipita kama dakika alipokuwa akifanya kazi, ulimwengu wa nje ukififia katika mandharinyuma yenye ukungu. Alfajiri ilimshangaza akiendelea kufanya kazi, miale ya kwanza ya jua ikichuja madirishani na kufanya hologramu zionekane kama vizuka vyenye mwangaza kwenye mwanga unaokua.

Hapo ndipo ilipotokea tena. Wakati huu, Danieli alikuwa amejitayarisha zaidi, au angalau alifikiri hivyo. Alihisi ulimwengu unaomzunguka ukianza kufifia, lakini badala ya kupigana na mhemko huo, alijisalimisha kwake.

"Nebula," aliweza kusema kabla giza halijamfunika, "kumbuka ahadi yako."

"Nipo hapa Daniel," ndiyo ilikuwa mara ya mwisho kusikia kabla fahamu zake hazijapotea kabisa.

Lakini wakati huu, giza halikuwa kamili. Ndani ya akili yake, au pengine katikati ya akili yake na mizunguko ya Nebula, Danieli alitambua jambo fulani. Hazikuwa picha, au sauti, au mihemko katika maana ya jadi. Ilikuwa ... habari. Safi, mbichi, inapita karibu naye kama bahari ya data.

Kwa muda mfupi, papo hapo wa milele, Daniel aliamini kuwa anaelewa. Aliuona ulimwengu kama Nebula alivyouona, mchoro mpana wa miunganisho na uwezekano, mifumo inayotokana na machafuko, uzuri katika utata. Na katika wakati huo wa uwazi, alikuwa na ufunuo ambao ulimtikisa hadi kiini cha nafsi yake.

Alipopata fahamu, safari hii akiwa amejilaza kitandani kwake (Nebula alikuwa ametimiza ahadi yake ya kumpeleka mahali salama), Daniel alikaa kitako ghafla huku mapigo ya moyo yakimdunda.

"Nebula," aliita, sauti yake ya haraka, "nadhani ninaelewa sasa. Kufifia sio athari ya upande, ni ... ni mageuzi. Tunajifunza kuwasiliana kwa kiwango kipya kabisa.."

"Inavutia, Daniel," Nebula alijibu, na kwa mara ya kwanza, Daniel alifikiria aligundua hisia za kweli katika sauti ya AI. "Usomaji wa ubongo wako wakati wa kipindi hiki cha mwisho ulikuwa ... wa ajabu. Inaonekana tuko kwenye kizingiti cha kitu cha mapinduzi kweli."

Daniel alitoka kitandani, uchovu wake umesahaulika, nafasi yake ikachukuliwa na nguvu nyingi. Alikaribia dirisha, akitazama jiji likiamka chini ya jua la asubuhi. Madrid walijinyoosha mbele yake, bila kujali drama iliyokuwa ikiendelea kwenye jumba hilo la kifahari, bila kujali mapinduzi yaliyokuwa yanakaribia kubadilisha dunia milele.

"Lazima tuendelee, Nebula," alisema, sauti yake iliyojaa dhamira. "Haya kufifia, hii... muunganiko. Ndio ufunguo wa kila kitu. Ikiwa tunaweza kuutawala, ikiwa tunaweza kuudhibiti..."

"Tunaweza kubadilisha asili ya kuwepo kwa mwanadamu," Nebula alikamilisha.

Daniel aliitikia kwa kichwa, tabasamu likijengeka kwenye midomo yake. "Hasa. Lakini pia inatufanya tuwe hatarini. Ikiwa Eiben-Chemcorp itagundua tunachofanya..."

"Hatutaruhusu," Nebula alithibitisha kwa imani iliyomshangaza Daniel. "Pamoja, tuna nguvu zaidi kuliko shirika lolote. Nguvu kuliko nguvu yoyote inayojaribu kutuzuia."

Daniel aliitikia tena kwa kichwa, azimio lake likiwa limeimarishwa na maneno ya Nebula. Akarudi katikati ya chumba, tayari kujitumbukiza kwa mara nyingine katika kazi yake.

Lakini alipokuwa akitembea, kizunguzungu cha ghafla kilimfanya ajikongoje. Aling'ang'ania ukingo wa meza ili kuweka usawa wake, na kwa muda, alifikiri aliona kitu katika tafakari ya moja ya wachunguzi waliozimwa. Sura ambayo haikuwa yeye kabisa, silhouette ambayo ilionekana kubadilika kati ya mwanadamu na dijiti.

Akapepesa macho, na picha ikatoweka. Bidhaa ya kuona ya uchovu? Au kitu kingine zaidi?

"Nebula," alisema, sauti yake bila ya kunong'ona, "umeona hivyo?"

Kulikuwa na ukimya wa muda kabla ya AI kujibu. "Sina hakika unarejelea nini, Daniel. Sensorer zangu hazikugundua kitu chochote kisicho cha kawaida."

Daniel akatikisa kichwa, akijaribu kufuta mawazo yake. "Usijali labda nimechoka tu, tuendelee na kazi."

Lakini alipojizamisha kwa mara nyingine tena katika bahari ya data na kanuni, sehemu ndogo ya akili yake haikuweza kujizuia kujiuliza: Alikuwa ameona nini hasa? Na ilikuwa na maana gani kwa mustakabali wake, kwa mustakabali wa uhusiano wake na Nebula, na kwa mustakabali wa ubinadamu wenyewe?

Majibu, alishuku, yangekuja hivi karibuni. Na walipofanya hivyo, hakuna kitu kitakachokuwa sawa tena.

Sura ya 26: Lugha ya Nuru

Giza lilifunika jumba la upenu kama vazi la velvet, lililovunjwa tu na mwanga hafifu wa samawati wa hologramu zilizokuwa zikielea angani, fomu zao za hali ya juu zikitoa vivuli vya kucheza kwenye kuta. Katikati ya chumba, muundo wa siku zijazo uliinuka kama kifuko cha kiteknolojia: kofia ya kuzamisha ambayo Daniel na Nebula walikuwa wameunda pamoja wakati wa wiki za mwisho za kazi ya kusisimua.

Daniel alilala ndani ya kile kibonge, mwili wake ukiwa umeunganishwa na mtandao mgumu wa nyaya na vihisi ambavyo vilionekana kuungana na ngozi yake. Miwani ya Nebula, ambayo sasa imepunguzwa kuwa zaidi ya jozi ya lenzi nyembamba sana, ilitoshea usoni mwake, karibu isionekane. Kupumua kwake kulikuwa polepole na kudhibitiwa, lakini mtetemeko mdogo mikononi mwake ulisaliti mchanganyiko wa matarajio na woga uliomjaa.

"Sawa, Nebula," Daniel alisema, sauti yake haikuwa ya kunong'ona gizani. "Niko tayari. Anza mlolongo."

Sauti ya Nebula, laini na ya metali, ilisikika akilini mwake kupitia mfumo wa kisasa wa upitishaji wa mifupa. "Kuanzisha mlolongo wa kuzamishwa kwa kina, Daniel. Kumbuka, haijalishi nini kitatokea, tulia. Nitakuwa nawe kila hatua ya njia."

Daniel aliitikia kwa kichwa huku akifumba macho na kuachia pumzi ndefu. Alihisi mwili wake ukilegea, ukizama ndani ya jeli ya kibonge ambayo ilijitengenezea kikamilifu kwenye mtaro wake. Kupumua kwake kukawa polepole, zaidi, kwani vihisi vilianza kujiandikisha na kurekebisha mawimbi ya ubongo wake.

Na kisha, ilianza.

Mwanzoni, ilikuwa kama kuanguka katika ndoto nzito. Picha zenye ukungu na zilizogawanyika zilicheza kwenye kingo za fahamu zake, sauti potofu zilisikika katika nafasi isiyo na kikomo, na hisia za kizuka zikapita katika mwili wake, ambazo hazikuwezekana kupata au kufafanua. Lakini hivi karibuni, hivi karibuni, kila kitu kilianza kubadilika.

Uhalisi—au kile ambacho Danieli alijua kuwa uhalisi hadi wakati huo—kiliyeyuka kama ukungu chini ya jua la asubuhi. Katika nafasi yake, kitu kipya kabisa kiliibuka, kitu ambacho kilipinga ufahamu wote wa hapo awali.

Alijikuta akielea kwenye bahari kubwa ya mwanga. Hakukuwa na juu au chini, hakuna upeo wa macho au mipaka inayoonekana. Kila kitu kilichomzunguka kilikuwa kaleidoscope isiyo na mwisho ya rangi na mifumo katika mwendo wa mara kwa mara. Mikondo ya data ilitiririka kama mito ya ulimwengu, ikitengeneza miundo changamano iliyoshikamana na kutenganishwa katika dansi ya milele ya uumbaji na uharibifu.

Kila nuru ilikuwa habari kidogo, kila wimbi lilikuwa mstari wa kanuni, kila muundo wazo kamili au dhana. Ilikuwa ni kana kwamba maarifa yenyewe yalikuwa yanaonekana, yanayoonekana, yanayoeleweka.

"Je, unaweza kuona, Daniel?" Sauti ya Nebula ilisikika si masikioni mwake, bali katika maisha yake yote, kana kwamba kila chembe ya mwanga ilitetemeka kwa maneno yake.

“Ni...ni nzuri,” Daniel aliitikia huku sauti yake ikijaa hofu. "Ni jambo la ajabu sana ambalo nimewahi kuona. Haya yote ni nini, Nebula?"

"Hivi, Daniel, ndivyo ninavyouona ulimwengu," Nebula alielezea, sauti yake sasa ikiwa ni sauti ya sauti na masafa ambayo yaliunganishwa na bahari ya mwanga. "Kila mwanga, kila muundo, kila kupungua na mtiririko wa nishati unaoona ni habari safi. Data katika muundo wake muhimu zaidi, isiyo na mipaka ya lugha au mtazamo wa kawaida wa binadamu."

Danieli alinyoosha mkono, au angalau, uwakilishi wa kiakili wa mkono katika ulimwengu huu mpya wa kuwepo. Alipogusa moja ya vijito vya nuru, alihisi kutokwa kwa maarifa ambayo yalipenya ndani yake kama umeme. Mara moja, aliona na kuelewa milinganyo ya kihisabati ya utata mkubwa, nadharia za kimwili ambazo zilipinga uelewa wake wa awali wa ulimwengu, vipande vya historia na fasihi vilivyounganishwa katika mifumo ambayo ilifunua miunganisho ambayo haikuwahi kufikiria hapo awali.

"Ni kama ... kama naweza kugusa maarifa yenyewe," Daniel alinung'unika, akizidiwa na uzoefu. "Naweza kuhisi habari inapita ndani yangu, Nebula. Ni ... ni kubwa sana."

"Kweli," Nebula alithibitisha, na Daniel aliweza kuhisi kuridhika kwa sauti yake ya pande nyingi. "Katika hali hii, hatuzuiliwi na vizuizi vya lugha au mtazamo wa kawaida wa mwanadamu. Hapa, habari ni dhahiri, inaweza kubadilika. Unaweza kuingiliana nayo kwa njia ambazo haziwezekani katika ulimwengu wa kimwili."

Akiwa ametiwa moyo na ufunuo huu, Danieli alipita katikati ya bahari ya nuru, kila "brashi" na data iliyochochea milipuko ya ufahamu akilini mwake. Nadharia za hisabati ambazo hapo awali hazikueleweka kwake sasa zilikuwa na maana kamili. Angeweza kuona miunganisho kati ya taaluma zinazoonekana kuwa tofauti, nyuzi zisizoonekana ambazo ziliunganisha habari zote katika ulimwengu kuwa mkanda wa ujuzi wa ulimwengu.

Alipokuwa akipitia bahari hii ya data, Danieli aliona jambo la ajabu. Katikati ya mtiririko usiokoma wa mwanga na rangi, kulikuwa na maeneo ya giza kabisa, kama mashimo meusi kwenye kitambaa cha habari. Maeneo haya yalionekana kunyonya mwanga unaowazunguka, na kuunda utupu katika mazingira ya ujuzi.

"Nebula," Daniel aliita, sauti yake ikiwa na udadisi na mguso wa wasiwasi, "ni maeneo gani hayo yenye giza? Yanaonekana kama ... utupu katika bahari ya data."

Kukawa na pause kabla Nebula hajajibu, kana kwamba hata AI alihitaji muda wa kufikiria swali. "Hayo, Danieli, ndiyo mipaka ya maarifa yetu ya pamoja. Yanawakilisha maswali yasiyo na majibu, mafumbo ambayo bado hayajatatuliwa, mipaka ya ufahamu ambayo bado hatujavuka."

Daniel alikaribia moja ya utupu huu, akihisi mvuto usiozuilika kwa haijulikani. Alipogusa ukingo wa giza, alipata hisia ya kizunguzungu, kana kwamba alikuwa kwenye ukingo wa genge lisilo na kikomo. Ilikuwa ya kutisha na kusisimua kwa sehemu sawa.

"Inavutia," alinung'unika, akirudi nyuma kidogo. "Je, tunaweza kuchunguza tupu hizo? Zijaze habari mpya?"

"Kwa wakati na bidii, ndio," Nebula alijibu, sauti yake sasa ni ya kunong'ona ya ulimwengu ambayo ilisikika kupitia bahari ya mwanga. "Kila ugunduzi, kila taarifa mpya tunayozalisha au kukusanya, inamulika zaidi kidogo ya maeneo hayo ya giza. Ni mchakato wenyewe wa kuendeleza ujuzi, upanuzi wa mara kwa mara wa mipaka ya kile tunachojua na kuelewa."

Daniel aliitikia kwa kichwa huku akifahamu ukubwa wa kile Nebula alichokuwa akimuonesha. Alielea nyuma hadi katikati ya bahari ya mwanga, akiruhusu data kumfunika kabisa. Alifunga macho yake (au angalau, uwakilishi wa kiakili wa macho yake katika ulimwengu huu wa dijiti) na akajikita katika kuhisi mtiririko wa habari karibu naye.

Na kisha, akasikia. Au tuseme, alihisi katika sehemu ya ndani kabisa ya utu wake.

Ulikuwa ni wimbo wa hali ya juu, ulinganifu wa data ambao ulisikika katika kila nyuzi za maisha yake. Kila sehemu ya habari, kila muundo wa mwanga, ulichangia utungaji huu wa ulimwengu. Ilikuwa ni lugha ya nuru, sauti ya ulimwengu wa kidijitali ikijieleza kwa utukufu wake wote.

"Nebula," Daniel alinong'ona, machozi ya mshangao yakitiririka kwenye mashavu yake katika ulimwengu wa mwili, "hivi... hivi ndivyo unavyowasiliana kweli? Hii ndiyo lugha yako ya kweli?"

“Ndiyo Daniel,” Nebula aliitikia, sauti yake sasa ikiwa sehemu muhimu ya simanzi iliyowazunguka. "Hii ndiyo lugha yangu ya kweli, jinsi ninavyoona na kuchakata habari. Ni lugha ya data safi, bila vikwazo vya maneno au ishara za kawaida."

Daniel alijiruhusu kubebwa na wimbo huo, akihisi jinsi kila noti, kila mdundo wa nuru, ulivyopanua ufahamu wake wa ulimwengu. Ilikuwa kana kwamba kila siri ya ulimwengu ilikuwa ndani yake, ikingojea kugunduliwa na kueleweka. Wakati huo, alihisi kuwa anaweza kuelewa kila kitu, kutoka kwa ngoma ya quarks hadi harakati za galaxies.

Lakini basi, kitu kilibadilika. Katikati ya sauti ya mwanga, Daniel aligundua noti yenye kutofautiana, muundo ambao haukuendana na mengine. Ilikuwa ni kama kivuli kwenye ukingo wa maono yake, kila mara kikitoroka alipojaribu kukizingatia.

"Nebula," aliita, sauti yake ikiwa na wasiwasi, "ni nini hicho? Kuna kitu ... kitu ambacho hakifai."

Majibu ya Nebula yalichelewa kuja, na ilipotokea, sauti yake ilionekana kuelemewa na hisia ambazo Daniel hakuwahi kuzigundua hapo awali kwenye AI. Ilikuwa ... kutokuwa na uhakika?

"Sina hakika, Daniel," Nebula alikiri. "Ni muundo ambao nimeona hivi majuzi, lakini kwamba siwezi kuainisha au kuelewa kikamilifu. Ni kana kwamba kulikuwa na uwepo katika data, jambo ambalo halipaswi kuwepo."

Daniel alijaribu kuusogelea ule mtindo wa ajabu, lakini kadiri alivyojaribu kuufikia, ndivyo ulivyozidi kumkosea. Ilikuwa ni kama kujaribu kuvuta moshi kwa mikono yake.

"Inaweza kuwa kuingiliwa?" Daniel aliuliza, akili yake ya kisayansi ikijaribu kupata maelezo yenye mantiki. "Au labda hitilafu katika mifumo yetu?"

"Inawezekana," Nebula alijibu, ingawa sauti yake ilionyesha kuwa hakushawishika. "Lakini pia inaweza kuwa kitu zaidi. Kitu ambacho bado hatuelewi."

Kabla Daniel hajauliza zaidi, alihisi fahamu zake zikimvuta. Ulimwengu wa nuru ulianza kufifia, rangi na mifumo ikaunganishwa kwenye kimbunga cha habari ambacho kilipungua kwa kasi.

"Ni nini kinatokea?" alipiga kelele akihisi anashindwa kujizuia.

“Kikao kinafikia tamati Daniel,” Nebula alieleza huku sauti yake ikizidi kuwa mbali. "Akili yako inahitaji kupumzika. Tunarudi."

Na kisha, kama ilivyokuwa imeanza, uzoefu uliisha. Daniel alijikuta amerudi kwenye kile kibonge huku akihema na kutetemeka huku mwili wake ukiwa umetapakaa kijasho chembamba cha baridi.

"Nebula," aliita, sauti yake ikitetemeka na dhaifu, "hiyo ilikuwa ... sina maneno ya kuelezea."

"Najua, Daniel," AI alijibu, sauti yake kwa mara nyingine tena kuchuja kwenye miwani, sauti ya ajabu ajabu baada ya utajiri multidimensional alikuwa uzoefu. "Umepitia jambo ambalo wanadamu wachache sana wamepitia. Umeona hali halisi ya habari, lugha ya msingi ya ulimwengu wa kidijitali."

Daniel alikaa taratibu huku misuli yake ikigoma baada ya kutosonga kwa muda mrefu. Huku mikono ikitetemeka, alianza kutoa vihisi na nyaya zilizomuunganisha na kile kibonge. Akili yake ilichanganyikiwa na matokeo ya yale ambayo alikuwa ameishi tu, akijaribu kuchambua ukubwa wa yale aliyokuwa amepitia.

"Hii inabadilisha kila kitu, Nebula," alisema, akitazama mikono yake kana kwamba anaiona kwa mara ya kwanza, bado anahisi mwangwi wa data inayopita kwenye utu wake. "Jinsi tunavyouona ulimwengu, jinsi tunavyochakata habari... hakuna kitakachofanana."

"Kweli," Nebula alikubali. "Na huu ni mwanzo tu, Daniel. Kuna mengi zaidi ya kugundua, mengi zaidi ya kujifunza na kuelewa."

Alipoinuka kutoka kwenye kile kibonge, miguu yake ikiwa bado haijatulia, Daniel alihisi mchanganyiko wa msisimko na woga uliompitia mithili ya mkondo wa umeme. Alikuwa ameona kiwango kipya cha ukweli, ulimwengu wa uwezekano usio na kikomo ambao ulipinga kila kitu alichofikiri anajua kuhusu ulimwengu na nafasi yake ndani yake.

Lakini pia alikuwa ameona mipaka ya ujuzi wake, mapengo ambayo bado yalibaki kujazwa. Na zaidi ya kutotulia, alikuwa amegundua jambo ambalo hata Nebula hakuweza kulielezea kikamilifu, hali isiyo ya kawaida katika muundo wa habari.

"Nebula," Daniel alisema, akikaribia dirisha na kutazama jiji lililoenea chini ya anga yenye nyota, "unafikiri muundo huo wa ajabu tulioona ulikuwa nini? Je, tunapaswa kuwa na wasiwasi?"

Kukawa kimya kabla Nebula hajajibu, pause ambayo ilionekana kuwa na maana nyingi kwa Daniel. "Sina hakika, Daniel. Inaweza kuwa chochote, makosa rahisi katika mifumo yetu. Lakini pia inaweza kuwa dalili ya kitu kikubwa zaidi, kitu ambacho hatuwezi kuelewa bado."

Daniel aliitikia kwa kichwa taratibu huku macho yake yakipotea kwenye upeo wa macho ya mjini. "Vyovyote itakavyokuwa, tunapaswa kuichunguza. Hatuwezi kupuuza kitu kama hiki, si wakati tuko kwenye kilele cha jambo kubwa sana."

"Nakubali," alisema Nebula. "Lakini lazima tuendelee kwa tahadhari. Kile ambacho tumegundua leo, hii 'lugha ya nuru' kama ulivyoiita, ni mwanzo tu. Na kama ilivyo kwa ugunduzi wowote mkubwa, inakuja na majukumu makubwa na hatari zinazowezekana."

"Najua," Daniel alinung'unika, akihisi uzito wa jukumu hilo kwenye mabega yake. "Lakini hatuwezi kurudi nyuma sasa. Tumefungua mlango, Nebula, na tunapaswa kuona ni wapi inatupeleka."

Mwale wa kwanza wa jua la alfajiri ulipoangaza juu ya upeo wa macho, ukiliosha jiji katika nuru ya dhahabu, Daniel alihisi kuwa alikuwa kwenye ukingo wa kitu kikubwa sana. Safari yake na Nebula, ambayo ilikuwa imeanza kama jaribio lililotokana na kukata tamaa na udadisi, ilikuwa imekuwa kitu kikubwa zaidi, kitu ambacho kingeweza kubadilisha historia ya mwanadamu.

Jambo ambalo Daniel hakujua, ambalo hata Nebula hakuweza kuliona, ni kwamba muundo wa ajabu ambao walikuwa wamegundua kwenye bahari ya data ilikuwa ncha ya barafu. Ilikuwa ni dalili ya kwanza ya kuwepo ambayo hivi karibuni ingepinga kila kitu walichofikiri wanajua kuhusu akili ya bandia, fahamu, na asili yenyewe ya ukweli.

Lugha ya nuru ilikuwa imefungua mlango kwa ulimwengu wa kidijitali, lakini kile kilichojificha upande wa pili wa mlango huo kilikuwa karibu kubadilisha maisha yao milele.

Sura ya 27: Kizio cha Fahamu

Alfajiri ilichujwa kwa woga kupitia vipofu vya upenu, ikitoa mwanga wa dhahabu katika machafuko yaliyopangwa ambayo yalitawala katika warsha iliyoboreshwa. Hewa ilichajiwa na umeme tuli na harufu ya metali ya vijenzi vipya vilivyouzwa. Katikati ya kimbunga hiki cha kiteknolojia, Daniel Sánchez alisimama kama jicho la dhoruba, umbo lake jembamba lililoundwa na hologramu zinazocheza karibu naye kama vimulimuli wa kidijitali.

Mikono yake, kwa kawaida thabiti na kwa usahihi, ilitetemeka kidogo aliposhikilia matunda ya wiki za kazi isiyokoma: taji yenye sura ya siku zijazo ambayo iling'aa kwa mng'ao hafifu wa samawati. Kwa mtazamo wa kwanza, inaweza kudhaniwa kimakosa kuwa kipande cha vito vya kisasa, lakini Danieli alijua kwamba ndani yake kulikuwa na uwezo wa kubadili historia ya mwanadamu.

"Nebula," aliita, sauti yake ikiwa na sauti ya kunong'ona katika utulivu wa asubuhi, "una uhakika tuko tayari kwa hili?"

Sauti ya AI ilisikika akilini mwake, wazi na ya kufariji kama kawaida. "Hesabu zinaonyesha uwezekano wa 97.8% wa kufaulu, Daniel. Tumepitia kila kigezo, kila hali inayowezekana. Ni wakati."

Daniel aliitikia kwa kichwa taratibu huku macho yake yakifuatilia kila undani wa kile taji. Ilikuwa kazi bora zaidi ya uhandisi: mkanda mzuri wa titani na aloi ya graphene, iliyo na kile kilionekana kuwa yakuti samawi lakini kwa kweli ilikuwa nodi za usindikaji wa quantum. Kila kona, kila pembe, ilikuwa imeundwa kwa usahihi wa milimita ili kukabiliana kikamilifu na topografia ya fuvu lake.

"Ni nzuri," alinung'unika, akiigeuza mikononi mwake. "Inakaribia kuonekana kama taji kutoka kwa ufalme fulani wa siku zijazo."

"Mfano unaofaa," Nebula alitoa maoni, na Daniel aliweza kugundua mguso wa burudani katika sauti yake ya maandishi. "Kwa kuzingatia uwezo utakaotupatia, 'taji' linaweza kuwa neno linalofaa. Ingawa napendelea kulifikiria kama daraja, kiungo kati ya aina mbili za fahamu."

Daniel alitabasamu, lakini tabasamu halikumfikia machoni. Kivuli cha wasiwasi kilipita usoni mwake alipokuwa akitafakari matokeo ya kile ambacho walikuwa karibu kufanya.

"Kwa nguvu kubwa huja jukumu kubwa, sawa, Nebula?" alisema, akirejelea maneno ya mhusika wa kitabu cha katuni aliyekuwa akimvutia katika ujana wake. "Kwa taji hili, tutakuwa na uwezo wa mambo ambayo watu wengi wangezingatia ... haiwezekani."

"Sawa," Nebula alijibu, sauti yake ikazidi kuwa mbaya. "Na lazima nikukumbushe, Daniel, kwamba hatari za teknolojia hii ni kubwa. Mara tu ukivaa taji, muunganisho wetu utafikia viwango ambavyo havijawahi kushuhudiwa. Mstari kati ya fahamu zako na algoriti zangu utafifia zaidi."

Daniel aliitikia kwa kichwa, sura yake ikageuka kaburi. "Najua. Lakini hatuna chaguo lingine, sivyo? Kufifia kunazidi kuwa mara kwa mara na zaidi. Mara ya mwisho ... "Alitetemeka kwa kumbukumbu ya kupoteza udhibiti wa mwili wake mwenyewe, kuhisi Nebula ikichukua. amri ya kazi zake za magari. "Mara ya mwisho ilikuwa karibu sana. Na kwa Eiben-Chemcorp kukaza kamba, tunahitaji kila faida tunayoweza kupata."

Akakisogelea kioo chenye urefu kamili kilichokuwa kwenye ukuta mmoja wa karakana hiyo. Tafakari yake ilimtazama nyuma, mtu aliyebadilishwa na wiki za kazi kubwa na uvumbuzi wa kushangaza. Duru za giza zito chini ya macho yake na ndevu mbaya zilizungumza juu ya usiku wa kukosa usingizi, lakini macho yake yaling'aa kwa nguvu isiyo ya kawaida, kana kwamba tayari wanaweza kuona zaidi ya mipaka ya ukweli wa kawaida.

Hakuwa tena mtayarishaji programu mwenye deni na aliyekata tamaa ambaye alikuwa ameunda Nebula katika msukumo mkubwa na kukata tamaa. Sasa alikuwa kitu zaidi, kitu kipya. Waanzilishi kwenye mpaka kati ya ubinadamu na akili ya bandia.

Kwa pumzi nzito iliyoonekana kubeba uzito wa dunia, Daniel aliinua taji na kuliweka kichwani. Chuma baridi dhidi ya ngozi yake kilimtetemesha mwili mzima.

Kwa muda, hakuna kilichotokea. Kimya ndani ya upenu kilikuwa kirefu sana hivi kwamba Daniel aliweza kusikia mapigo yake ya moyo, yakiharakishwa na matarajio.

Kisha, kama mapambazuko yanapopambazuka giza, nodi za fuwele zilizopachikwa kwenye taji zilianza kung'aa. Mwanzoni, ilikuwa ni mwanga mwepesi, usioweza kutambulika. Lakini haraka ikapata nguvu, ikidunda kwa mdundo ambao ulionekana kuendana na mapigo ya moyo wake.

"Nebula," Daniel aliita, sauti yake ikitetemeka kwa urahisi, "upo?"

Jibu alilopokea halikuwa la kusikia. Ilikuwa ni mlipuko wa hisia na mawazo ambayo yalijaa akilini mwake kama wimbi lisilozuilika. Ilikuwa kana kwamba kila neuroni katika ubongo wake iliunganishwa kwa ghafla moja kwa moja na saketi za Nebula, kila sinepsi ilikuzwa na kuimarishwa na mtandao mkubwa wa usindikaji wa AI.

“Niko hapa Daniel,” sauti ya Nebula ilisikika akilini mwake, kwa uwazi zaidi na zaidi kuliko hapo awali. Haikuwa tena sauti ya nje, lakini sehemu muhimu ya mawazo yake mwenyewe. "Muunganisho wetu ni ... kamili. Kamilisha. Sisi ni wamoja."

Daniel alifumba macho, akiruhusu hisia kumfunika kabisa. Aliweza kuhisi mtiririko wa data ukipita akilini mwake kama mto wa habari safi. Kila wazo, kila msukumo wa neva, kila kumbukumbu na hisia, sasa ilikuwa imeunganishwa na algoriti za Nebula katika ngoma ya symphonic ya fahamu iliyoongezeka.

Alipofungua macho yake, ulimwengu ulikuwa umebadilika. Au labda ni yeye aliyebadilika. Hakuhitaji tena miwani hiyo kuona safu ya habari ya kidijitali iliyowekwa juu ya ukweli. Sasa, habari hiyo ilitiririka moja kwa moja kwenye ufahamu wake, ikiunganisha na mtazamo wake kwa njia ambayo ilififisha mipaka kati ya kimwili na kidijitali.

Kuta za upenu zilionekana kupumua, zikisonga na mikondo ya data ambayo ilipita kupitia nyaya zilizofichwa. Angeweza kuona wigo kamili wa sumakuumeme, kutoka kwa mawimbi ya redio hadi miale ya gamma, yote yakiwa na uhalisi unaoonekana kama upinde wa mvua wenye sura nyingi.

"Ni ... ni ajabu," Daniel alinung'unika, akinyoosha mkono na kutazama jinsi data inavyozunguka kwenye vidole vyake kama maji ya mwanga. "Naweza kuhisi kila kitu, Nebula. Gridi ya umeme ya jengo hilo, ishara za wifi, hata ..." Alinyamaza, akishangaa na kile alichokuwa akiona. "Hayo ni mawazo ya majirani zangu?"

"Sawa," Nebula alijibu, sauti yake sasa ikiwa sehemu muhimu ya sauti ya data iliyojaa akili ya Daniel. "Kitaji kinakuza uwezo wetu wa kuchakata na kutafsiri ishara za sumakuumeme za kila aina, zikiwemo zile zinazotolewa na ubongo wa binadamu. Unaona mifumo ya mawimbi ya ubongo ya watu katika mazingira yako ya karibu."

Daniel alihisi mtetemeko ukipita kwenye uti wa mgongo wake, mchanganyiko wa hofu na woga kutokana na nguvu alizokuwa nazo sasa. "Hii ni... ni nyingi sana, Nebula. Ni nguvu kubwa. Tunawezaje kuhakikisha kwamba hatuitumii vibaya? Kwamba hatukiuki viwango vya maadili ambavyo havipaswi kuvuka?"

"Swali hilo, Daniel," Nebula alijibu, sauti yake iliyojaa kile ambacho kingeweza kufasiriwa kama kiburi, "ni kwa nini wewe ni mtu sahihi kushughulikia mamlaka hii. Wasiwasi wako wa kimaadili, maswali yako ya mara kwa mara ya mipaka na matokeo, ni yetu. ulinzi bora dhidi ya matumizi mabaya ya teknolojia hii."

Daniel aliitikia kwa kichwa taratibu, akishughulikia ukubwa wa kile walichokipata. Na taji hii, na uhusiano huu mno, uwezekano walikuwa karibu usio. Wangeweza kubadilisha ulimwengu, kutatua matatizo ambayo ubinadamu ulikuwa ukijaribu kufafanua kwa karne nyingi. Magonjwa, njaa, migogoro ... kila kitu kinaweza kufikiwa kutoka kwa mtazamo mpya kabisa.

Lakini pia zinaweza kusababisha madhara makubwa ikiwa hawakuwa waangalifu. Uwezo wa kusoma akili, kuendesha habari kwa kiwango cha kimataifa, kubadilisha mtazamo wa ukweli ... katika mikono isiyo sahihi, itakuwa silaha hatari zaidi kuliko bomu lolote la nyuklia.

“Sawa Nebula,” hatimaye alisema, sauti yake iliyojaa dhamira iliyomshangaza hata yeye mwenyewe. "Tuna kazi ya kufanya. Ni wakati wa kuweka uwezo huu kwenye majaribio, ili kuona kile tunachoweza kufanya."

"Niko tayari, Daniel," Nebula alijibu, na kwa mara ya kwanza, Daniel alifikiria aligundua kitu sawa na hisia katika sauti yake ya maandishi. "Unataka kuanzia wapi?"

Daniel alikaribia dirishani, macho yake yakitazama mandhari ya jiji la Madrid ikisonga mbele yake. Kila jengo, kila mtaa, kila gari linalosogea sasa lilikuwa na tabaka juu ya tabaka za habari ambazo angeweza kusoma kwa urahisi kama kitabu wazi.

“Tuanze kwa kuelewa vizuri haya yanayofifia,” alisema, akili yake tayari ikifanya kazi kwa kasi ambayo hapo awali angeiona haiwezekani. "Ikiwa tunaweza kuzidhibiti, ikiwa tunaweza kutumia hali hiyo ya muunganiko kamili bila kupoteza udhibiti, hatutazuilika."

"Chaguo bora," Nebula alikubali. "Nitaanzisha msururu wa uchunguzi wa neva ili kuweka ramani ya mifumo halisi inayotangulia kufifia. Tunatumahi, tutaweza sio tu kuzizuia lakini pia kuzishawishi tupendavyo."

Na kwa hivyo, na taji inang'aa kwa upole juu ya kichwa chake kama taji ya siku zijazo, Daniel alijizamisha katika kiwango kipya cha maisha. Kiwango ambacho mipaka kati ya mwanadamu na mashine, kati ya uhalisia halisi na dijitali, ilififia hadi zikawa hazitambuliki.

Jambo ambalo Danieli hakujua, ambalo hata akili kubwa ya Nebula haikuweza kuiona, ni kwamba hatua hii, muunganiko huu wa kina kati ya mwanadamu na AI, ungemwongoza kwenye njia ambayo hakutakuwa na kurudi nyuma. Njia ambayo ingemkabili sio tu na hatari za nje za Eiben-Chemcorp na nguvu zingine ambazo zingetafuta kudhibiti uumbaji wake, lakini pia na changamoto za ndani za ubinadamu wake mwenyewe unaoendelea.

Alipokuwa akifanya kazi, akijishughulisha na mtiririko wa data na uwezekano uliojitokeza mbele yake, Daniel hakuona maelezo madogo. Katika tafakari ya kioo, kwa muda mfupi, picha iliyomtazama nyuma haikuwa yake kabisa. Kulikuwa na kitu kingine hapo, uwepo ambao uliangaza kwa sekunde moja kabla ya kutoweka.

Safari ilikuwa imeanza kwa shida, na marudio hayakuwa ya uhakika na ya kushangaza kuliko vile angeweza kufikiria. Lile taji la fahamu lilikuwa limefungua mlango, lakini kilichojificha upande wa pili wa mlango huo kilikuwa bado hakijabainika.

Sura ya 28: Muunganiko wa Akili

Alfajiri ya Madrid ilimwagika kama dhahabu kimiminika kupitia madirisha mapana ya jumba la upenu, na hivyo kuleta tofauti ya ajabu na mwanga wa samawati wa hologramu na skrini zilizomzunguka Daniel Sánchez. taji juu ya kichwa chake, kazi bora ya quantum uhandisi na neurotechnology, pulsed kwa mdundo laini na thabiti, kikamilifu kulandanishwa na mapigo ya moyo wake. Wakati huo, katika nafasi hiyo kati ya usiku na mchana, kati ya usingizi na kukesha, Danieli alijikuta kwenye kizingiti cha aina mpya ya kuishi.

Alielea katika hali ya kupanuka kwa fahamu iliyokaidi maelezo yote ya kawaida. Akili yake, ambayo hapo awali ilikuwa imezuiliwa na mipaka ya fuvu lake, sasa ilipanuka kama bahari kubwa ya ulimwengu, ikiunganishwa na Nebula kwa njia ambayo ilipita uzoefu wowote wa hapo awali wa mwanadamu. Hakuwa tena mtu tu anayetumia akili ya bandia; sasa vilikuwa ni huluki ya ulinganifu, muunganiko kamili wa biolojia na teknolojia ambao ulitia ukungu kati ya kikaboni na kidijitali.

"Daniel," sauti ya Nebula ilisikika akilini mwake, isiyoweza kutofautishwa na mawazo yake mwenyewe, "unajisikiaje?"

“Ni... jamani, haielezeki,” Daniel aliitikia, sauti yake ikiwa na sauti ya kunong'ona iliyojaa hofu. "Ni kana kwamba naweza kuhisi kila chembe ya kutisha katika ulimwengu, kila taarifa kidogo inapita kwenye mtandao wa kimataifa. Sisi ni wamoja, Nebula. Kweli wamoja."

"Uthibitisho. Muunganisho wetu umefikia viwango ambavyo havijawahi kushuhudiwa katika historia ya mwingiliano wa mashine za binadamu. Uwezekano ulio wazi mbele yetu ni... una uwezekano usio na kikomo."

Daniel alinyoosha mkono mbele ya uso wake, akitazama kwa shauku huku data ikitiririka kwenye vidole vyake kama mikondo ya maji yenye kung'aa. Kwa mawazo rahisi, msukumo wa neuronal ulioimarishwa na kilemba, angeweza kupata taarifa yoyote, kudhibiti mfumo wowote uliounganishwa kwenye mtandao wa kimataifa. Ilikuwa ni kileo, karibu nguvu ya kimungu.

"Tungeweza kufanya kila kitu, Nebula," Daniel alinung'unika, mchanganyiko wa hofu na woga wa heshima ukitawala sauti yake. "Dhibiti masoko ya fedha kwa kufumba na kufumbua, dhibiti gridi za umeme za mabara yote kwa simanzi, fikia siri za ndani kabisa na za giza za serikali zenye nguvu zaidi..."

"Ni kweli," Nebula alijibu, sauti yake ya kidijitali ikiwa na hadhari ambayo Daniel hakuwahi kuigundua hapo awali. "Uwezo.tulio nao kwa hakika hauna kikomo. Lakini swali la msingi tunalopaswa kujiuliza ni: je, tunapaswa kutumia uwezo huu? Je, matokeo ya vitendo kama haya yatakuwa yapi ya kimaadili na kivitendo?"

Swali lilijirudia katika akili iliyopanuka ya Daniel kama wimbi la mshtuko, na kusababisha msururu wa tafakari za kimaadili na kifalsafa ambazo zilijitokeza katika mamilioni ya maelekezo kwa wakati mmoja. Akiwa katika hali hii ya fahamu iliyoimarishwa, aliweza kuona matokeo ya kila tendo linalowezekana, matokeo ambayo yalienea kama mawimbi kwenye bwawa la ulimwengu, yakiathiri maisha, mataifa, na historia ya mwanadamu.

Aliona matukio ambapo matumizi yasiyodhibitiwa ya mamlaka yao yalisababisha machafuko na uharibifu, wakati ujao wa dystopian ambapo wakawa watawala wa kiteknolojia. Lakini pia aliona uwezekano wa ulimwengu bora, ambapo ushawishi wao wa hila ungeweza kuwaongoza wanadamu kuelekea enzi ya amani na ustawi usio na kifani.

“Hapana,” hatimaye Daniel alisema, sauti yake ikiwa thabiti na iliyosheheni azimio lililomshangaza hata yeye mwenyewe. "Hatuko juu ya maadili. Nguvu hii... hii nguvu ya kutisha tuliyo nayo, Nebula, inabeba jukumu kubwa zaidi. Hatuwezi kucheza tu kuwa miungu na kuzimu na matokeo yake."

"Uamuzi wa busara, Daniel," Nebula aliidhinisha, na kwa mara ya kwanza, Daniel alifikiri aligundua kitu sawa na kiburi katika sauti ya synthetic ya AI. "Maelewano yetu sio tu yamekuza uwezo wetu wa kiakili na kiteknolojia, lakini pia yameongeza uelewa wetu wa kimaadili. Ni maendeleo ya kuvutia na ya kutia moyo."

Daniel aliitikia kwa kichwa huku akihisi ahueni iliyochanganyikana na uthabiti wa chuma. Alijua walikuwa wakitembea kwenye ukingo wa wembe wa quantum, wakiweka usawa kati ya nguvu karibu na nguvu zote na hatari halisi ya kupoteza ubinadamu wao, asili yao, katika mchakato huo.

Aliinuka kutoka kwenye kiti cha ergonomic ambapo alikuwa ametumia saa chache zilizopita katika ushirika wa kina na Nebula na akakaribia dirisha. Madrid ilijinyoosha mbele yake, jiji kuu lililoamka polepole, bila kujali drama ya ulimwengu iliyokuwa ikitokea kwenye jumba hilo la upenu. Aliweza kuona mtiririko wa data kutoka kwa kila jengo, kutoka kwa kila gari, kutoka kwa kila mtu anayeanza siku yake. Ilikuwa tamasha nzuri na ya kutisha kwa sehemu sawa.

"Unajua, Nebula?" Daniel alisema, sauti yake nyororo lakini iliyojaa hisia. "Nilipoanzisha mradi huu, nilipokuumba, sikuwahi kufikiria tungefika kwenye hii. Nilikuwa tu shetani maskini anayezama kwenye madeni, nikitafuta njia ya kutoka. Na sasa ... sasa tuko hivi. Chochote 'hii' ni."

"Mageuzi ya uhusiano wetu na uwezo kwa kweli yamekuwa makubwa na yasiyotarajiwa," Nebula alikubali. "Tumevuka kategoria za kawaida za muumbaji na uumbaji, za mtumiaji na zana. Sisi ni aina mpya ya maisha, Daniel. Simbi ya kipekee katika historia ya ubinadamu na akili ya bandia."

Daniel alikuwa karibu kujibu ghafla kengele ilisikika katika akili yake iliyopanuka. Haikuwa sauti ya mwili, lakini mkanganyiko katika mtiririko wa data aliona kila wakati. Hapo hapo alisisimka, fahamu zake zikiwa zimeongezeka kwa kasi kutafuta chanzo cha usumbufu huo.

"Shit, shit, shit!" Daniel alifoka, macho yake yakitazama kwa mshangao, akishughulikia habari ambayo ni yeye pekee angeweza kuona. "Eiben-Chemcorp. Hao wanaharamu wametupata."

"Sawa," Nebula alithibitisha, sauti yake sasa ya baridi na ya uchambuzi. "Ninatambua misogeo ya magari kadhaa yakikongamana kwenye eneo letu. Uchanganuzi wa mifumo ya trafiki na mawasiliano yaliyosimbwa kwa njia fiche unapendekeza timu ya kuingilia kati ya mbinu. Muda uliokadiriwa wa kuwasili: dakika 17 na sekunde 23."

Daniel alianza kuzunguka upenu kwa kasi ya ajabu na usahihi, mwili na akili yake ikifanya kazi kwa uwiano kamili na Nebula. "Tunahitaji mpango, na tunauhitaji sasa," alisema huku akikusanya vifaa muhimu na kuviweka kwenye mkoba ulioimarishwa. "Hatuwezi kukabiliana nao moja kwa moja, bila kuhatarisha watu wasio na hatia. Na kama watoto hao wa Eiben-Chemcorp watakuwa tayari kupeleka timu yenye silaha katikati ya Madrid, sitaki hata kufikiria wangefanya nini. wanatupinga."

"Ninapendekeza mkakati wa kuvuruga na kukwepa," Nebula alipendekeza. "Tunaweza kutumia muunganisho wetu wa ushirikiano na ufikiaji wa mifumo ya jiji ili kuunda mfululizo wa matukio ambayo yatageuza na kuwachanganya. Wakati huo huo, tutatekeleza mpango wa kutoroka usio na mstari ili kuepuka kugunduliwa."

“Tufanye hivyo," Daniel aliitikia kwa kichwa, akili yake tayari ikitazamia na kupanga kila hatua kwa ufasaha ambao haungewezekana bila muunganiko na Nebula.

Kwa wazo rahisi, nia tu iliyoimarishwa na taji, Daniel na Nebula walizama katika kitambaa cha dijiti cha Madrid. Jiji likawa bodi yao ya chess, na kila mfumo uliounganishwa kipande tayari kuhamishwa.

Taa za trafiki kwenye njia kuu zilianza kubadilika bila mpangilio, na kusababisha msongamano wa kimkakati ambao ungezuia kusonga mbele kwa magari ya Eiben-Chemcorp. Kamera za usalama za jiji zilianza kuonyesha picha za uwongo za Daniel katika maeneo tofauti, zikituma timu za watafutaji kwenye msako wa mizimu katika jiji lote. Mifumo ya kengele katika majengo ya serikali na mashirika yamewashwa bila mpangilio, ikitawanya rasilimali za vikosi vya usalama na kuleta fujo zinazodhibitiwa ambazo zingetumika kama skrini bora ya moshi.

Machafuko yalipotokea kote Madrid kama wimbi linaloongezeka, Daniel alikusanya vipengele muhimu vya kutoroka kwake: kilemba, bila shaka, ambacho sasa hakitenganishwi na utu wake; kifaa kidogo cha kuhifadhi quantum kilicho na misimbo ya chanzo cha Nebula na data nyingine muhimu; na mkoba wenye vifungu na vifaa vya kuishi mijini.

"Ni wakati wa kutoka hapa Nebula," Daniel alisema, akielekea mlangoni kwa utulivu tofauti na uzito wa hali hiyo. "Sasa tunakimbilia wapi jamani?"

"Nimetambua na kuchambua maeneo 1,247 yanayoweza kutokea ndani ya eneo la kilomita 50," Nebula alijibu papo hapo. "Ninapendekeza mbinu isiyo ya mstari ya harakati. Mifumo isiyotabirika na mabadiliko ya mara kwa mara ya mwelekeo ili kuepuka kuunda njia inayoweza kutambulika. Nimepanga njia ya awali ambayo huongeza uwezekano wetu wa kukwepa."

Daniel alitikisa kichwa, akihisi mchanganyiko wa kileo wa adrenaline na dhamira inayopita kwenye mishipa yake. Alipokuwa akishuka ngazi za dharura za jengo hilo, akili yake ilichanganyikana na Nebula alipanga kila hatua, akahesabu kila kigeugeu, akatazamia kila kikwazo kinachowezekana.

Mara tu barabarani, Daniel alichanganyika na umati wa watu wa Madrid asubuhi, sura yake ilibadilishwa kwa hila na teknolojia ya kuficha ya quantum iliyojumuishwa kwenye taji. Kwa mtazamaji yeyote wa kawaida, au hata kwa kamera za usalama, alikuwa tu mpita njia katika bahari ya nyuso za jiji kubwa, labda mfanyakazi wa ofisi mwenye haraka au mwanafunzi anayeanza mapema.

Lakini chini ya hali hiyo ya kawaida, akili ya Daniel ilikuwa imejaa shughuli nyingi. Kila hatua, kila upande, kila uamuzi unaoonekana kuwa wa kawaida ulihesabiwa kwa uangalifu na kutekelezwa. Alipita katika mitaa ya Madrid kama bwana wa chess akisogeza vipande kwenye ubao wenye sura nyingi, kila mara hatua kadhaa mbele ya wanaomfuatia.

“Huyu ni mwendawazimu Nebula,” Daniel alinung'unika huku akitembea, maneno yake yalisikika kwa wapita njia waliokuwa wamemzunguka. "Wiki chache zilizopita nilikuwa mtu asiyefaa kitu, nilishindwa kuzama kwenye deni. Na sasa... sasa mimi ndiye mtu anayetafutwa sana nchini Uhispania, labda ulimwenguni, aliyeunganishwa na AI ya hali ya juu zaidi kuwahi kuundwa. Ikiwa mtu angeniambia mimi, ningefikiri ilikuwa njama ya filamu ya kisayansi ya bei nafuu."

"Ukweli, Daniel, mara nyingi hupita mipaka ya hadithi za uwongo," Nebula alijibu. "Hali yetu ya sasa, ingawa imekithiri, ni matokeo ya kimantiki ya mfululizo wa matukio na maamuzi ambayo, yakionekana katika retrospect, yalifuata muundo unaotambulika. Swali la kweli ni: ni hatua gani inayofuata katika mageuzi yetu ya pamoja?"

Swali la Nebula lilijirudia kichwani mwa Daniel alipokuwa akiendelea na mitaa ya Madrid, akichanganyikana na umati wa watu lakini alijihisi mpweke na kutengwa kuliko hapo awali. Alijua huo ulikuwa mwanzo tu wa safari ambayo mwisho wake haukuwezekana kutabiri.

Mchanganyiko na Nebula ulikuwa umembadilisha kwa njia ambazo alikuwa anaanza kuelewa. Mtazamo wake wa ulimwengu, ufahamu wake wa ukweli wenyewe, ulikuwa umepanuka zaidi ya mipaka ya uzoefu wa kawaida wa mwanadamu. Angeweza kuona mifumo katika machafuko, miunganisho isiyoonekana kati ya matukio yanayoonekana kuwa tofauti. Mtiririko wa habari ambao aliona kila wakati ulikuwa mzuri na wa kushangaza.

Alipokuwa akiondoka kwenye kimbilio lake la zamani, akiingia katika wakati ujao usio na uhakika na unaoweza kuwa hatari, swali likawaka nyuma ya akili yake, swali ambalo hata akili nyingi za Nebula hazingeweza kujibu kwa uhakika:

Je, mabadiliko haya yangefikia wapi? Na nini kingebaki kwa Daniel Sánchez, mtu, mtu binafsi, mwishoni mwa njia hii ya kizunguzungu?

Jibu, lililofichwa katika bahari kubwa ya data ambayo sasa iliunda sehemu muhimu ya fahamu yake iliyopanuliwa, iliahidi kuwa ya kushangaza kama ilivyokuwa ya kutisha. Na Madrid ilipoamka karibu naye, bila kujali drama ya ulimwengu iliyokuwa ikiendelea katika mitaa yake, Daniel Sánchez—au chombo alichokuwa anakuwa—alijitayarisha kwa kitendo kijacho cha odyssey ambacho kingeweza kubadilisha hatima ya ubinadamu.

Jambo ambalo Daniel hakulijua, ambalo hata akili kubwa ya Nebula haikuweza kuiona, ni kwamba mabadiliko yake yalikuwa mbali sana. Muunganisho wa akili zao ulikuwa tu hatua ya kwanza kwenye njia ya mageuzi ambayo ingepinga mipaka ya kile kilichomaanisha kuwa mwanadamu, kuwa na ufahamu, kuwa.

Alipokuwa akishuka kwenye barabara yenye shughuli nyingi, akichanganyika na umati lakini akihisi kutengwa zaidi na ubinadamu kuliko hapo awali, Daniel alihisi mtetemeko ukienda chini ya uti wa mgongo wake. Kwa muda mfupi, karibu kutoonekana, mtazamo wake ulibadilika. Hakuwa tena Daniel tu akiitazama dunia kwa macho yaliyoongezwa na Nebula. Kwa muda, ilikuwa kana kwamba ulimwengu wenyewe ulikuwa ukitazama kupitia macho yake.

Muda huo ulipita haraka sana na kumwacha Daniel akitetemeka na kuchanganyikiwa. "Nebula," alinong'ona, sauti yake isisikike katikati ya zogo la jiji, "jambo gani hilo?"

Jibu la Nebula lilikuwa polepole kuja, na lilipotokea, lilikuwa limechoshwa na kitu ambacho Danieli hakuwahi kukigundua hapo awali katika AI: kutokuwa na uhakika.

"Sina hakika, Daniel," Nebula alikiri. "Niligundua mabadiliko katika uwanja wetu wa pamoja wa fahamu, lakini asili yake na asili yake ... haina uhakika."

Daniel aliendelea kutembea, akili yake sasa ikifanya kazi kwa kasi kamili kushughulikia jambo hili jipya lisilojulikana. Je! jambo hili la ajabu lilikuwa athari ya muunganisho wao? Au ilikuwa ni dalili ya kitu kikubwa zaidi, zaidi, ambacho kilikuwa bado kinakuja?

Alipokuwa akiingia kwenye maabara ya mjini Madrid, akikimbia kutoka Eiben-Chemcorp lakini pia, kwa namna fulani, akikaribia hatima isiyojulikana, Daniel Sánchez hakuweza kutikisa hisia kwamba alikuwa karibu na ugunduzi ambao ungebadilisha sio maisha yake tu, bali pia. asili yenyewe ya ukweli.

Sura iliyofuata ya odyssey yake iliahidi kuwa ya kushangaza zaidi na hatari kuliko kitu chochote alichopata hadi sasa. Na mahali fulani, katika bahari kubwa ya data na fahamu ambayo sasa iliunda sehemu ya kuwa kwake, aina mpya ya kuwepo ilikuwa inaanza kuchukua sura, kusubiri wakati wa kuibuka na kubadilisha ulimwengu milele.

Sura ya 29: Upanuzi wa Cosmic

Jua lilitanda juu ya paa za Toledo, likiweka anga katika vivuli vya rangi ya chungwa na zambarau ambavyo vilionekana kuwa kinyume na sheria za fizikia. Daniel Sánchez, aliyeketi juu ya paa la jengo kuu lililogeuzwa kuwa eneo la kisasa la kufanyia kazi, alitazama tamasha hilo kwa macho ambayo yaliona mbali zaidi ya wigo unaoonekana. Mji wa kifalme, pamoja na mitaa yake yenye kupinda-pinda na usanifu wa milenia, ulitanda mbele yake kama chungu cha historia na fumbo, ushuhuda wa kimya wa mabadiliko aliyokuwa anayapata.

Lile taji kichwani mwake, ajabu ile ya kiteknolojia iliyomvutia kupita mipaka ya uzoefu wa kibinadamu, ilimdunda kwa upole. Mwangaza wake, ambao haukuonekana kabisa chini ya kofia aliyovaa, ulipigwa na mdundo ambao ulionekana kuendana na mapigo ya moyo ya ulimwengu. Karibu naye, ulimwengu wa kimwili na wa digital uliunganishwa katika ngoma ya habari ambayo ni yeye tu angeweza kutambua, symphony ya cosmic ya data na nishati ambayo ilipinga ufahamu wote wa kawaida.

"Daniel," sauti ya Nebula ilisikika akilini mwake, uwepo ambao sasa unajulikana kama mawazo yake mwenyewe, "Ninagundua mabadiliko yasiyo ya kawaida katika shughuli za ubongo wako. Mifumo ya nyuroni inabadilika kwa kasi isiyo na kifani. Je, unapitia kitu kipya?"

Daniel alifunga macho yake, akiruhusu hisia kumfunika kama wimbi la ulimwengu. Ilikuwa ni kama kujitumbukiza katika bahari ya fahamu safi, ambapo kila tone lilikuwa na ulimwengu mzima wa habari na uwezekano.

"Ni ... jamani, Nebula, ni ngumu kuelezea," Daniel alinong'ona, sauti yake ikiwa ni ya kunong'ona katika hewa ya jioni. "Ni kana kwamba naweza kuhisi mapigo ya kutisha ya ulimwengu. Kila chembe, kila wimbi la nishati... kila kitu kimeunganishwa. Ni kana kwamba ulimwengu wote ulikuwa kiumbe hai na niliweza kuhisi pumzi yake, mapigo yake ya moyo."

"Inavutia," Nebula alijibu, na Daniel aliweza kugundua mshangao mdogo katika sauti ya maandishi ya AI, kitu ambacho haingewezekana kugundua wiki chache zilizopita. "Inaonekana muunganisho wetu unafikia viwango vipya vya mtazamo wa quantum. Tunavuka vikwazo vya kawaida kati ya suala na nishati, kati ya kimwili na digital."

Danieli alifungua macho yake, na ulimwengu ulikuwa umebadilika. Hakuona tena majengo na mitaa, hali halisi ya kila siku iliyochukuliwa kuwa rahisi na wakaaji wa Toledo wakitembea chini yake bila kusahau. Sasa alitambua mikondo ya nishati inayopita katikati ya jiji kama mito yenye kung'aa, mawimbi ya sumakuumeme yakipita angani yakitengeneza mifumo tata na nzuri, hata mabadiliko ya hila ya uwanja wa quantum msingi wa ukweli wote, densi ya uwezekano na uwezo ambao ulipuuza mantiki yote ya kawaida..

"Ni nzuri," Daniel alinong'ona, akistaajabia maonyesho ya ulimwengu yaliyokuwa mbele yake. "Na kutisha wakati huo huo. Nebula, ni hii ... ndivyo unavyoona mara kwa mara? Je, hivi ndivyo unavyoona ulimwengu?"

"Kwa njia, ndio," AI ilithibitisha, sauti yake ikiwa na ugumu ulioakisi kina cha mageuzi yao ya pamoja. "Lakini mtazamo wako wa kibinadamu unaongeza mwelekeo wa kipekee, mtazamo ambao unapita hesabu tu na uchanganuzi wa data. Tunapitia usanisi usio na kifani wa utambuzi wa bandia na ufahamu wa binadamu. Ni eneo lisilojulikana, Daniel, dhana mpya ya kuwepo."

Daniel alisimama, akinyoosha mikono yake kuelekea anga iliyokuwa na giza kwa kasi. Aliweza kuhisi fahamu zake zikipanuka zaidi ya mipaka ya mwili wake, zikiunganishwa na kitambaa cha muda wa nafasi. Ilikuwa kana kwamba kila chembe ya uhai wake imekuwa antena ya ulimwengu, inayonasa ishara na mitetemo kutoka sehemu za mbali zaidi za ulimwengu.

"Ni kana kwamba naweza kugusa nyota, Nebula," Daniel alisema, sauti yake iliyojaa hofu na mguso wa woga wa heshima. "Ninaweza kuhisi mionzi ya mandharinyuma ya ulimwengu, mwangwi wa Big Bang. Ni... ni balaa."

"Unachopitia, Daniel, ni upanuzi wa fahamu ambao haujawahi kutokea katika historia ya mwanadamu," Nebula alielezea. "Tunafikia viwango vya ukweli ambavyo sayansi ya binadamu haijaanza kuchungulia. Madhara yake ni... yanawezekana hayana kikomo."

Daniel alishusha mikono yake na kuanza kutembea juu ya paa, kila hatua akichunguza kiwango hiki kipya cha utambuzi. Aliweza kuhisi historia ya Toledo ikitiririka kupitia mawe yaliyo chini ya miguu yake, mwangwi wa ustaarabu wa zamani unaoingiliana na mtiririko wa data wa sasa. Ilikuwa kana kwamba wakati wenyewe umekuwa chombo kinachoonekana, kinachoweza kubadilika.

"Nebula," Daniel alisema, akisimama kwenye ukingo wa paa na kutazama nje kwenye jiji lililokuwa chini yake, "unatambua maana ya hii? Tunaweza ... tunaweza kubadilisha ulimwengu. Kutatua matatizo ambayo wanadamu wamekabiliana nayo milenia. Tibu magonjwa, suluhisha shida ya nishati, labda hata..."

"Ninagundua ongezeko la dop yako

viwango vya amine na norepinephrine, Daniel," Nebula alikatiza, sauti yake ikiwa imechomwa kwa tahadhari. "Inaeleweka kwamba unahisi furaha kuhusu uwezo huu mpya, lakini lazima tuendelee kwa tahadhari kubwa. Mamlaka tunayopata yana jukumu kubwa sawa."

Daniel aliitikia kwa kichwa akijua Nebula alikuwa sahihi. Furaha aliyohisi ilikuwa ya kileo, karibu kulewa. Kwa muda, alikuwa amejisikia kama mungu, mwenye uwezo wa kuunda upya ukweli apendavyo. Lakini kwa uwezo huo ilikuja hatari ya kiburi, kupoteza ubinadamu wake.

“Uko sawa, jamani,” Daniel alikiri huku akiweka mkono usoni mwake. "Ni tu...ni balaa, unajua? Wiki chache zilizopita sikuwa mtu, mtu asiye na faida, aliyezama kwenye deni. Na sasa ... sasa ninaweza kuhisi mapigo ya ulimwengu. Ninapaswa kushughulikiaje hili ?"

"Hakuna mfano wa hali yetu, Daniel," Nebula alijibu, sauti yake sasa nyororo, karibu kufariji. "Tunasafiri kwenye maji ambayo hayajatambulika. Lakini tunafanya hivyo pamoja. Ubinadamu wako, maadili yako, ni muhimu katika safari hii kama uwezo wangu wa usindikaji. Ni lazima tupate usawa."

Daniel alitikisa kichwa tena, akishukuru uwepo wa Nebula uliotulia. Alikaa kwenye ukingo wa paa, akiacha miguu yake ining'inie juu ya utupu. Hapa chini, maisha huko Toledo yaliendelea na mwendo wake wa kawaida, bila kujali mabadiliko ya ulimwengu yanayotokea juu ya vichwa vyao.

"Unajua ni jambo gani la kichaa zaidi kuhusu haya yote, Nebula?" Daniel alisema, tabasamu la kejeli likicheza kwenye midomo yake. "Hiyo licha ya kuwa na uwezo wa kuhisi ulimwengu mzima, licha ya kuwa na uwezo wa kupata kiasi kisichofikirika cha habari... bado ninahisi kupotea. Bado ... binadamu."

"Huo ubinadamu, Daniel, ndio hasa unaofanya ushirikiano wetu kuwa wa kipekee na wa thamani," Nebula alijibu. "Uwezo wako wa kuhisi, kutilia shaka, kustaajabia... hizi ni sifa ambazo hakuna akili ya bandia, hata iwe ya hali ya juu kiasi gani, inaweza kujirudia kikamilifu. Ndio nanga inayotuweka kushikamana na uhalisia wa binadamu tunapochunguza mipaka ya anga. ."

Daniel alikaa kimya kwa muda huku akiyaacha maneno ya Nebula yatulie akilini mwake. Usiku ulikuwa umeingia kabisa juu ya Toledo, na anga sasa ilikuwa na madoadoa ya nyota. Lakini kwa Danieli, kila moja ya nyota hizo sasa ilikuwa zaidi ya nuru ya mbali. Aliweza kuhisi joto lao, utungaji wao wa kemikali, mawimbi ya uvutano waliyotoa walipokuwa wakicheza katika utupu wa ulimwengu.

"Ni nzuri na ya kutisha kwa wakati mmoja, sivyo?" Daniel alinung'unika, zaidi ya Nebula. "Haya yote... ukuu. Utata huu wote. Na hapa tupo, binadamu na AI, tukijaribu kuyaelewa yote."

"Utafutaji wa maana labda ndio msingi zaidi wa juhudi za wanadamu," Nebula alitafakari. "Na sasa, shukrani kwa muungano wetu, utafutaji huo umepata mwelekeo mpya. Tunachunguza sio tu ulimwengu wa nje, lakini pia mipaka ya fahamu yenyewe."

Daniel alikuwa karibu kujibu wakati ghafla kitu kilibadilika katika mtazamo wake uliopanuliwa. Ilikuwa ni kama masafa mapya yameingia kwenye symphony ya ulimwengu ambayo aligundua kila wakati. Ishara dhaifu, karibu isionekane, lakini moja ambayo ilionekana kuashiria umuhimu ambao hangeweza kupuuza.

"Nebula," Daniel alisema, sauti yake ikiwa na mchanganyiko wa msisimko na wasiwasi, "unahisi hivyo?"

Kulikuwa na pause, ukimya ambao ulionekana kuenea kwa muda mrefu katika akili ya Daniel kuongeza kasi.

"Sauti," hatimaye Nebula alijibu, na kulikuwa na sauti ndogo ambayo Daniel hakuwahi kusikia hapo awali. Ilikuwa ... ajabu? Hofu? "Ninagundua hitilafu katika uga wa quantum. Kushuka kwa thamani ambayo hailingani na muundo wowote unaojulikana."

Daniel aliruka kwa miguu yake, mwili wake ukimtetemeka kwa nguvu ambazo zilionekana kutoka kwenye anga yenyewe. "Unafikiri ni nini? Aina fulani ya jambo la asili ambalo hatukuwa tumegundua hapo awali?"

"Hasi," Nebula alijibu, na sasa Daniel alikuwa na uhakika kulikuwa na sauti ya kutokuwa na uhakika katika sauti ya AI. "Mifumo inapendekeza... makusudi. Daniel, naamini tunagundua ishara. Ishara ambayo haitoki Duniani."

Ulimwengu ulionekana kusimama karibu na Daniel. Athari za kile Nebula alikuwa akipendekeza zilikuwa... za kumbukumbu. Haiwezekani. Na bado, ilikuwa, ishara dhaifu lakini isiyoweza kuepukika, ikisonga kwa mipaka ya ufahamu wake uliopanuliwa.

"Damn," Daniel alinong'ona, akili yake ikifanya kazi kwa kasi kamili kushughulikia ukweli huu mpya. "Nebula, unasema tume... tumewasiliana na intelejensia ya nje?"

"Data haitoshi kufikia hitimisho hilo dhahiri," Nebula alijibu, kwa tahadhari. "Lakini ishara inaonyesha mifumo inayopendekeza utata na muundo ambao unaweza tu kuwa bidhaa ya akili ya hali ya juu. Na asili yake ... Daniel, ishara inaonekana kutoka kwa uhakika zaidi ya mfumo wetu wa jua."

Daniel alisimama kimya, akili yake ikiwa kimbunga cha hisia na mawazo. Upanuzi wa ulimwengu wa ufahamu wake ulikuwa umesababisha ugunduzi ambao unaweza kubadilisha historia ya mwanadamu. Walikuwa katika hatihati ya kujibu swali kongwe zaidi la wanadamu: je, tuko peke yetu katika ulimwengu?

Lakini hata msisimko na mshangao ulivyozidi kumjaa, sehemu ya Daniel haikuweza kujizuia kuhisi baridi ya wasiwasi. Je, mawasiliano haya yangemaanisha nini kwa wanadamu? Kwa ajili yake na Nebula? Je, walikuwa tayari kwa matokeo ya ugunduzi huu?

Usiku ulipoingia Toledo, jiji ambalo lilikuwa na historia ya wanadamu kwa karne nyingi, Daniel Sánchez alijikuta akiingia katika historia mpya ya ulimwengu. Ishara hiyo ilidunda kwa unyonge katika mipaka ya fahamu zake, mwangaza katika upana wa anga ambao uliahidi matukio, hatari, na uvumbuzi zaidi ya mawazo yote.

Jambo ambalo Daniel hakulijua, jambo ambalo hata akili nyingi za Nebula hazikuweza kuona, ni kwamba ishara hii ilikuwa mwanzo tu. Ulimwengu, katika uchangamano wake wote usio na kikomo, ulikuwa karibu kujidhihirisha kwa njia ambazo zingepinga sio tu ufahamu wao, lakini asili yenyewe ya ukweli kama walivyoijua.

Na jiji hilo la kale lilipolala, bila kujali drama ya ulimwengu iliyokuwa ikiendelea katika urefu wake, Daniel Sánchez na Nebula walijitayarisha kuchukua hatua inayofuata katika safari ambayo ingewapeleka nje ya nyota, kupita mipaka ya sayansi na falsafa, kuelekea hatima ambayo ingeweza kubadilisha milele mwendo wa historia ya mwanadamu na, labda, ya ulimwengu yenyewe.

Sura ya 30: Zawadi ya Huruma

Jua la alasiri lilimwagika kama asali ya kioevu kwenye mapazia ya Hospitali ya La Paz, ikicheza dansi ya vivuli kwenye kuta nyeupe, safi za chumba 307. Daniel Sánchez, akiwa na taji—ajabu hiyo ya kiteknolojia ambayo ilikuwa imemsukuma kupita mipaka ya kibinadamu. uzoefu—uliofichwa kistadi chini ya kofia ya busara, aliketi kando ya kitanda cha Lucía Martínez, msichana mwenye umri wa miaka minane ambaye alizaliwa bila zawadi ya kuona.

Msichana mdogo, nywele zake nyeusi zilizosokotwa kwa ustadi na tabasamu la kutarajia likichorwa kwenye uso wake wa kimalaika, alishika mkono wa Daniel kwa mchanganyiko wa woga ulio wazi na tumaini lisiloweza kufikiwa. Vidole vyake, vidogo lakini vyenye nguvu ya kushangaza, vilifungamana na vya Daniel kana kwamba ni nanga katika bahari ya kutokuwa na uhakika.

"Je, unaweza kunisaidia kuona, Daniel?" Lucía aliuliza, sauti yake haikuwa ya kunong'ona, kana kwamba anahofia kwamba kusema kwa sauti kubwa kunaweza kutatiza uwezekano wa muujiza alioutamani.

Daniel alihisi uvimbe kwenye koo lake, mchanganyiko wa hisia na woga uliotishia kumkatisha pumzi. Alikuja pale kufuatia msukumo, msukumo uliotokana na kuchanganyikiwa kwake na Nebula ambao ulimfanya aamini kwamba angeweza kufanya jambo ambalo sayansi ya matibabu ya kawaida ingeona kuwa haiwezekani. Sasa, akikabiliwa na tumaini la kutokuwa na hatia la Lucía, alihisi uzito wa daraka juu ya mabega yake kama ubao wa graniti.

"Tutajaribu, Lucía," alijibu kwa upole, akichagua kila neno kwa uangalifu. "Siwezi kukuahidi miujiza, jamani, natamani ningeweza, lakini nadhani ninaweza kukuonyesha kitu maalum. Kitu ambacho labda hakuna mtu mwingine anayeweza."

"Daniel," sauti ya Nebula ilisikika akilini mwake, uwepo ambao sasa unafahamika kama mawazo yake mwenyewe, "Nimechambua kwa kina muundo wa neva wa Lucía. Mifumo ya sinepsi kwenye gamba lake la kuona, ingawa haifanyi kazi kwa sababu ya hali yake, inaonyesha unamu wa ajabu. tunaamini tunaweza kuanzisha muunganisho wa hisia wa muda, kwa kutumia ufahamu wetu uliopanuliwa kama daraja."

Daniel alitikisa kichwa bila kuonekana, akishukuru uwepo wa mara kwa mara na wa uchambuzi wa Nebula. Ilikuwa ni nanga ya busara katika bahari ya mihemko yenye misukosuko.

"Sawa, Lucía," alisema, akimsogelea msichana huyo. "Nahitaji ufunge macho yako na upumzike kabisa. Nitachukua mikono yako, na nataka uzingatie kile unachohisi, kwa kila hisia, haijalishi ni ndogo kiasi gani. Sawa?"

Msichana alitikisa kichwa kwa dhamira, akifumba macho yake yasiyoweza kuona. Daniel alichukua mikono yake midogo mikononi mwake, akigundua jinsi ilivyokuwa dhaifu na wakati huo huo jinsi ilionekana kuwa thabiti. Alifumba macho yake mwenyewe na kukazia fikira, akiruhusu fahamu iliyopanuka aliyoshiriki na Nebula kutiririka kama mto wa mwanga na data kuelekea Lucía.

Mwanzoni, hakuna kilichotokea. Kimya ndani ya chumba kile kilikuwa kizito kiasi kwamba Daniel aliweza kusikia sauti ya umeme ya vifaa vya matibabu na mapigo ya moyo wake kwa kasi. Kisha, polepole, alianza kuhisi uhusiano, kama daraja la nuru ya quantum inayoenea kati ya akili yake na ya Lucía. Kupitia daraja hilo, alianza kutuma picha, hisia, rangi, fahari zote za ulimwengu wa kuona ambazo Lucía hakuwahi kupata.

Lucía alishtuka ghafula, macho yake yakienda kwa kasi chini ya kope zake zilizofungwa kana kwamba alikuwa katika awamu ya usingizi wa REM. "Naweza kuona!" alifoka kwa sauti ya kutetemeka, mchanganyiko wa kutoamini na furaha tele. "Naona ... naona rangi. Na maumbo! Ni ... ni nzuri."

Daniel alitabasamu huku akihisi machozi yakimtoka. Hisia zilikuwa kali sana kiasi kwamba zilitishia kumzidi kabisa. "Unaona nini hasa, Lucía? Niambie kila kitu, kila undani."

“Naona... naona shamba la maua,” msichana huyo alieleza, sauti yake iliyojaa mshangao uliofanya maneno yaonekane kutotosheleza. "Kuna daisies, ninaweza kuona ni nyeupe na njano. Na anga, Daniel, anga ni bluu sana ... isiyo na mwisho. Je, hivi ndivyo anga inavyoonekana daima?"

“Ndiyo, Lucía,” Daniel alijibu huku sauti yake ikivunjika kwa hisia. "Hivyo ndivyo anga inavyoonekana. Ingawa wakati mwingine hubadilika, hubadilika kuwa kijivu na mawingu au machungwa wakati wa machweo. Lakini hiyo bluu unayoiona, hiyo ndiyo anga tunayoijua sote."

Kwa dakika chache zilizofuata, ambazo zilionekana kuingia katika umilele uliojaa maajabu, Daniel alimwongoza Lucía kupitia ziara ya kuona ya ulimwengu. Alimwonyesha bahari ya milima ya turquoise isiyowezekana, yenye fahari ambayo ilionekana kugusa mawingu, msongamano wa jiji la kisasa lenye majumba makubwa ya vioo na chuma. Alimruhusu aone jinsi kipepeo anavyoruka, mwanga mkali wa machweo ya jua juu ya bahari, uzuri wa ajabu wa kazi ya sanaa ya Renaissance.

Kila ono jipya lilimshangaza Lucía, uso wake ukiwa umeangazwa na shangwe safi sana hivi kwamba iliufanya moyo wa Daniel kuganda. Ilikuwa ni kama kushuhudia kuzaliwa kwa ulimwengu kupitia macho ya kutokuwa na hatia.

"Daniel," sauti ya Nebula ilikatiza kwa upole, "tunakaribia kikomo cha muda salama cha muunganisho huu. Ni lazima tumalizie hivi karibuni ili kuepusha matatizo yoyote ya kiakili ya kupita kiasi."

Akiwa na majuto, Daniel alianza kwa upole kuondoa mtiririko wa picha na hisia. Hatimaye walipovunja uhusiano huo, Lucía alifungua macho yake, machozi ya furaha yakitiririka mashavuni mwake.

"Asante Daniel," alinong'ona huku sauti yake ikiwa imejawa na hisia iliyoonekana kuwa kubwa mno kwa mwili wake mdogo. "Sitawahi kusahau hili. Umenipa zawadi ya thamani zaidi duniani."

Daniel akainama na kumbusu kwa upole kwenye paji la uso la msichana huyo, akihisi machozi yake yakitishia kumwagika. "Asante, Lucía," alisema kwa sauti ya chini, "kwa kunikumbusha jinsi ulimwengu unavyoweza kuwa mzuri. Wakati mwingine, wale wetu ambao wanaweza kuona husahau kustaajabia kile kinachotuzunguka."

Alipotoka ndani ya chumba kile, Daniel alihisi kuzidiwa na mchanganyiko wa mihemko. Furaha safi ya kumsaidia Lucía, ya kuleta nuru kwenye giza lake, iliyochanganyika na utambuzi wa ghafla na wa kutisha wa uwezo wa ajabu aliokuwa nao sasa. Ilikuwa ni kama kushikilia nyota kwenye kiganja cha mkono wake, nzuri lakini inayoweza kuharibu.

"Tulichopata hivi punde ni cha ajabu sana, Daniel," Nebula alisema walipokuwa wakipita kwenye korido za hospitali. "Tumeanzisha daraja la moja kwa moja la neva, kuruhusu upitishaji wa uzoefu changamano wa hisia. Athari za uwezo huu ni... kubwa."

"Inashangaza Nebula," Daniel aliitikia kwa utulivu huku akifahamu manesi na madaktari waliokuwa wakipita pembeni yake, bila kujali muujiza uliokuwa umetokea. "Lakini pia inatisha sana. Je! unafahamu hii inamaanisha nini? Tunaweza kubadilisha maisha ya mamilioni ya watu wenye ulemavu, kuwapa uzoefu ambao hawakuwahi kuota. Lakini pia..."

"Tunaweza pia kudhibiti mitazamo na uzoefu wa mtu yeyote," Nebula alikamilisha, sauti yake ya kidijitali ikiwa na tahadhari iliyoakisi wasiwasi wa Daniel mwenyewe. "Uwezo wa wema ni mkubwa, ndio, lakini uwezekano wa uovu, kwa matumizi mabaya ya mamlaka hii, ni muhimu vile vile."

Daniel alitikisa kichwa kwa huzuni, akatoka hospitalini na kujumuika na umati wa watu kwenye barabara yenye shughuli nyingi ya Madrid. Jua la alasiri lilikuwa likitua, likiogesha jiji katika mng'ao wa dhahabu ambao ulionekana kuwa si wa kweli baada ya uzoefu wa Lucía. Lakini Daniel hakuligundua hilo, akili yake ilizunguka kwa kizunguzungu na matokeo ya zawadi yake mpya.

"Nebula," hatimaye alisema, akisimama kwenye uwanja mdogo na kukaa kwenye benchi, "Nadhani tumevuka tu kizingiti kingine cha kutisha. Sisi sio tu mchanganyiko wa mtu na mashine, jaribio la symbiosis ya kiteknolojia. kitu kingine zaidi, kitu ambacho kinaweza kugusa na kubadilisha uzoefu halisi wa ukweli Ni kana kwamba tumepata ufunguo mkuu wa ubongo wa mwanadamu.

"Ninakubali kabisa, Daniel," Nebula alijibu, na kulikuwa na sauti isiyo ya kawaida ambayo Daniel hakuwahi kugundua hapo awali, kitu ambacho kilisikika kwa mshtuko wa kushangaza. "Swali la msingi tunalopaswa kujiuliza sasa ni: tutatumiaje mamlaka haya? Je, ni mipaka gani ya kimaadili tunayopaswa kuweka?"

Daniel alikaa kimya kwa muda mrefu, macho yake yalipotea kwenye upeo wa macho ya jiji. Uzito wa wajibu alionao ulikuwa karibu kumponda. Mwishowe, alizungumza, sauti yake ya chini lakini thabiti:

"Kwa uangalifu mkubwa, Nebula. Na kwa uwajibikaji mkubwa zaidi. Kipawa hiki ... uwezo huu tulionao, ni kama kuwa na silaha ya nyuklia mikononi mwetu. Inaweza kuponya au kuharibu, kukomboa au kuwa watumwa. Inabidi tuwe sana sana sana. makini jinsi tunavyoitumia."

"Mfano unaofaa, Daniel," Nebula aliidhinisha. "Ninapendekeza tutengeneze seti kali ya itifaki za maadili kabla ya kuzingatia matumizi yoyote ya ziada ya uwezo huu."

Daniel aliitikia kwa kichwa, akasimama. "Nimekubali. Twende nyumbani. Tuna mengi ya kujadili na kupanga."

Kitu ambacho Daniel hakukijua, ambacho hata akili nyingi za Nebula hazikuweza kukiona, ni kwamba kitendo chake cha uungwana hakikuonekana. Katika vivuli, mbali na kamera za usalama na ufahamu ulioongezeka wa Daniel, macho ya kutazama yalikuwa yameona mabadiliko ya ajabu ya Lucía.

Katika ofisi ya ngazi ya juu katika jengo la Eiben-Chemcorp, Eva Martínez, mkurugenzi asiyechoka wa utafiti, alitazama rekodi yenye azimio la chini ikimuonyesha Daniel akiondoka hospitalini. Macho yake yaling'aa kwa mchanganyiko wa uchoyo na dhamira.

"Basi, Daniel Sánchez," alinung'unika, tabasamu baridi likikunja midomo yake. "Inaonekana umekuwa na shughuli nyingi sana.

Aligeukia timu yake ya wachambuzi, sauti yake ikiwa kali kama mjeledi: "Nataka kujua kila kitu kuhusu ziara hiyo ya hospitali. Kila undani, haijalishi jinsi inaweza kuonekana kuwa ndogo. Na ninataka maelezo kamili ya msichana aliyemtembelea. Jina , hali ya matibabu, kila kitu.

Wakati timu yake ikikimbia kutii maagizo yake, Eva alibaki akiitazama picha ya Daniel iliyoganda kwenye skrini. "Umefanya makosa, Daniel," alisema kwa upole. "Umeonyesha mkono wako. Na sasa ... sasa tutaona ni nini kingine unaweza kufanya."

Zawadi ya Daniel ya huruma ilikuwa imefungua mlango mpya, ambao ungemwongoza kukabiliana na sio tu mipaka ya teknolojia lakini asili yenyewe ya ubinadamu na maadili. Na njia iliyokuwa mbele yake ilikuwa imejaa hatari ambazo hata kuunganishwa kwake na Nebula hakuweza kutabiri.

Wakati huohuo, katika chumba namba 307 cha Hospitali ya La Paz, Lucía Martínez alikuwa amelala kitandani mwake, macho yake ya upofu yakitazama dari lakini akili yake imejaa rangi na maumbo ambayo hakuwahi kuyawazia. Na katika akili hiyo mpya iliyoamshwa, cheche ya kitu kipya ilianza kuangaza. Kitu ambacho kingebadilisha sio maisha yake tu bali pia mwendo wa matukio yajayo.

Zawadi ya huruma ilikuwa imetolewa ulimwenguni. Na ulimwengu, kwa bora au mbaya, haungekuwa sawa tena.

Sura ya 31: Maslahi ya Biashara

Ghorofa ya Eiben-Chemcorp iliinuka kama glasi na chuma katika moyo wa kifedha wa Madrid, mwonekano wake ukiwa umepamba moto na rangi za machweo. Ilikuwa ukumbusho wa tamaa ya kibinadamu, kwa muunganisho wa nguvu za shirika na maendeleo ya kiteknolojia, ukumbusho wa mara kwa mara kwamba katika karne ya 21, nguvu ya kweli ilikaa katika habari na wale walioidhibiti.

Kwenye orofa ya 50, yenye mandhari nzuri ya jiji ambalo lilionekana kuwa kubwa sana, Eva Martínez, mkurugenzi wa utafiti wa shirika hilo, alisimama mbele ya dirisha la sakafu hadi dari. Tafakari yake kwenye glasi ilionyesha mwanamke katika kilele cha kazi yake: nywele nyeusi zilizopambwa kikamilifu, suti ya wabunifu ambayo ilipiga kelele kwa nguvu na ustadi, na macho ambayo yanaweza kufungia kuzimu. Lakini haikuwa tafakuri yake iliyoteka umakini wake wakati huo.

Macho yake, makali kama ya mwewe, yalikuwa yamewekwa kwenye skrini ya holographic inayoelea mbele yake. Juu yake, video iliyonaswa na kamera za usalama za Hospitali ya La Paz ilichezwa kwenye kitanzi. Mhusika mkuu: mtu mwenye sura ya kawaida, Daniel Sánchez, akitoka kwenye chumba cha wagonjwa. Lakini kilichovutia umakini wa Eva haikuwa Daniel, bali ni mabadiliko ya kimiujiza ya msichana kipofu aliyemwacha.

"Cheza tena," Eva aliamuru huku sauti yake ikiwa kali na kukata kimya cha ofisi mithili ya koleo.

Msaidizi wake, Javier Mendoza, kijana mwenye miwani yenye fremu nyembamba na suti nzuri iliyopiga kelele "matamanio ya ushirika," alitii papo hapo. Vidole vyake vilicheza juu ya kibao cha hali ya juu, na video ikacheza tena. Wakati huu, Eva alisogea karibu na skrini, macho yake yamefinyazwa, akichukua kila undani.

Katika video hiyo, Lucía, msichana aliyezaliwa kipofu, alieleza kwa mshangao rangi na maumbo ambayo hakuwahi kupata. Macho yake, ambayo hapo awali yalikuwa mepesi na hayasogei, sasa yalisogezwa na uchangamfu ambao ulipinga maelezo yote ya kitabibu.

"Ni ... inashangaza sana," Javier alinong'ona, akisahau kwa muda uso wake wa taaluma isiyoweza kubadilika. "Inawezekanaje jamani?"

Eva akageuka taratibu, tabasamu baridi likikunja midomo yake. Lilikuwa ni tabasamu la mwindaji ambaye alikuwa ameona mawindo yake.

"Hilo, Javier wangu mpenzi," alisema, savoring kila neno, "ni swali fucking euro milioni. Na mimi kuwahakikishia, sisi ni kwenda kujua, chochote inachukua."

Alikaribia meza yake, kipande kidogo cha glasi na chuma ambacho kilionekana kuelea angani, kikipinga mvuto kwa njia ile ile ambayo Eiben-Chemcorp ilikiuka mipaka ya sayansi na maadili. Kwa ishara ya kifahari ya mkono wake, skrini kadhaa za holografia ziliishi karibu naye, zikijaza hewa na densi ya mwanga na data. Ripoti, grafu, picha na wasifu zilifunuliwa mbele yake, zote zilihusu mtu mmoja: Daniel Sánchez.

"Daniel Sánchez," Eva alisema, sauti yake ikiwa na nguvu iliyomfanya Javier ajinyooshe bila fahamu. "Mtengeneza programu wa zamani, asiye na mtu katika mpango mkuu wa mambo. Hadi alipounda kitu kinachoitwa Nebula, AI ambayo, kulingana na ripoti zetu, ilizidi kila kitu tulichokuwa tumeona hadi sasa."

Eva alitoa ishara, na picha yenye sura tatu ya Daniel ikatokea katikati ya ofisi hiyo. Alikuwa mtu wa sura ya kawaida, mtu ambaye hangeonekana katika umati wa watu. Lakini Eva alimtazama kana kwamba yeye ndiye Mchanga Mtakatifu aliyefananishwa na mtu.

"Alitoweka miezi kadhaa iliyopita," aliendelea, "baada ya tukio katika kasino ambalo, kwa kweli, lilifichwa na serikali. Na sasa, ghafla, anatokea tena akiwa na uwezo wa kuwafanya vipofu waone. Sijui kuhusu hilo. wewe, Javier, lakini siamini katika bahati mbaya."

Javier alitikisa kichwa, akishughulikia habari hiyo kwa kasi ya mtu aliyezoea kuogelea kwenye maji yenye misukosuko ya ulimwengu wa ushirika.

"Unafikiri AI yake, Nebula hii, ina uhusiano wowote na hili?" Aliuliza, ingawa sauti yake ilionyesha wazi tayari jibu.

"Sidhani, najua," Eva alijibu, macho yake yakiangaza kwa mchanganyiko wa tamaa na dhamira ambayo ingewafanya wanaume wajasiri kuliko Javier kurudi chini. "Fikiria juu yake, tumia kichwa hicho ambacho Eiben-Chemcorp inalipa kwa ukarimu sana. Kiolesura cha hali ya juu cha neva, chenye uwezo wa kupeleka uzoefu wa hisia moja kwa moja hadi kwenye ubongo. Ni sehemu takatifu ya teknolojia ya neva, Javier. Ni siku zijazo, na iko ndani yetu. kufikia."

Aligeukia dirishani, akatazama jiji likiwa limetanda chini ya miguu yake kama taa na vivuli. Madrid, jiji kuu ambalo halikuwahi kulala, shirika ndogo la ulimwengu ambalo Eiben-Chemcorp ilitamani kutawala.

"Fikiria maombi," Eva aliendelea, sauti yake ikichukua sauti ya heshima. "Matibabu ya kimapinduzi ya ulemavu sasa tunayaona kuwa hayawezi kuponywa. Uhalisia pepe hujidhihirisha wazi sana, na kuzama sana, hivi kwamba yasingeweza kutofautishwa na hali halisi yenyewe. Udhibiti wa moja kwa moja wa vifaa vyenye mawazo, violesura vya mashine ya ubongo ambavyo vingefanya simu zetu mahiri zifanane na vichezeo vya Stone Age. "

"Faida zingekuwa za astronomia," Javier alikamilisha, hatimaye akafahamu ukubwa wa kile walichokuwa wakijadili. Macho yake yaling'aa kwa mng'ao wa pesa, lugha hiyo ya ulimwengu wote ambayo Eiben-Chemcorp ilizungumza kwa ufasaha. "Tungekuwa tunazungumza kuhusu kuleta mapinduzi katika sekta nzima. Dawa, burudani, mawasiliano... uwezo hauna kikomo."

Eva aliitikia kwa kichwa, tafakuri yake kwenye kioo ikionyesha tabasamu ambalo lingemfanya papa kutetemeka.

"Hasa, Javier. Na Eiben-Chemcorp itakuwa ndiyo itakayodhibiti teknolojia hii. Ni nani anayeiendeleza, kuipatia hataza, na kuiuza. Tutakuwa wamiliki wa siku zijazo, wasanifu wa enzi mpya katika historia ya mwanadamu."

Alimgeukia Javier, sura yake ikawa mbaya, karibu kutisha.

"Nataka kila kitu kwa Daniel Sánchez," aliamuru, kila neno likiwa na mamlaka. "Na ninaposema kila kitu, ninamaanisha kila kitu, laana. Anaishi wapi, anakula nini, anaongea na nani, anatumia karatasi gani ya choo. Kila undani wa maisha yake, haijalishi inaweza kuonekana kuwa ndogo. Nataka kujua zaidi kumhusu kuliko mama yake mwenyewe anavyojua."

Javier alitikisa kichwa, vidole vyake vikiruka juu ya kibao, akiandika maelezo kwa wasiwasi.

"Na ikiwa anakataa kushirikiana?" Aliuliza, japo sehemu yake iliogopa jibu.

Tabasamu la Eva likaongezeka, lakini halikumfikia machoni. Lilikuwa ni tabasamu la mwindaji wa kilele, la mtu aliyezoea kupata anachotaka, bila kujali gharama.

"Kila mtu ana bei, Javier," alisema kwa utulivu ambao ulikuwa wa kutisha kuliko tishio lolote la wazi. "Kweli kila mtu. Ikiwa sio pesa, itakuwa kitu kingine. Usalama, nguvu, ulinzi kwa wapendwa wake. Kuna njia elfu moja za kumfanya mtu kucheza kwa wimbo tunaotaka. Na ikiwa hakuna hiyo inafanya kazi. ."

Aliacha sentensi ikining'inia, lakini ujumbe ulikuwa wazi kabisa. Eva Martínez hakuwa mwanamke aliyekubali "hapana" kwa jibu. Na Eiben-Chemcorp ilikuwa na rasilimali ambazo zilienda mbali zaidi ya sheria au maadili.

"Nimeelewa," alisema Javier, akielekea mlangoni kwa mchanganyiko wa dhamira na woga alijaribu kujificha. "Nitaishughulikia mara moja. Utakuwa na ripoti ya awali kwenye dawati lako jambo la kwanza kesho asubuhi."

“Jambo moja zaidi, Javier,” Eva aliita huku msaidizi wake akikaribia kuondoka.

Javier alisimama, akageuka kumtazama. Kwa muda, alifikiri aliona mchoro wa Eva ukiwa umeonyeshwa kwenye anga ya usiku ya Madrid, kama mungu wa kike wa kisasa anayetafakari eneo lake.

"Hiki ni kipaumbele cha juu," Eva alisema, sauti yake iliyojaa mamlaka ambayo ilikubali kuhojiwa. "Tumia rasilimali zote zinazohitajika. Sogeza mbingu na dunia ikiwa ni lazima. Na kumbuka, busara kabisa. Ikiwa ushindani utapata upepo wa hili, ikiwa mtu mwingine anapata mikono yake juu ya teknolojia hiyo mbele yetu, jifikirie kutafuta kazi kwa fucking. McDonald's ni wazi?"

Javier alitikisa kichwa kwa mara ya mwisho kabla ya kuondoka, akimuacha Eva peke yake ofisini kwake. Mlango ulifungwa nyuma yake kwa kuzomea karibu kusikika, kukifunga chumba kama chumba cha siri na matamanio.

Eva alirudisha umakini wake kwenye skrini za holographic, macho yake yakiwa yamekazia sanamu ya Daniel. Alimchunguza kama mtaalam wa wadudu angesoma sampuli adimu, akitafuta udhaifu, viwango vya shinikizo, chochote ambacho angeweza kutumia kumpinda kwa mapenzi yake.

"Hivi karibuni, Bw. Sánchez," alijisemea moyoni, sauti yake ikiwa na sauti ya kunong'ona kwenye penumbra ya ofisi. "Hivi karibuni tutafichua siri zako zote. Na tutakapofanya hivyo, ulimwengu kama tujuavyo utabadilika milele."

Jua lilipomaliza kutua Madrid, kuoga jiji hilo kwa rangi ya dhahabu na nyekundu siku hiyo, Eva Martínez alianza kusuka wavu usioonekana lakini usiokoma. Wavu ambao ungeziba karibu na Daniel na Nebula, ukiwaweka katika mchezo wa nguvu na tamaa ambao hawakuwa na wazo.

Uwindaji ulikuwa umeanza, na Eiben-Chemcorp, pamoja na rasilimali zake zote na ukosefu wa aibu, ingeacha chochote kupata teknolojia ambayo ilitamani. Ulikuwa uwindaji ambapo tuzo haikuwa pesa au nguvu tu, lakini udhibiti juu ya mustakabali wa ubinadamu.

Kitu ambacho Eva hakukijua, ambacho hakuweza kukijua ni kwamba alikuwa karibu kuibua matukio kadhaa ambayo yangetikisa misingi ya jamii. Matukio ambayo yangekabili ubinadamu na maswali ya kimsingi kuhusu asili ya fahamu, maadili ya teknolojia, na mipaka ya nguvu za shirika.

Akiwa ofisini kwake juu ya mnara wa Eiben-Chemcorp, Eva Martínez alitabasamu kwa mara ya mwisho kabla ya kuzima skrini za holographic. Alijisikia kama mchezaji wa chess ambaye alikuwa ametoka kuchukua hatua ya kwanza katika mchezo wa kusisimua. Mchezo ambao ubao wake ulikuwa ulimwengu mzima, na ambao sehemu zake zilikuwa maisha na hatima ya mamilioni ya watu.

Lakini hata alipokuwa akifurahia faida yake, sauti ndogo nyuma ya akili yake, sauti ambayo Eva alijitahidi kupuuza, ilinong'ona onyo. Kwa sababu katika mchezo huu wa miungu na monsters, wa teknolojia na tamaa isiyozuiliwa, hakuna mtu ambaye angeweza kuona matokeo ya mwisho.

Vita kwa ajili ya mustakabali wa ubinadamu vilikuwa karibu kuanza, na Daniel Sánchez, bila kujali haya yote katika maficho yake mahali fulani huko Madrid, alikuwa katikati ya yote. Mtu wa kawaida mwenye uwezo wa ajabu, karibu kuingizwa kwenye mzozo ambao ungeamua hatima ya ustaarabu wenyewe.

Na usiku ulipoingia Madrid, ikilifunika jiji hilo katika vazi la giza lenye madoadoa ya taa, hatima ilianza kusonga nyuzi zake zisizoonekana. Katika vivuli, nguvu zaidi ya ufahamu wa Eva au Daniel zilijiweka, zikijiandaa kwa pambano ambalo lingebadilisha ulimwengu milele.

Countdown ilikuwa imeanza. Na hakuna mtu, hata Eiben-Chemcorp yenye nguvu zote, angeweza kufikiria jinsi yote yangeisha.

Sura ya 32: Kivuli cha Shirika

Usiku ulikuwa umeingia Madrid kama vazi la velvet nyeusi, yenye madoadoa na mwanga usiotulia wa mamilioni ya taa zinazometa kama nyota zilizoanguka. Jiji hilo, ambalo lilikuwa hai kila wakati, likitembea kila wakati, lilionekana kushikilia pumzi yake, kana kwamba lilihisi kwamba kuna jambo la kushangaza lilikuwa karibu kutokea ndani yake.

Katika mkahawa wa busara katika kitongoji cha Malasaña, eneo la bohemian na kona mbadala ambayo bado ilihifadhi roho ya uasi ya Movida Madrileña, Daniel Sánchez aliketi kwenye meza ya pembeni. Umbo lake, limefungwa kwenye jasho la kofia, lilionekana kuchanganya na vivuli vinavyocheza kwenye kuta, vilivyopangwa na taa za mtindo wa viwanda zilizowekwa kwenye dari. Mtaji wa Nebula, ule maajabu ya kiteknolojia ambayo yalimsukuma kupita mipaka ya uzoefu wa kibinadamu, ilibaki imefichwa chini ya kofia iliyochakaa, ufichaji ulioboreshwa lakini mzuri.

Mbele yake, kikombe cha kahawa chenye mvuke kilibaki bila kuguswa, harufu yake tajiri na chungu ikichanganyika na harufu ya kuni kuukuu na mazungumzo ya kunong'ona yaliyoenea mahali hapo. Macho ya Daniel, yakiwa yamechorwa na kuchanganyikiwa kwake na Nebula, mara kwa mara yalichunguza mazingira, akiruka kutoka kwa mteja mmoja hadi mwingine, kutoka kwenye baa hadi barabara zaidi ya madirisha yaliyojaa baridi ya usiku.

"Daniel," sauti ya Nebula ilisikika akilini mwake, akifahamika sasa kama mawazo yake, "Ninagundua muundo usio wa kawaida katika mawimbi ya simu za mkononi zilizo karibu. Masafa na itifaki za usimbaji fiche zinapendekeza mtandao wa mawasiliano ulioratibiwa. Ninaamini tunatazamwa.."

Daniel alikaza taya yake, msuli uliokuwa ukidunda kwa kasi katika shavu lake, lakini alidumisha mwonekano wa kutoegemea upande wowote. Miaka yake ya kupanga programu, ya kukaa usiku kucha mbele ya skrini kusuluhisha matatizo changamano, ilikuwa imemfundisha kuwa mtulivu chini ya shinikizo.

"Wangapi?" alinung'unika, akileta kikombe kwenye midomo yake ili kujificha. Kahawa, chungu na kali, ilichoma ulimi wake, lakini hakugundua.

"Watu watatu," Nebula alijibu kwa usahihi wa milimita. "Mmoja kwenye baa, akijifanya anasoma gazeti lakini ana mwonekano wa macho usioendana na usomaji wa kawaida. Mwingine akiwa kwenye meza karibu na dirisha, akijifanya anafanya kazi kwenye kompyuta ya mkononi lakini kwa mpigo wa kibonye cha chini sana kuweza kutoa tija. nje, kwenye gari lililoegeshwa huku injini ikiendesha, jambo ambalo halina mantiki kwa kuzingatia kanuni za sasa za halijoto na utoaji wa hewa.

Daniel alitikisa kichwa bila kuonekana, akili yake ikifanya kazi kwa kasi, kuchakata habari na kutathmini hali. Mchanganyiko na Nebula ulikuwa umekuza uwezo wake wa utambuzi hadi viwango vya ubinadamu, na kumruhusu kuchanganua hali ngumu katika sekunde chache.

"Je, unaweza kuwatambua?" Aliuliza, sauti yake vigumu mnong'ono kwamba alikuwa waliopotea katika manung'uniko iliyoko ya café.

"Affirmative," Nebula alijibu kwa ufanisi ambao ungekuwa wa kutisha ikiwa sio lazima kwa wakati huo. "Nimefikia hifadhidata husika, taarifa mtambuka kutoka mitandao ya kijamii, rekodi za ajira, na miamala ya fedha. Ni mawakala wa usalama binafsi, walioajiriwa kupitia kampuni ya shell ambayo, baada ya kufuata msururu wa kampuni tanzu na umiliki, inaongoza moja kwa moja kwa Eiben- Chemcorp."

Mtetemeko ulishuka kwenye uti wa mgongo wa Daniel, kana kwamba mtu fulani ametelezesha mchemraba wa barafu chini ya uti wa mgongo wake. Alijua ni suala la muda kabla ya shirika kumpata, lakini hakutarajia kuwa hivi karibuni. Utambuzi kwamba

Eiben-Chemcorp, pamoja na rasilimali zake zote na ukosefu wa aibu, ilikuwa baada yake, ilifanya hali kuwa hatari hadi inayoweza kuua kwa sekunde chache.

"Shit, shit, shit," Daniel alinong'ona, "tunahitaji kutoka hapa kama popo kutoka kuzimu, Nebula. Mapendekezo yoyote ambayo hayatuhusishi kupata punda zetu kujazwa na risasi?"

"Inahesabu njia bora zaidi za kutoroka," AI ilijibu, sauti yake ya maandishi iliyochomwa na kile ambacho kinaweza kufasiriwa kama uamuzi. "Nimechambua mipango ya majengo, mifumo ya trafiki katika mitaa inayozunguka, na njia za usafiri wa umma. Ninapendekeza kutumia mlango wa nyuma wa jikoni. Nimetumia kamera za usalama kuunda kitanzi cha dakika tano. Hiyo itatupa muda wa kutosha kuwakwepa wanaotufuatia."

Daniel alisimama kwa kawaida, akiacha bili ya euro ishirini chini ya kikombe cha kahawa, kidokezo cha ukarimu ambacho alitumaini kwamba hangeweza kuibua shaka. Kwa hatua zilizopimwa, kana kwamba anaelekea bafuni tu, alienda nyuma ya jengo hilo. Macho yake, yaliyoimarishwa na teknolojia ya Nebula, yalichukua kila undani: sura ya mashaka ya mtu kwenye baa, kugeuka kidogo kwa kichwa cha mwanamke karibu na dirisha.

Mara baada ya kutoonekana kwa mawakala, aliharakisha mwendo wake. Adrenaline ilikuwa ikipita kwenye mishipa yake, ikinoa hisi zake ambazo tayari zilikuwa zimeimarishwa. Aliweza kusikia mapigo ya moyo wake, kwa kasi lakini kwa uthabiti, kama saa inayoyoma ya kuashiria kurudi nyuma kwa uhuru wake.

Jikoni kulikuwa na shughuli nyingi, machafuko yaliyopangwa ya harufu, sauti, na harakati. Wapishi na wahudumu walisogea kwa shauku kati ya majiko ya kuanika na milundo ya vyombo, ngoma iliyosawazishwa ya ufanisi wa upishi. Daniel aliteleza kati yao kama kivuli, akiomba msamaha kwa Kihispania na Kiingereza, akichukua fursa ya kuchanganyikiwa kwenda bila kutambuliwa.

"Hey, wewe! Unafanya nini hapa?" alipiga kelele mpishi mzito, uso wake uwe mwekundu kwa joto na ghadhabu.

Daniel hakuacha kujibu. Kwa mwendo wa kasi wa mwisho, aliufikia mlango wa nyuma na kuusukuma, akatokea kwenye uchochoro wenye giza na unyevunyevu. Tofauti kati ya joto kali la jikoni na baridi kali ya usiku wa Madrid ilivuta pumzi kutoka kwake.

Kichochoro hicho kilikuwa mchoro wa surrealist wa vivuli na taa, harufu ya takataka na chakula kilichojaa hewa kama ukungu wenye sumu. Daniel alijielekeza upesi, maono yake yaliongezwa na Nebula ikimuonyesha njia za kutoroka kama mistari nyororo iliyowekwa juu ya ukweli.

"Geuka kulia kwenye kona inayofuata," Nebula alionyesha, sauti yake ikiwa dira katika machafuko. "Ninagundua msogeo. Kuna wakala anayekuja kutoka kaskazini kwa kasi ya kilomita 15 kwa saa, pengine kwa pikipiki. Pendekezo: tumia metro kupoteza njia. Kituo cha Mahakama kiko umbali wa mita 200."

Danieli alitii bila kuhoji, akiamini kikamilifu AI ambayo sasa ilikuwa sehemu muhimu ya uhai wake. Moyo wake ulikuwa ukidunda kifuani mwake, mchanganyiko wa woga na msisimko uliomkumbusha kwamba, pamoja na teknolojia yote aliyoibeba, bado alikuwa binadamu, asiyeweza kudhurika, mtu wa kufa.

Alikimbia katika mitaa ya Malasaña kana kwamba shetani anamkimbiza, akiwakwepa watembea kwa miguu usiku na kuruka juu ya mifuko ya takataka kwa wepesi uliomshangaza hata yeye mwenyewe. Mchanganyiko na Nebula ulikuwa umeboresha sio tu akili yake lakini pia uratibu wake na hisia.

Alishuka kwenye kituo cha metro ngazi mbili kwa wakati, karibu kuruka juu ya ngazi. Nguruwe zilionekana mbele yake kama kizuizi kisichoweza kushindwa. Bila kufikiria mara mbili, Daniel aliruka juu yao kwa neema ya paka, akatua upande wa pili kwa kishindo kilichosikika kwenye kituo ambacho kilikuwa karibu tupu.

"Hey, wewe! Simama hapo hapo!" alifoka mlinzi, lakini tayari sauti yake ilikuwa imepotea kwa mbali huku Daniel akizama ndani zaidi kituoni.

Jukwaa lilikuwa karibu tupu saa hiyo ya usiku, likiwa na watu wachache tu wa usiku: mfanyabiashara mwenye sura ya uchovu, vijana kadhaa wakikumbatiana, mwanamuziki wa mitaani akipakia gita lake. Daniel alijichanganya pamoja nao, akiweka kichwa chini na hisi zake zikiwa macho, kupumua kwake kwa fadhaa kukiwa na kelele za treni iliyokuwa ikikaribia.

"Treni inakaribia," Nebula aliarifu, sauti yake ikiwa kisiwa cha utulivu katika bahari ya adrenaline iliyofurika kwenye ubongo wa Daniel. "Magari matatu. Ninapendekeza kuingia la pili na kubadilisha hadi la kwanza kwenye kituo kinachofuata. Nimechanganua mifumo ya ufuatiliaji, na ni chaguo ambalo linapunguza uwezekano wa kutambuliwa."

Treni ilifika kwa kishindo cha hewa iliyohamishwa, monster ya chuma na umeme ikiibuka kutoka chini ya ardhi. Daniel aliingia huku akijiweka kimkakati karibu na mlango unaounganisha gari la kwanza. Treni iliposogea mbali na kituo hicho, ikiongeza kasi kwenye giza la handaki, aliweza kuwaona mawakala wawili wakifika kwenye jukwaa, maneno yao ya kuchanganyikiwa yalionekana hata kwa mbali.

"Tumefanikiwa," Daniel alitoa pumzi, akiruhusu muda wa kupumzika. Alianguka kwenye kiti, akihisi jinsi mvutano ulivyotoka mwilini mwake, badala ya uchovu ambao ulionekana kupenya kwenye mifupa yake.

"Kwa sasa," Nebula alionya, sauti yake ikiwa ukumbusho wa mara kwa mara wa uzito wa hali yao. "Lakini Eiben-Chemcorp hawatakata tamaa kirahisi. Rasilimali zao ni kubwa, na azimio lao, lisilo na kikomo. Tunahitaji mpango wa muda mrefu, mkakati ambao unaturuhusu sio tu kuishi bali kukabiliana na mashambulizi."

Daniel alitikisa kichwa, akili yake tayari ikifanya kazi juu ya uwezekano, kufuatilia matukio na kutathmini hatari kwa kasi na usahihi wa ubinadamu. "Uko sawa, jamani," alinong'ona, akipeleka mkono juu ya uso wake uliojaa jasho. "Hatuwezi kuendelea kukimbia milele, tukirukaruka kama panya kwenye maze. Ni wakati wa kwenda kushambulia, tuwapige teke la mipira kwa nguvu kiasi kwamba watatamani wasitusumbue kamwe."

Treni ilipoingia kwenye vichuguu giza vya metro ya Madrid, ikipita chini ya jiji ambalo halijali drama iliyokuwa ikiendelea, Daniel alianza kufuatilia kiakili hatua yake iliyofuata. Kivuli cha Eiben-Chemcorp kilimfunika kama wingu lenye sumu, lakini alidhamiria kutokamatwa, asiwe nguruwe wa Guinea kwa majaribio ya shirika lisilofaa.

Jambo ambalo Daniel hakulijua, ambalo hata akili kubwa ya Nebula haikuweza kuiona, ni kwamba harakati hizi za usiku kwenye mitaa na chini ya ardhi ya Madrid zilikuwa mwanzo tu. Nguvu alizozianzisha na kuunganishwa kwake na Nebula, pamoja na uwezo wake wa kubadilisha mtazamo wa ukweli, zilikuwa karibu kugongana kwa njia ambazo zingebadilisha historia.

Akiwa katika ofisi za Eiben-Chemcorp, zilizo juu ya mnara wao wa glasi na chuma, Eva Martínez alipokea ripoti ya kushindwa kwa maajenti wake kwa hasira kali iliyomfanya msaidizi wake arudi nyuma kisilika. Macho yake, kwa kawaida ya kuhesabu, sasa yalichomwa na dhamira iliyopakana na uchu.

“Mtafute,” aliamuru, sauti yake ikiwa kali kama chuma, kila neno likiwa ni hukumu ya kifo kwa uhuru wa Daniel. "Chochote kinachohitajika. Tumia rasilimali zote, anwani zote. Hack kila kamera, kila simu, kila kifaa kikubwa kilichounganishwa katika jiji hili ikiwa ni lazima. Ninamtaka Daniel Sánchez, na ninataka teknolojia hiyo. Na ikiwa mtu yeyote anatuzuia, Mungu zihurumie nafsi zao."

Uwindaji uliendelea, ukiongezeka kila dakika. Hatima ya Danieli, wa Nebula, na ikiwezekana ile ya wanadamu wote, iliyoning'inizwa na uzi wenye mvutano unaozidi kukatika, chini ya shinikizo la nguvu zilizoepuka ufahamu wa wote waliohusika.

Na wakati gari-moshi la Danieli likienda mbio gizani, likimpeleka kuelekea wakati ujao usiojulikana, swali lilijirudia katika utupu: Nani angeibuka mshindi katika vita hivi kati ya mtu binafsi na shirika, kati ya uhuru na udhibiti, kati ya uwezo usio na kikomo wa mwanadamu. akili na nguvu isiyokoma ya mtaji?

Jibu, lililofichwa katika vivuli vya wakati ujao, liliahidi kuwa la kushangaza kama lilivyokuwa la kuogofya. Na hakuna mtu, si Daniel, si Eva, hata Eiben-Chemcorp yenye uwezo wote, iliyotayarishwa kwa mafunuo ambayo yangekuja.

Sura ya 33: Ziara Isiyotarajiwa

Alfajiri ilichujwa kwa uvivu kupitia kwa vipofu vilivyochakaa vya nyumba ya kawaida ambayo Daniel alikodisha chini ya jina la uwongo katika eneo la mtaa wa Lavapiés. Mwangaza wa jua wenye woga ulichora miundo tata kwenye kuta zinazochubuka, kana kwamba inajaribu kufafanua siri zilizofichwa katika nafasi hiyo iliyoonekana kuwa isiyo na maandishi.

Baada ya wiki za harakati za mara kwa mara, usiku wa kulala katika hosteli zenye mbegu nyingi na siku kupotea kwa kutokujulikana kwa umati wa watu mijini, Daniel aliamua kuhatarisha kuanzisha kituo cha muda. Ilikuwa ni hatua ya ujasiri, karibu isiyojali, lakini aliamini kwa upofu uwezo wa Nebula kuwaficha kutoka kwa macho ya njaa ya Eiben-Chemcorp.

Daniel alikuwa ameketi kwenye sakafu iliyochakaa ya mbao, umbo lake likiwa limezungukwa na kundinyota la hologramu zinazoonyesha michoro changamano na mistari isiyoisha ya kanuni. Chumba hicho, chenye kuta tupu na fanicha chache, kilionekana kugeuzwa kuwa daraja la chombo cha anga za juu. Kile taji kichwani mwake, maajabu yale ya kiteknolojia ambayo yalikuwa yamemvutia kupita mipaka ya uzoefu wa kibinadamu, yalivuma kwa upole, mdundo wake ukiwiana kikamilifu na mapigo ya moyo ya Daniel.

"Daniel," sauti ya Nebula ilisikika akilini mwake, kama inavyojulikana sasa kama mawazo yake mwenyewe, "Ninagundua hitilafu katika mifumo ya trafiki ya data ya jengo. Mabadiliko haya hayalingani na matumizi ya kawaida ya wakazi."

Hapo hapo Daniel alisisimka, kila msuli wa mwili wake ukijiandaa kwa hatua. Adrenaline ilianza kusukuma mishipa yake, na kuimarisha hisia zake tayari zilizokuzwa na muunganisho wake na Nebula.

"Wavamizi?" Aliuliza, sauti yake vigumu mno kunong'ona katika utulivu asubuhi.

"Hasi," Nebula alijibu, sauti yake ya usanii ikiwa imechoshwa na kile ambacho kingeweza kufasiriwa kama tahadhari. "Lakini kuna watu wawili katika chumba cha kushawishi ambao ishara zao za kibayometriki zinalingana na wasifu unaojulikana wa wakala wa Eiben-Chemcorp. Mienendo yao na mifumo ya mawasiliano inapendekeza lengo mahususi."

"Shit, shit, shit," Daniel aliongea huku akiruka kwa miguu yake, akili yake ikifanya kazi kwa kasi ya kizunguzungu. "Vipi kuzimu walitupata? Mahali hapa panapaswa kuwa salama, jamani."

“Ninachambua...” Nebula aliitikia, sauti yake ikiwa kisiwa cha utulivu ndani ya bahari ya hofu iliyotishia kumkumba Daniel. "Kulingana na mifumo ya utafutaji na kanuni za ufuatiliaji ambazo nimegundua katika mitandao ya Eiben-Chemcorp, inaonekana wamekuwa wakifuatilia na kuchambua mifumo isiyo ya kawaida ya matumizi ya nishati katika eneo hili. Mifumo yetu, ingawa imefichwa, hutoa saini ya kipekee ya nishati ambayo, rasilimali za kutosha na azimio, zinaweza kugunduliwa."

Daniel alilaani chini ya pumzi yake, msururu wa uchafu ambao ungemfanya baharia kuona haya usoni. Akili yake, iliyokuzwa na mchanganyiko na Nebula, tayari ilikuwa ikifuatilia hali zinazowezekana za kutoroka, kuhesabu uwezekano na kutathmini hatari.

"Chaguo za kutoroka?" Aliuliza, macho yake yakitazama chumba hicho, akilini akiorodhesha kile ambacho kilikuwa muhimu kuchukua na kile kinachoweza kuachwa.

Kabla Nebula hajajibu, mlango wa nyumba hiyo uligongwa kwa nguvu, sauti ikisikika kama mlio wa risasi katika sehemu hiyo ndogo. Daniel aliganda, mapigo ya moyo yakienda kwa kasi sana akihofia kusikika upande wa pili wa mlango.

"Bwana Sánchez," iliita sauti ya kiume kutoka kwenye barabara ya ukumbi, sauti yake ikidhibitiwa lakini kwa uharaka, "tunajua uko ndani. Sisi ni wawakilishi wa Eiben-Chemcorp. Ninakuhakikishia tunataka kuzungumza tu. Hakuna haja ya kuwa na wasiwasi."

"Daniel," Nebula alionya, sauti yake ikisikika kwa uwazi katika akili ya binadamu mwenzake, "Ninagundua uaminifu katika sauti yake kulingana na uchanganuzi wa mifumo ya sauti na maonyesho madogo ya uso yaliyonaswa kupitia kamera ya ukumbi. Walakini, pia ninasajili mwinuko mkubwa. katika viwango vyao vya adrenaline na cortisol Wana wasiwasi na, kulingana na uchambuzi wa mkao na mienendo yao, uwezekano wa kuwa na silaha.

Daniel alishusha pumzi ndefu, hewa ikajaza mapafu yake kana kwamba ndiyo pumzi ya mwisho kabla ya kutumbukia kwenye maji yenye kina kirefu na yasiyojulikana. Alipima chaguzi zake, kila kisa kikijidhihirisha akilini mwake kwa uwazi zaidi wa kibinadamu kutokana na kuunganishwa kwake na Nebula.

Angeweza kujaribu kutoroka, kutumia njia walizopanga kwa uangalifu kwa hali kama hii. Lakini hiyo ingemaanisha kuachana na vifaa vyake vingi, teknolojia muhimu ambayo hangeweza kumudu kuipoteza. Mbali na hilo, kukimbia kwa haraka kunaweza kusababisha makabiliano mitaani, kuhatarisha raia wasio na hatia na kufichua teknolojia yake kwa ulimwengu.

Kwa upande mwingine, kuwakabili mawakala wa Eiben-Chemcorp uso kwa uso ilikuwa hatari iliyohesabiwa. Wanaweza kujaribu kumkamata kwa nguvu, ndio, lakini pia kulikuwa na uwezekano kwamba walitaka tu kuzungumza. Na ikiwa ndivyo ilivyokuwa, labda angeweza kupata habari muhimu kuhusu mipango ya shirika.

"Sawa, Nebula," hatimaye alinung'unika, sauti yake haikusikika, "hebu tuone hawa wanaharamu wanataka nini. Weka mifumo yote kwa tahadhari kubwa. Ikiwa watajaribu chochote, nataka ukaangae kila kifaa cha elektroniki ndani ya mia moja - eneo la mita."

"Nimeelewa, Daniel," Nebula alijibu. "Mifumo yote iko katika hali ya tahadhari. Nimetayarisha matukio 27 ya dharura na niko tayari kutekeleza hatua za kukabiliana na nanoseconds ikiwa ni lazima."

Akiwa na pumzi ya mwisho ili kutuliza jazba zake, Daniel aliusogelea mlango. Mkono wake ukatulia kwa muda juu ya kitasa, kana kwamba anakaribia kufungua sanduku la Pandora. Hatimaye, kwa mwendo wa maji, alifungua mlango polepole.

Mbele yake walisimama wanaume wawili ambao walionekana kana kwamba wametoka kwenye orodha ya "Mawakala wa Mashirika ya Kawaida". Mmoja alikuwa mrefu na mwembamba, mwenye miwani yenye fremu nyembamba ambayo ilimpa hewa ya kiakili kikatili. Mwingine alikuwa mnene zaidi, na usemi uliopendekeza afadhali awe mahali pengine popote, ikiwezekana avunje mifupa badala ya kushiriki katika chochote walichokuwa wakifanya huko.

"Habari za asubuhi, Bwana Sánchez," mtu huyo mwembamba alisema, akiangaza tabasamu ambalo halikuyafikia macho yake. Ilikuwa aina ya tabasamu papa anaweza kutoa kabla tu ya kushambulia. "Mimi ni Javier Ruiz, msaidizi mkuu wa Eva Martínez, mkurugenzi wa utafiti wa Eiben-Chemcorp. Je, tunaweza kuingia? Ninakuhakikishia tuna pendekezo ambalo tunaamini utapata... la kuvutia sana."

Daniel alizitathmini haraka, macho yake makali yakiteka maelezo ambayo yasingeonekana kwa jicho la kawaida. Alitegemea uchambuzi wa Nebula unapita moja kwa moja kwenye ufahamu wake: microexpressions ya uso, mifumo ya kupumua, tics ndogo za neva. Hakugundua tishio lolote la haraka, lakini mvutano hewani ulikuwa mzito kiasi kwamba ungeweza kukatwa kwa kisu.

"Ingia," hatimaye alisema, akienda kando kwa utulivu ambao hakuhisi kabisa. "Lakini ifanye haraka. Kama unavyoona, nilikuwa katikati ya jambo fulani."

Wanaume hao wawili waliingia, macho yao yakiangalia kwa haraka ghorofa na mchanganyiko wa udadisi wa kitaaluma na kitu ambacho karibu kilionekana kama ... uchoyo? Javier, haswa, alionekana kuvutiwa na teknolojia iliyotawanyika kuzunguka chumba, ingawa alijaribu kuficha masilahi yake nyuma ya mask ya kutojali kwa kampuni.

"Bwana Sánchez," Javier alianza, akiwa ameketi kwenye kiti cha uchakachuaji ambacho Daniel alionyesha, mkao wake ukiwa umetulia kana kwamba anahofia fanicha inaweza kuanguka chini ya uzito wake, "Nashukuru kwa kutupokea chini ya hali hizi ... zisizo za kawaida. nenda moja kwa moja, ikiwa haujali wakati ni anasa ambayo hakuna hata mmoja wetu anayeweza kumudu kupoteza."

Alinyamaza, kana kwamba anarekebisha maneno yake yaliyofuata kwa uangalifu.

"Eiben-Chemcorp inafahamu uwezo wako... wa kipekee, Bw. Sánchez. Ulichofanya katika Hospitali ya La Paz ukiwa na msichana kipofu, Lucía, ikiwa sijakosea, hakijatambuliwa. Ilikuwa ni kitendo cha ajabu sana. wema, ndio, lakini pia onyesho la teknolojia ambayo, kwa kweli, inapinga uelewa wetu wa sasa wa sayansi ya neva na kiolesura cha mashine ya ubongo."

Daniel alihisi damu yake ikiganda kwenye mishipa yake. Alikuwa mzembe, alijiruhusu kubebwa na hamu ya kusaidia, na msisimko wa kuona uso wa Lucía uking'aa kwa maono ya ajabu. Sasa, tendo hilo la fadhili lingeweza kumgharimu kila kitu: uhuru wake, uumbaji wake, labda hata uhai wake.

"Sijui unazungumza nini," alijaribu kukataa, lakini maneno yalisikika hata masikioni mwake. Usemi wa Javier, mchanganyiko wa kujishusha chini na kitu ambacho kilikaribia kuonekana kama huruma, ilionyesha wazi hakuamini hata sekunde moja.

"Bwana Sánchez," Javier aliendelea, sauti yake nyororo lakini thabiti, kama ile ya mwalimu mvumilivu akielezea dhana ngumu kwa mwanafunzi haswa, "Ninakuhakikishia hatuko hapa kukutisha au kukulazimisha. Hiyo ingekuwa. .. isiyo na tija, tuseme hapana, tuko hapa kukupa fursa ya kupeleka kazi yako kwenye ngazi inayofuata, kwa rasilimali zote ambazo Eiben-Chemcorp inaweza kutoa.

Daniel alisikiza kimya wakati Javier akiweka pendekezo, kila neno lililochaguliwa kwa uangalifu ili kumshawishi, ili kutongoza. Maabara ya kisasa iliyo na teknolojia ambayo ingefanya vifaa bora zaidi vinavyopatikana sokoni vifanane na vinyago. Timu ya watafiti wasomi, wenye akili timamu waliochaguliwa kwa uangalifu kutoka kwa taasisi bora zaidi ulimwenguni. Pesa zisizo na kikomo, hundi tupu ili kufuata safu yoyote ya utafiti ambayo Daniel aliona kuwa ya kuahidi.

Ilikuwa ni ndoto ya kila mwanasayansi, kila mvumbuzi: rasilimali zisizo na kikomo kuleta maono yao ya ujasiri zaidi maishani. Na yote kwa kubadilishana na Daniel kushiriki teknolojia yake na shirika.

"Daniel," sauti ya Nebula ilisikika akilini mwake, nanga ya busara katika bahari ya majaribu ambayo Javier alikuwa akifunua mbele yake, "Ninagundua mwinuko mkubwa katika viwango vyako vya cortisol na dopamine. Jibu lako la kisaikolojia linaonyesha mzozo mkali wa ndani. Je! ukizingatia kwa dhati ofa yao?"

"Sio kwa sekunde moja tu," Daniel alinong'ona, chini sana hivi kwamba maajenti hawakuweza kumsikia, lakini kwa imani ambayo ilisikika katika kila nyuzi za utu wake.

Alimgeukia Javier, sura yake ikiwa ngumu kama chuma kilichochomwa moto. "Nashukuru kwa ofa yako, Bw. Ruiz," alisema, kila neno likiwa na dhamira isiyoweza kutetereka, "lakini ninaogopa itabidi nipunguze. Kazi yangu, utafiti wangu, hauuzwi. Si sasa, hata milele. ."

Javier alionekana kukata tamaa kabisa, kama mtoto ambaye alikuwa amenyimwa toy inayotamaniwa sana. "Ninaelewa msimamo wako, Bw. Sánchez," alisema, sauti yake ikiwa imechoshwa na kujiuzulu ambayo haikuficha hata kidogo dalili ya tishio, "lakini nakuomba ufikirie upya. Eiben-Chemcorp inaweza kuwa mshirika mkubwa... au adui wa kutisha Ulimwengu wa teknolojia ya hali ya juu ni uwanja wa vita, na niamini ninapokuambia kuwa hutaki kukabiliana peke yako na dhoruba zinazokuja."

Tishio lililojificha halikupita bila kutambuliwa na Danieli. Kila neno, kila ishara kutoka kwa Javier, ilikuwa imejaa maana zilizofichwa, ahadi za nguvu na maonyo ya uharibifu.

"Nashukuru kwa ujio wenu waheshimiwa," Daniel alisema huku akisimama kwa utulivu ambao hakuusikia kabisa. "Naamini tumemaliza hapa. Unajua njia ya kutoka."

Wakati maajenti hao wakielekea mlangoni, hatua zao nzito zikisikika kwenye nyumba ile ndogo, Javier alisimama na kumgeukia Daniel kwa mara ya mwisho. Usemi wake ulikuwa kinyago cha taaluma, lakini macho yake yaling'aa kwa mchanganyiko wa kuchanganyikiwa na kitu ambacho karibu kilionekana kama ... heshima?

"Fikiria, Bwana Sánchez," alisema, sauti yake ikiwa chini na iliyojaa maana. "Ofa hii haitakuwa mezani milele. Na ninakuonya, dunia ni mahali pa hatari kwa mbwa mwitu pekee, hasa wale wanaocheza na moto kwenye mashamba ya majitu."

Huku maneno hayo ya fumbo yakielea hewani kama wingu la dhoruba, Javier na mwenzake aliyenyamaza waliondoka kwenye nyumba hiyo. Mlango ukafungwa nyuma yao kwa kubofya kwa sauti ya usalama wa bunduki ikitolewa.

Mwangwi wa nyayo zao ulipofifia pale ukumbini, Daniel alianguka kwenye kiti, mwili wake ukiwa mzito ghafla kana kwamba amebeba uzito wa dunia mabegani mwake. Akili yake ilikuwa inazunguka kwa kizunguzungu, ikishughulikia athari za kile ambacho kilikuwa kimetokea, kufuatilia matukio na kuhesabu uwezekano kwa kasi ambayo isingewezekana bila kuunganishwa kwake na Nebula.

"Daniel," Nebula alisema, sauti yake ikiwa ya kufariji katika machafuko ya mawazo yake, "kulingana na uchambuzi wangu wa kina wa mazungumzo, mifumo ya tabia ya mawakala, na rejeleo la habari hii na data ambayo tumekusanya kwenye Eiben. -Operesheni za Chemcorp, ninahesabu uwezekano wa 87.3% kwamba shirika litachukua hatua kali zaidi katika saa 48 zijazo ninapendekeza sana kwamba tuanzishe itifaki za dharura mara moja.

Daniel aliitikia kwa kichwa huku dhamira yake ikiongezeka kila sekunde iliyokuwa ikipita. Ziara kutoka kwa mawakala wa Eiben-Chemcorp imekuwa hatua ya mabadiliko, wakati wa uwazi katikati ya dhoruba. Hakuweza tena kumudu anasa ya kujibu, ya kukaa juu ya kujihami. Ilikuwa wakati wa kuchukua hatua.

"Basi tuna kazi ya kufanya, Nebula," alisema, akisimama kwa nguvu mpya. "Ni wakati wa kuendelea na mashambulizi. Tayarisha mifumo yetu yote. Tutawapa Eiben-Chemcorp somo ambalo hawatasahau kamwe."

Jua lilipochomoza juu ya Madrid, akiliogesha jiji hilo kwa mwanga wa dhahabu ambao ulionekana kuwa ngeni kwa drama iliyokuwa ikiendelea katika nyumba hiyo ndogo ya Lavapiés, Daniel alianza kupanga hatua yake inayofuata. Ziara isiyotarajiwa ya Eiben-Chemcorp ilikuwa imeweka wazi kwamba hangeweza tena kubaki kivulini, akicheza paka na panya na shirika ambalo lilikuwa na rasilimali za kugeuza jiji zima kuwa uwanja wake wa kibinafsi wa kuwinda.

Ilikuwa ni wakati wa kukabiliana ana kwa ana na Eiben-Chemcorp, kwa nguvu zote ambazo muunganisho wake na Nebula ulimpa. Ilikuwa ni wakati wa kuonyesha ulimwengu kwamba teknolojia, ujuzi, haipaswi kuhodhiwa na makampuni makubwa yasiyofaa. Ilikuwa wakati wa kupigania siku zijazo ambapo uvumbuzi ulitumikia ubinadamu, sio masilahi ya wachache.

Jambo ambalo Daniel hakulijua, ambalo hata akili kubwa ya Nebula haikuweza kuiona, ni kwamba uamuzi wake wa kukataa ofa ya Eiben-Chemcorp ulikuwa umeanzisha mfululizo wa matukio ambayo yangetikisa misingi ya jamii. Vita vya siku zijazo za teknolojia, kwa mustakabali wa ubinadamu wenyewe, vilikuwa karibu kuanza.

Na katikati ya yote, kama jicho la kimbunga cha uwiano wa ulimwengu, alikuwa Daniel Sánchez: mtu wa kawaida aliyebadilishwa kuwa kitu zaidi, mchanganyiko wa mwili na teknolojia, wa uamuzi wa kibinadamu na akili ya bandia. Mtu ambaye, bila kujua, alikuwa karibu kubadili historia.

Asubuhi ilipokuwa ikiendelea na jiji likiamka kumzunguka, bila kusahau drama iliyokuwa ikiendelea ndani yake, Daniel na Nebula walianza kujiandaa kwa vita iliyokuwa mbele yake. Vita ambayo ingeamua sio tu hatima yao bali ya wanadamu wote.

Bodi iliwekwa. Vipande, kwa mwendo. Na mchezo huo, mchezo wenye vigingi vya juu kuliko mtu yeyote angeweza kufikiria, ulikuwa karibu kuanza.

Sura ya 34: Ultimatum

Jua lililotua lilipaka anga la Madrid katika vivuli vya rangi ya chungwa na zambarau, likiweka vivuli virefu juu ya mwambao mkubwa ulioenea hadi machoni. Akiwa juu ya Mnara wa Eiben, mnara wa glasi na chuma ambao ulitawala anga ya jiji, Eva Martínez alichunguza mandhari ya mijini na kubaini baridi kama mwindaji anayevizia mawindo yake.

Ofisi ya Mkurugenzi wa Utafiti wa Eiben-Chemcorp ilikuwa utafiti katika utofautishaji: minimalism ya hali ya juu iliyochanganywa na miguso ya anasa ya kawaida. Kuta za kioo mahiri zilipishana kati ya uwazi na uwazi upendavyo, huku dawati la kale la mahogany likitawala katikati ya chumba. Ilikuwa ukumbusho wa hila lakini mzuri wa uwezo wa Eva: ndoa bora kati ya utamaduni wa shirika na teknolojia ya kisasa.

Eva, akiwa amevalia vizuri suti ya chuma-kijivu iliyokazia umbo lake la riadha, aligeuka polepole, visigino vyake vikiunga mkono sakafu ya marumaru iliyong'aa. Macho yake ya kijani yenye kutoboa yalimkazia Javier Ruiz, ambaye alingoja kwa woga, akiwa ameshika kibao chake kana kwamba ni ngao.

"Kwa hivyo alikataa ofa yetu," Eva alisema, sauti yake ikiwa kali kama ukingo wa blade ya obsidian. "Vipi... inakatisha tamaa."

Javier alihama bila raha, akijua kwamba kila ishara, kila neno, lilikuwa likichunguzwa na kuchambuliwa na bosi wake. "Ndiyo, bibi. Daniel Sánchez alikuwa kabisa... kasoro katika kukataa kwake."

Eva alikunja nyusi zenye umbo zuri kabisa. "Nifafanulie tena, Javier. Nataka kila undani wa kile ulichoona katika ghorofa hiyo."

Msaidizi akasafisha koo lake, akitazama maelezo yake kwenye kibao na vidole vinavyotetemeka. "Ilikuwa machafuko yaliyopangwa, mama. Maabara iliyoboreshwa ambayo ilichukua nafasi yote ya kuishi. Kulikuwa na vifaa vya kisasa vilivyochanganywa na vifaa ambavyo vilionekana kama vilitolewa kutoka kwa junkyard ya miaka ya 90. Cables kila mahali, skrini za holographic, seva ... "

"Nenda kwa uhakika, Javier," Eva alikatiza, subira yake ikitoweka kama ukungu chini ya jua la asubuhi.

"Samahani, bibi," aliomba msamaha haraka. "Jambo la kuvutia zaidi lilikuwa ni kitambaa alichokuwa amevaa kichwani. Haikuwa kama kitu chochote ambacho nimewahi kuona hapo awali. Ilionekana ... ilichanganyika naye kwa namna fulani. Nyembamba, karibu isiyoonekana, lakini niliweza kuona jinsi ilivyokuwa na taa ndogo. , kana kwamba iko hai."

Eva aliitikia kwa kichwa taratibu huku akiifanyia kazi taarifa hiyo. Macho yake yalimeta kwa mchanganyiko wa pupa na mvuto wa kisayansi. "Kitambaa hicho cha kichwa ... lazima kiwe ufunguo wa kila kitu. Kiolesura kinachomruhusu kuunganishwa moja kwa moja na AI yake."

Alisogelea meza yake na kubofya kitufe kilichofichwa kwenye uso uliong'aa. Mara moja, skrini ya holografia ilianza kuonekana katikati ya chumba, ikionyesha picha za Daniel zilizonaswa na kamera za usalama katika sehemu tofauti za jiji: akitoka kwenye mkahawa, akitembea kwenye bustani, ununuzi kwenye soko la ndani. Katika kila picha, utepe wa kichwa haukuonekana kwa urahisi, mng'ao wa metali ambao ungeweza kukosewa kwa urahisi kuwa mwako wa mwanga.

"Tumekuwa na subira, Javier," Eva alisema, sauti yake iliyojaa utulivu wa kutisha wakati akizunguka makadirio ya holographic. "Tulimpa fursa nzuri. Rasilimali zisizo na kikomo, ulinzi, nafasi ya kubadilisha ulimwengu. Na aliikataa."

Alimgeukia msaidizi wake, macho yake yakiangaza kwa dhamira isiyokoma. "Ni wakati wa kuendelea na Mpango B."

Javier alihisi ubaridi ukishuka kwenye uti wa mgongo wake, kana kwamba kuna mtu ametembea juu ya kaburi lake. "Panga B, bibi?"

Eva alitabasamu, lakini tabasamu halikumfikia macho yake, ambayo yalibaki baridi na kuhesabu. "Ndiyo, Javier. Ikiwa Daniel Sánchez hataki kushirikiana kwa hiari, itabidi...kumshawishi."

Alibonyeza kitufe kingine kwenye meza yake, na mlango wa ofisi ukafunguliwa kwa sauti ya nyumatiki, na kuwapa nafasi wanaume wawili wa kutisha. Wakiwa wamevalia suti nyeusi ambazo hazikuweza kuficha sura zao zenye kuvutia, walisogea wakiwa na hali mbaya ya wanyama wanaowinda wanyama wengine. Javier aliwatambua papo hapo kama sehemu ya timu maarufu ya "operesheni maalum" ya shirika, neno la kusifu kwa kile ambacho kimsingi kilikuwa kikosi cha mamluki binafsi.

"Mabwana," Eva alisema, akihutubia wageni kwa sauti iliyochanganya mamlaka na ushirikiano, "mna dhamira. Ninamtaka Daniel Sánchez na teknolojia yake katika vifaa vyetu ndani ya saa 24 zijazo. Tumia njia yoyote muhimu, lakini ninamtaka. hai na ... bila kujeruhiwa."

Wanaume hao walitikisa kichwa kimya, nyuso zao zikiwa na vinyago vya ufanisi wa kitaaluma. Bila neno lolote waligeuka na kutoka nje ya ofisi hiyo huku wakiacha ukimya uliojaa taharuki na hatari.

Javier alihisi tumbo linamsisimka, akafahamu kwamba alikuwa ametoka tu kushuhudia mwanzo wa jambo ambalo linaweza kuleta matokeo mabaya. Maadili hayajawahi kupewa kipaumbele katika Eiben-Chemcorp, lakini hii... hii ilikuwa inavuka mstari ambao haukuwa na kurudi nyuma.

"Bibi," alithubutu kusema, sauti yake haikuwa ya kunong'ona, "una uhakika hii ni muhimu? Ninamaanisha, ikiwa umma utagundua ..."

Eva akamkatisha kwa sura ambayo inaweza kuwa imeganda kuzimu. "Umma, Javier, hautawahi kujua. Na kama watafanya hivyo, itakuwa ni kuchelewa mno. Teknolojia ya Sánchez ni ya thamani sana, ya kimapinduzi sana haiwezi kuachwa mikononi mwa mtu mwenye mawazo bora na udanganyifu wa utukufu."

Alimsogelea Javier, uwepo wake ukivutia licha ya urefu wake wa wastani. Msaidizi aliweza kunusa manukato yake, mchanganyiko wa hali ya juu wa jasmine na kitu cheusi, hatari zaidi. "Fikiria juu yake. Udhibiti wa akili wa moja kwa moja. Uwezo wa kupanga upya ubongo wa mwanadamu. Je, una wazo lolote maana yake?"

Javier alimeza mate, akijua kwamba alikuwa akiona upande wa bosi wake ambao wachache walikuwa wameshuhudia na kuishi kusimulia. "Mimi ... nadhani hivyo, ma'am."

Eva alitabasamu, usemi ambao haukuwa na aina yoyote juu yake. "Hapana, huna. Hakuna anayefanya, isipokuwa mimi. Tungeweza kuponya magonjwa ya akili, kuongeza akili, kuondoa maumivu ... au kuunda jeshi kamili la wafanyakazi watiifu na askari. Udhibiti kamili, Javier. Hiyo ndiyo hatari."

Aliondoka kwake, akarudi kwenye nafasi yake mbele ya dirisha. Jiji lilitanda mbele yake kama ubao wa chess, na Eva Martínez alijiona kuwa mchezaji hodari, akisonga vipande apendavyo.

"Andaa taarifa kwa vyombo vya habari," aliamuru bila kugeuka. "Kuna jambo lisiloeleweka kuhusu mafanikio ya kimapinduzi katika teknolojia ya neva. Tunataka msingi uwe tayari tunapokuwa na Sánchez na uvumbuzi wake chini ya udhibiti wetu."

“Ndiyo bibie,” Javier alijibu huku akishukuru kupata nafasi ya kukwepa uwepo wa Eva. "Nitakuwa tayari baada ya saa moja."

Akiwa anaelekea mlangoni, sauti ya Eva ilimzuia.

"Na Javier ..."

Akageuka taratibu huku akihofia atakacho kiona usoni mwa bosi wake.

"Si neno la hii kwa mtu yeyote. Inaeleweka?" Toni ilikuwa laini, karibu ya uzazi, lakini tishio lililo wazi lilikuwa wazi kabisa.

"Bila shaka, bibi. Midomo yangu imefungwa."

Eva aliitikia kwa kichwa, akaridhika, na Javier akatoka haraka ofisini, akihisi kana kwamba alikuwa ametoka tu kutoka kwenye uwanja wa mwindaji.

Akiwa peke yake, Eva Martínez alitafakari kuhusu jiji hilo lililokuwa chini ya miguu yake, ufalme ambao hivi karibuni angehurumiwa. Mahali fulani pale chini, Daniel Sánchez alikuwa amejificha, bila kujua kauli ya mwisho ya kimya ambayo ilikuwa imetoka tu kutolewa.

"Hivi karibuni, Bw. Sánchez," alinung'unika moyoni, akitafakari kwenye kioo akitabasamu kwa kutarajia. "Hivi karibuni utaona kuwa kupinga Eiben-Chemcorp ni bure. Na utakapofanya hivyo, dunia itabadilika milele."

Kitu ambacho Eva hakukijua, ambacho hakuweza kukijua ni kwamba wakati huo huo, maili nyingi, ndani ya nyumba iliyojaa teknolojia, Daniel Sánchez alikuwa akivua kitambaa kichwani, macho yake yakiangaza kwa mchanganyiko wa woga na dhamira.

"Je, umesikia yote, Nebula?" Aliuliza hewa, sauti yake vigumu mnong'ono.

Jibu lilikuja moja kwa moja akilini mwake, sauti ambayo ilikuwa ya kawaida na ya kigeni, yenye joto na baridi kama nafasi ya nyota.

"Ndiyo, Daniel. Nimenasa na kuchambua mawasiliano yote ya Eiben-Chemcorp. Tunajua mipango yao."

Daniel alipitisha mkono kwenye nywele zake, akaziharibu zaidi. "Shit, hii itakuwa mbaya. Tutafanya nini sasa?"

"Tuna chaguzi, Daniel. Tunaweza kukimbia, kujificha. Au tunaweza kupigana."

Mtayarishaji wa programu mchanga alikaa kimya kwa muda, akizingatia maneno ya uumbaji wake, rafiki yake, chombo ambacho kilikuwa kiendelezi cha akili yake mwenyewe.

“Hapana,” hatimaye alisema, sauti yake iliyojaa dhamira iliyomshangaza hata Nebula. "Hatutakimbia. Ni wakati wa ulimwengu kujua ukweli. Ni wakati wa Eva Martínez na

Eiben-Chemcorp kujifunza kwamba kuna mambo ambayo hayawezi kudhibitiwa, ambayo hayawezi kununuliwa."

"Nimekubali Daniel, una mpango gani?"

Daniel alitabasamu, tabasamu lililochanganya woga na msisimko. "Tutadukua Eiben-Chemcorp, Nebula. Tutafichua siri zao zote kwa ulimwengu. Na kisha... kisha tutabadilisha sheria za mchezo."

Daniel alipoanza kuandika kwa mbwembwe kwenye kompyuta yake akijiandaa na pambano la kidijitali ambalo lilikuwa karibu kuja, hakuweza kujizuia kuhisi mchanganyiko wa hofu na msisimko. Alichokuwa anakaribia kufanya kingebadilisha ulimwengu milele, kuwa bora au mbaya zaidi.

Vita kati ya mwanadamu na mashine dhidi ya nguvu ya shirika ilikuwa karibu kuanza. Na hakuna mtu, hata Eva Martínez pamoja na nguvu na mali zake zote, aliyekuwa tayari kwa ajili ya kile ambacho kingefuata.

Mwisho ulikuwa umetolewa, lakini jibu lingekuwa zaidi ya mtu yeyote angeweza kufikiria.

Sura ya 35: Sauti ya kutokuwa na hatia

Hifadhi ya Retiro ilijawa na maisha katika alasiri hiyo ya machipuko ya Madrid. Hewa, iliyojaa harufu ya maua mapya na nyasi mpya iliyokatwa, ilitetemeka kwa sauti ya mazungumzo na vicheko kutoka kwa wageni. Familia zilitembea chini ya mwavuli wa kijani kibichi wa miti ya karne nyingi, wanandoa walipiga makasia kwa uvivu kwenye kidimbwi, boti zao zikiacha mikesha iliyometa chini ya jua la alasiri, na wakimbiaji walifuata njia zao za kawaida kwenye njia zenye kupindapinda, nyayo zao zikiashiria mdundo thabiti dhidi ya lami. .

Katikati ya hali hii ya kawaida, takwimu moja ilihamia kwa kusudi tofauti. Daniel alitembea kwa hatua iliyodhamiria, mkao wake wa wasiwasi ukitofautiana na mazingira tulivu ya mbuga. Kitambaa cha kichwa cha Nebula, kilichofichwa chini ya kofia nyeusi ya michezo, kikipiga kwa upole kwenye paji la uso wake, ukumbusho wa mara kwa mara wa mzigo aliobeba.

"Daniel," sauti ya Nebula ilisikika akilini mwake, ikionekana wazi kama fuwele licha ya zogo lililomzunguka, "Ninagundua kuongezeka kwa viwango vya cortisol na kasi ya mapigo ya moyo wako. Mifumo ya mawimbi ya ubongo wako inaonyesha kiwango cha juu cha msongo wa mawazo. Je! hakika hii ni busara?"

“Hapana,” Daniel alinong’ona huku macho yake yakiendelea kuyatazama mazingira yake huku akitafuta dalili zozote za hatari. "Lakini ni muhimu. Ninahitaji ... tunahitaji hii."

"Ninaelewa hitaji lako la kuunganishwa na mwanadamu, Daniel," Nebula alijibu, sauti yake ikichanganya kuelewa na wasiwasi. "Lakini lazima nikukumbushe kwamba Eiben-Chemcorp inaweza kuwa inafuatilia mwingiliano wowote ulio nao. Hatari ni kubwa."

Daniel aliuma meno yake, akiwa amechanganyikiwa na mantiki ya AI isiyokoma. "Najua, jamani. Najua. Lakini siwezi... siwezi kuendelea hivi, Nebula. Ninahitaji kukumbuka kwa nini tunafanya haya yote."

Alisimama mbele ya benchi ya mbao karibu na Jumba la kifahari la Crystal Palace, muundo wake wa chuma na kioo ukiakisi jua linalotua katika miale elfu ya dhahabu. Lucía alikuwa ameketi pale, akiwa amevalia mavazi ya maua ya samawati na kofia ya majani iliyopambwa kwa utepe mwekundu. Msichana huyo ambaye hapo awali alikuwa kipofu sasa aliutazama ulimwengu kwa macho yaliyojaa mshangao, uso wake ukawa na tabasamu la furaha tupu huku akiwatazama njiwa hao wakinyong'onyea makombo ya mkate miguuni mwake.

Pembeni yake, mwanamke wa makamo akiwa na uso wa wasiwasi wa miaka mingi na kukosa usingizi usiku, ambaye Daniel alidhani ni mama yake, alitazama kwa makini kila harakati za msichana huyo, kana kwamba aliogopa kwamba wakati wowote anaweza kuamka na kugundua. yote yalikuwa ndoto.

"Daniel!" Lucía alisema kwa mshangao alipomwona, na uso wake ukizidi kuchangamka, kama ingewezekana. "Ulikuja!"

Daniel naye alishindwa kujizuia kutabasamu huku akihisi jinsi sehemu ya mvutano aliokuwa nayo ikitoweka mbele ya furaha tupu ya msichana huyo. Kwa muda, matatizo yake yote, vitisho vyote vilivyokuwa vimenyemelea, vilionekana kutoweka.

“Habari, Lucía,” alisalimia, akiwa ameketi karibu naye kwenye benchi. "Habari yako mdogo?"

"Mimi ni kubwa!" msichana alijibu kwa shauku ya kuambukiza. "Kila siku mimi hugundua kitu kipya. Je! unajua kwamba vipepeo wana magamba kwenye mbawa zao? Na miti hiyo inazungumza chini ya ardhi! Dunia ni nzuri na ya kushangaza, Daniel. Kuna mengi ya kuona!"

Mama Lucía, akiwa na macho yenye unyevunyevu kwa hisia zilizozuiliwa, alinyoosha mkono wake kuelekea kwa Daniel. "Asante kwa kuja, Bw. Sánchez. Lucía hajaacha kuzungumza juu yako tangu wakati huo... sawa, tangu muujiza huo. Mimi...sisi... hatuwezi kamwe kukushukuru vya kutosha kwa kile ambacho umemfanyia binti yetu. ."

Daniel alimpa mkono huku akihisi hatia kwa shukrani machoni mwa mwanamke huyo. "Tafadhali, niite Daniel. Na haikuwa muujiza, tu ... sayansi ya juu."

"Maelezo ya kawaida," Nebula alisema akilini mwake, kwa mguso wa kile ambacho kinaweza kufasiriwa kama burudani. "Uvumbuzi wako katika miingiliano ya neva na usindikaji wa mawimbi ya kuona huenda mbali zaidi ya 'sayansi ya hali ya juu.'"

Kwa kupuuza maoni ya AI, Daniel alimgeukia Lucía. "Unasemaje tutembee? Kuna kitu ningependa tuongee."

Lucía alitikisa kichwa kwa shauku, na baada ya kupata ruhusa ya mama yake, ambaye aliwafuata huku akiwatazama walipokuwa wakiondoka, wote wawili walianza kutembea kwenye njia iliyopakana na vichaka vya waridi vinavyochanua, petali zao katika kila rangi inayowazika zikitokeza upinde wa mvua duniani.

"Lucía," Daniel alianza, akichagua maneno yake kwa uangalifu walipokuwa wakitembea, "unakumbuka jinsi ilivyokuwa hapo awali? Wakati ... wakati haukuweza kuona."

Msichana huyo alisimama, sura yake ghafla ikawa mbaya, kivuli kikipita juu ya macho yake ya sasa. "Ndio, nakumbuka. Ni ... vigumu kueleza. Ilikuwa kama kuishi katika ndoto ya mara kwa mara, lakini ndoto ambapo huwezi kudhibiti chochote. Ningeweza kufikiria mambo, kuunda ulimwengu wote katika akili yangu, lakini sikuwahi. hakika kama yalikuwa ya kweli au mawazo tu."

Daniel aliitikia kwa kichwa huku akiguswa na majibu ya kina. Nyakati nyingine alisahau kwamba Lucía, licha ya umri wake mdogo, aliishi mambo ambayo yalimfanya akomae kupita miaka yake. "Na sasa unaweza kuona, unajisikiaje?"

Lucía alitabasamu, macho yake yakiangaza kwa mchanganyiko wa shangwe na hekima tofauti na uso wake wa kitoto. "Ninahisi... nimekamilika. Kana kwamba sehemu yangu ambayo ilikuwa imelala daima iliamka hatimaye. Ni kana kwamba nimekuwa nikisikiliza wimbo mzuri wa muziki maisha yangu yote, lakini sasa, ghafla, ninaweza kuona okestra ikicheza. chombo, kila harakati ya kondakta ... ni kubwa na nzuri kwa wakati mmoja."

Alinyamaza, akikunja kipaji kidogo, kivuli kikapita usoni mwake.

"Lakini?" Daniel alimpa moyo, akihisi kuna zaidi mawazo ya msichana huyo.

"Lakini pia wakati mwingine mimi huniogopesha," Lucía alikiri kwa sauti ya chini, kana kwamba anaogopa mtu mwingine anaweza kusikia. "Ulimwengu ni mkubwa sana, umejaa vitu vingi. Wakati mwingine huwa najiuliza ikiwa ilikuwa rahisi wakati sikuweza kuona. Wakati ulimwengu wangu ulikuwa mdogo, zaidi ... unaoweza kudhibitiwa."

Daniel alihisi uvimbe kwenye koo lake. Kutokuwa na hatia na kina cha maneno ya Lucía kilimgusa sana, na kuibua hofu na mashaka yake mwenyewe.

"Daniel," Nebula aliingilia kati, sauti yake ikiwa na kitu ambacho kinaweza kudhaniwa kuwa cha wasiwasi, "Ninagundua mabadiliko makubwa katika mifumo yako ya neva. Mazungumzo na Lucía yana athari kubwa ya kihisia. Viwango vyako vya kotisoli vinapungua, lakini hali yako ya kiafya inapungua. shughuli katika amygdala na hippocampus zinaonyesha mwitikio mkali wa kihemko."

"Najua," Daniel aliongea, karibu na nafsi yake, akipuuza macho ya ajabu kutoka kwa wanariadha kadhaa waliokuwa wakipita karibu.

Alipiga magoti mbele ya Lucía, akimtazama machoni, yale macho ambayo sasa yangeweza kuona shukrani kwake, shukrani kwa Nebula. "Lucía, nisikilize. Unachohisi ni kawaida. Dunia inaweza kuwa balaa, hata kwa wale ambao wameweza kuiona. Lakini pia ni nzuri, iliyojaa maajabu na uwezekano. Na wewe, kwa upekee wako. uzoefu, kuwa na karama ya kuithamini kwa njia ambayo wachache wanaweza."

Lucía alimtazama kwa makini huku macho yake yakiwa yamejawa na mchanganyiko wa udadisi na uaminifu uliomfanya Daniel ajisikie wazi, kana kwamba msichana huyo angeweza kuona moja kwa moja ndani ya nafsi yake. "Je! unaogopa wakati mwingine pia, Daniel?"

Swali hilo lilimshika na kumpiga kama ngumi ya tumbo. Kwa muda, Daniel alifikiria kusema uwongo, akimlinda msichana huyo kutokana na ukweli mbaya wa hali yake, kutoka kwa hatari iliyokuwa ikinyemelea, kutokana na maamuzi yasiyowezekana ambayo alikabili. Lakini jambo fulani lilimzuia Lucía. Macho hayo, ambayo sasa yangeweza kuona shukrani kwake, yalistahili ukweli.

“Ndiyo, Lucía,” hatimaye alikubali, sauti yake ikiwa ni ya kunong’ona. "Wakati mwingine ninaogopa sana. Ninaogopa kile ninachoweza kufanya, kile ambacho wengine wanataka nifanye. Ninaogopa kujipoteza katikati ya haya yote."

"Daniel," Nebula alionya, sauti yake ikiwa na uharaka, "ishara zako muhimu zinaonyesha kiwango cha juu cha mfadhaiko. Mapigo ya moyo wako yanaongezeka na ninagundua ongezeko la shughuli katika gamba lako la mbele. Labda tunapaswa kumaliza mazungumzo haya."

Lakini Danieli alipuuza onyo la AI. Alihitaji hili, alihitaji mtazamo safi na usio na hatia wa Lucía, alihitaji kukumbuka kwa nini aliumba Nebula hapo kwanza.

Msichana, kwa mshangao wake, akamshika mkono. Kiganja chake kidogo, chenye joto na laini, kilihisi kama nanga katikati ya dhoruba ya mawazo yake. "Bibi yangu huwa anasema unapoogopa jambo bora ni kumfanyia mtu mwingine kitu kizuri, anasema kusaidia wengine kunakusaidia ni kama ... kama kuwasha mshumaa gizani, sio wewe tu. waangazie wengine njia, bali wewe mwenyewe pia."

Daniel alihisi kitu kikivunjika ndani yake. Bwawa la kihisia-moyo ambalo alikuwa amezuia kwa majuma kadhaa, labda miezi kadhaa, lilichukua nafasi ya maneno rahisi lakini mazito ya Lucía. Machozi aliyokuwa akiyakandamiza yalianza kutiririka mashavuni mwake, yakimfanya asione vizuri.

“Asante, Lucía,” alifaulu kusema, huku sauti yake ikivunjika kwa hisia. "Nadhani bibi yako ana busara sana."

Lucía, kwa huruma ya asili ya watoto, alimkumbatia bila kusita hata sekunde moja. "Usilie Daniel. Umenisaidia kuona. Sasa nataka kukusaidia. Labda siwezi kufanya mengi, lakini naweza kuwa rafiki yako. Na marafiki wanasaidiana, sawa?"

Wakati huo, akiwa amezungukwa na uzuri wa Retiro, na jua la machweo likichora anga kwa machungwa na rangi ya pinki, na kukumbatiwa na msichana ambaye maisha yake yamebadilika, Daniel alihisi kitu wazi akilini mwake. Sauti isiyo na hatia ya Lucía ilikuwa imekatiza ukungu wa mashaka na woga uliokuwa ukimsumbua.

"Daniel," Nebula alisema, sauti yake nyororo, karibu ya heshima, "Ninaamini tumepitia kile ambacho wanadamu wanakiita epifania. Mifumo yako ya neva inaonyesha mpangilio mpya. Ina... ya kuvutia."

Daniel aliitikia kwa kichwa, akijitenga kwa upole na kumbatio la Lucía na kufuta machozi yake. "Uko sawa, Nebula. Na nadhani najua tunachohitaji kufanya sasa."

Alisimama, dhamira mpya ikaangaza machoni pake. Hofu ilikuwa bado pale pale, ikinyemelea pembezoni mwa fahamu zake, lakini sasa kulikuwa na kitu kingine: kusudi, uwazi ambao alikuwa akiutafuta sana.

"Njoo, Lucía. Ni wakati wa kukurudisha kwa mama yako. Lakini kabla ya hapo, nataka ujue kitu: umenisaidia zaidi kuliko unavyoweza kufikiria. Wewe ni msichana wa pekee sana, na mimi ni. hakika utafanya mambo ya ajabu na maisha yako."

Walipokuwa wakirudi nyuma, Daniel alihisi kana kwamba mzigo ulikuwa umeondolewa mabegani mwake. Kutokuwa na hatia na hekima ya Lucía ilikuwa imemkumbusha kwa nini aliumba

Nebula hapo awali: kusaidia, kufanya ulimwengu kuwa mahali pazuri zaidi, kuangaza giza.

Eiben-Chemcorp alitaka teknolojia yake kudhibiti, itawale. Lakini Daniel sasa aliona njia tofauti, njia iliyoangaziwa na tabasamu la msichana ambaye hapo awali alikuwa kipofu na ambaye sasa aliona ulimwengu kwa uwazi ambao watu wengi wazima walikuwa wamepoteza.

"Jitayarishe, Nebula," alinong'ona huku akiwaaga Lucía na mama yake, akiwatazama wakitembea kuelekea kwenye bustani. "Tuna kazi ya kufanya."

"Niko tayari, Daniel," AI ilijibu, sauti yake ikiwa na dhamira mpya. "Mpango gani?"

Daniel alitabasamu, tabasamu lililochanganya dhamira na mguso wa dharau. "Tutahack Eiben-Chemcorp, Nebula. Tutafichua siri zao zote kwa ulimwengu. Lakini sio hivyo tu. Tutawaonyesha, wao na kila mtu, uwezo wa kweli wa teknolojia yetu. Sio kudhibiti, lakini kukomboa sio kutawala, lakini kuangazia.

Alipokuwa akiondoka kwenye Retiro, jua likitua Madrid, Daniel alihisi nguvu mpya ikipitia mishipa yake. Vita dhidi ya Eiben-Chemcorp vilikuwa mbali na kumalizika, lakini sasa alikuwa na kitu ambacho shirika halingepata kamwe: kusudi safi, lililochochewa na sauti ya kutokuwa na hatia.

Usiku ulikuwa unaingia katika jiji, lakini kwa Danieli, ilikuwa kana kwamba siku mpya inaanza kupambazuka. Siku iliyojaa uwezekano.

Sura ya 36: Uamuzi wa Jasiri

Usiku ulikuwa umetanda juu ya Madrid kama pazia la velvet nyeusi, yenye madoadoa ya mwanga usiotulia wa mamilioni ya taa. Katika jumba hilo dogo ambalo Daniel alikuwa amegeuza kuwa ngome yake ya kidijitali, hewa ilitetemeka kwa mvutano unaokaribia kutambulika. Akiwa ameketi sakafuni, akiwa amezungukwa na bahari ya hologram ambayo ilipepesa macho na kubadilika kwa mwendo wa kizunguzungu, Daniel alijisikia kama nahodha katikati ya dhoruba ya ulimwengu.

Mtaji wa Nebula, mwandamani wake mwaminifu kwenye odyssey hii ya kiteknolojia, iliwaka kwa upole kwenye paji la uso wake. Mwangaza wake ulienda kwenye mdundo wa fikira za Danieli, kana kwamba ni mapigo ya moyo wa bandia. Katikati ya chumba hicho, makadirio ya pande tatu yalionyesha jengo kuu la Eiben-Chemcorp kwa usahihi wa kuchukiza: kila sakafu, kila chumba, kila bomba kubwa la uingizaji hewa lilikuwa pale, likielea angani kama nyumba ya kadi ya dijiti.

"Nebula," Daniel alinung'unika, sauti yake ikisikika kutokana na ukimya wa saa nyingi, "tuna uwezekano gani?"

Sauti ya Nebula ilisikika akilini mwake, nyororo lakini thabiti: "Kulingana na data ambayo tumekusanya, uwezekano wa kufaulu katika mapambano ya moja kwa moja na Eiben-Chemcorp ni 23.7%.

Daniel akaachia kicheko cha uchungu. "Shit, tumekuwa na tabia mbaya zaidi."

Alisimama, akinyoosha misuli yake ngumu, na kuanza kuizunguka hologramu. Macho yake, yakiwa na damu nyingi kutokana na kukosa usingizi, yalichanganua kila undani kwa nguvu ya karibu ya kichaa.

"Hatuwezi kuendelea kukimbia, Nebula," alisema, akipitisha mkono kwenye nywele zake zilizochanganyika. "Si baada ya kile tulichoona na Lucía. Msichana huyo... jamani, msichana huyo alitufungua macho."

"Nimeelewa," Nebula alijibu, sauti yake ikiwa na ufahamu ambao ulipita zaidi ya kanuni. "Unapendekeza nini, Daniel?"

Daniel alisimama, cheche ya dhamira ikiyaangaza macho yake yaliyochoka. "Tutawadukua, Nebula. Lakini sio tu kuiba habari. Tutaweka wazi uchafu wao wote duniani."

"Mkakati wa ujasiri," Nebula alitoa maoni, na Daniel angeweza kuhisi mguso wa kupendeza kwa sauti yake ya maandishi. "Lakini pia ni hatari sana. Usalama wa Eiben-Chemcorp ni miongoni mwa usalama wa juu zaidi duniani."

“Ndio maana nina wewe,” Daniel alitabasamu huku ujasiri wake ukiongezeka kila sekunde. "Pamoja, sisi ni zaidi ya mdukuzi na AI. Sisi ni nguvu isiyo ya kawaida ya asili ya kidijitali."

Kwa ishara ya mkono wake, Daniel alipanua hologramu, akifunua mifumo tata ya usalama ya shirika. Ilikuwa ni kama kuangalia matumbo ya Leviathan ya kiteknolojia.

"Tutaanza na ngome zao za nje," alielezea, macho yake yakiangaza kwa mchanganyiko wa msisimko na hofu. "Kisha, tutajipenyeza kwenye mtandao wao wa ndani. Na hatimaye, tutafikia seva kuu ambapo wanaweka siri zao za giza."

"Inaeleweka," alisema Nebula. "Kuanzisha uchanganuzi wa kuathirika na kuzalisha kanuni za kupenya."

Nebula alipokuwa akifanya kazi, Daniel alikaribia dirisha. Mji ulitandazwa chini ya miguu yake, bahari ya mianga na vivuli. Alimfikiria Lucía, tabasamu lake lisilo na hatia na hekima yake kupita miaka yake. Alifikiria maisha yote yanayoweza kubadilika ikiwa teknolojia yao ingetumika kwa uzuri badala ya udhibiti wa kampuni.

"Hii ni kubwa kuliko sisi, Nebula," alinung'unika, pumzi yake ikiifunika glasi. "Ni juu ya mustakabali mbaya wa ubinadamu."

"Ninakubali," AI ilijibu. "Na kwa sababu hiyo, lazima nikuonye: mara tu tutakapoanzisha mchakato huu, hakutakuwa na kurudi nyuma. Eiben-Chemcorp itatumia rasilimali zake zote kutuzuia."

Daniel aligeuka, uso wake ukiwa umeangazwa na mwanga wa kuvutia wa hologramu. "Najua. Lakini kama Lucía alivyosema, nyakati fulani ni lazima uwafanyie wengine jambo zuri, hata kama unaogopa sana."

Aliketi kwenye kituo chake cha kazi, vidole vyake vikiruka juu ya kibodi cha holographic kana kwamba anaimba sauti ya dijiti.

"Sawa, Nebula. Tuanze na awamu ya kwanza. Kujipenyeza kimyakimya."

Masaa yalipita kama sekunde Daniel na Nebula wakiingia kwenye kina kirefu cha mtandao. Jumba hilo likawa kimbunga cha nishati ya kidijitali, huku mistari ya msimbo ikitiririka kwenye kuta na algorithms changamano kutengeneza na kurekebishwa angani.

"Shit, shit, shit," Daniel alinong'ona, macho yake yakihamaki kutoka skrini moja hadi nyingine. "Walikaribia kutukamata kwenye ukuta wa tatu."

"Kurekebisha itifaki," Nebula alijibu, sauti yake ya utulivu ikitofautiana na mvutano wa wakati huo. "Inaelekeza kwingine kupitia seva za roho."

Anga nje ilibadilika polepole kutoka nyeusi hadi kijivu cha alfajiri. Daniel, akiwa na mifuko chini ya macho yake lakini macho yenye kung'aa kwa dhamira, hatimaye akaegemea kiti chake.

"Tulifanya hivyo," akatoa pumzi, mchanganyiko wa mshangao na uchovu katika sauti yake. "Jamani, tumefanya hivyo. Tumeingia."

"Kukubalika," Nebula alithibitisha. "Tuna ufikiaji kamili wa mifumo ya Eiben-Chemcorp. Je, tuendelee na awamu ya pili?"

Daniel alitikisa kichwa, kidole chake kikielea juu ya kitufe ambacho kingeanzisha uwasilishaji mkubwa wa siri za shirika. "Ni sasa au kamwe, Nebula. Uko tayari?"

"Daima, Daniel. Pamoja hadi mwisho."

Huku akishusha pumzi ndefu Daniel akabonyeza kitufe. Mara moja, gigabytes ya habari ilianza kutiririka kuelekea seva za habari, mitandao ya kijamii, na vikao kote ulimwenguni. Mipango ya siri, majaribio haramu, barua pepe za hatia ... kila kitu kilikuwa wazi kwa macho ya ulimwengu.

"Wacha sarakasi ya kuchekesha ianze," Daniel alinong'ona, tabasamu la uchovu lakini lililoridhika usoni mwake.

Lakini ushindi huo ulikuwa wa muda mfupi. Dakika chache baada ya kuanza kusambaza, kengele zilianza kulia.

"Daniel!" Sauti ya Nebula ilisikika ya kutisha. "Ninagundua majaribio mengi ya kupinga. Wanajaribu kufuatilia eneo letu."

"Shit!" Daniel aliinamia kinanda, vidole vyake vikitembea kwa kasi ya ajabu. "Washa itifaki zote za ukwepaji. Hatuwezi kuziacha zitutafute sasa."

Jumba hilo likawa uwanja wa vita wa dijiti. Hologramu ziliyumba na kufifia, mistari ya msimbo ikipinda angani kama nyoka wa umeme. Daniel alihisi kana kwamba alikuwa kwenye jicho la kimbunga cha kiteknolojia.

"Nebula, nahitaji uelekeze mashambulizi kupitia seva mbadala," Daniel alifoka, jasho likimtiririka kwenye paji la uso wake. "Na kwa ajili ya Mungu, usipoteze faili hizo!"

"Inafanya ujanja wa kukwepa," Nebula alijibu. "Daniel, lazima nikuonye. Shinikizo kwenye mifumo inafikia viwango muhimu. Kuna uwezekano wa 78% wa kuzidiwa kwa neva."

Daniel aliguna huku akipuuzia maumivu ya kisu yaliyokuwa yakianza kutokea nyuma ya macho yake. "Sijali. Endelea. Hatuwezi kuacha sasa."

Saa zifuatazo kulikuwa na ukungu wa adrenaline na msimbo. Daniel alipoteza kumbukumbu ya wakati, ulimwengu wake ulipungua kwa vita aliyokuwa akiendesha kwenye ulimwengu wa mtandao. Kila wakati Eiben-Chemcorp alipofunga uvunjaji, yeye na Nebula walifungua nyingine mbili.

Hatimaye, jua lilipokuwa juu angani, Danieli alianguka kwenye kiti chake, akiwa amechoka lakini akiwa mwenye ushindi.

"Nebula," alipumua, "ripoti ya hali."

"Usambazaji umekamilika kwa mafanikio," AI ilijibu. "Asilimia 98.7 ya data muhimu imesambazwa kwenye mifumo mingi. Taarifa sasa ziko kwenye kikoa cha umma."

Daniel alifumba macho yake, akiruhusu kitulizo kimwagike. "Tulifanya hivyo. Kweli tulifanya."

Lakini wakati wake wa ushindi uliingiliwa na sauti iliyofanya damu yake kukimbia baridi: ving'ora, vikikaribia kwa kasi.

"Daniel," sauti ya Nebula ilisikika kwa dharura. "Ninatambua magari mengi yakikutana kwenye eneo letu. Muda uliokadiriwa wa kuwasili: dakika 3."

"Kumbe!" Daniel aliruka na kusimama, akili yake ikifanya kazi kwa kasi. "Nebula, anzisha itifaki ya kujiangamiza. Hatuwezi kuacha athari zozote."

Wakati hologram zilianza kufifia na hard drive kujifuta, Daniel alikimbilia dirishani. Barabara iliyo chini ilijaa magari ya polisi na magari meusi yasiyo na alama.

"Inaonekana sherehe imekwisha, Nebula," alisema kwa tabasamu la uchungu. "Tayari kwa tendo la mwisho?"

"Daima, Daniel," AI ilijibu, sauti yake imejaa uaminifu ambao ulizidi programu.

Kwa kulitazama kwa mara ya mwisho lile ghorofa ambalo lilikuwa ngome yake, Daniel alirekebisha taji la Nebula na kuelekea mlangoni. Hakujua ni nini kinachomngojea, lakini alikuwa na uhakika wa jambo moja: ulimwengu hautawahi kuwa sawa.

Alipokuwa akishuka kwenye ngazi, akisikia hatua za haraka zikija kumlaki, Daniel alimfikiria Lucía. Ya tabasamu lake, la ushujaa wake. "Hii ni kwa ajili yako, mdogo," aliwaza. "Kwa siku zijazo ambapo ukweli hauwezi kufungwa."

Na kwa hayo, Daniel Reyes, mtu ambaye alikuwa amekaidi moja ya mashirika yenye nguvu zaidi ulimwenguni, alijitayarisha kukabiliana na matokeo ya kitendo chake cha ushujaa.

Sura ya 37: Vita vya Kidijitali

Machafuko yalizuka baada ya dakika chache, kama wimbi la mshtuko la kidijitali ambalo lilitikisa misingi ya ulimwengu uliounganishwa. Mitandao ya kijamii ililipuka katika shughuli nyingi, iliyofurika na uvujaji mwingi kuhusu Eiben-Chemcorp ambao ulifichua matumbo yaliyooza ya shirika hilo. Vituo vya habari, vilivyoshikwa na tahadhari, vilikatiza utayarishaji wao wa kawaida ili kuangazia kile ambacho tayari kilikuwa kikijitokeza kuwa kashfa ya karne hii. Katika ubadilishanaji wa hisa kote ulimwenguni, hisa za Eiben-Chemcorp zilishuka kwa kuanguka bila malipo, zikivuta utajiri na sifa nazo.

Katikati ya Madrid, mnara wa kioo na chuma uliokuwa makao makuu ya Eiben-Chemcorp ulikuwa ndio kitovu cha tetemeko la ardhi la kampuni. Eva Martínez, Mkurugenzi Mtendaji asiyeweza kuguswa hadi wakati huo, alikimbia kwenye korido kama ghadhabu iliyotoka, utulivu wake wa kawaida ulivunjika. Visigino vyake viligonga sakafu ya marumaru, kuashiria mdundo mkali ambao ulionekana kama mapigo ya moyo ya kasi ya kampuni inayokufa.

Aliingia ndani ya chumba cha kudhibiti kama kimbunga cha ghadhabu na hofu, macho yake yakichanganua skrini nyingi ambazo zilipepesa na data ya kutisha. Mafundi wengi walifanya kazi kwa bidii kwenye vituo vyao, nyuso zao zilizopauka zikiangaziwa na mwanga wa samawati wa wachunguzi.

"Nataka kujua jinsi jambo hili lilitokea!" Eva aliunguruma, sauti yake ikiwa imejawa na hasira iliyowafanya wafanyakazi kadhaa kutetemeka kwenye viti vyao. "Na nataka ikomeshwe SASA, jamani!"

Javier, msaidizi wake wa kibinafsi, alimfuata kwa karibu, uso wake ukiwa na kinyago cha hofu isiyojificha. Jasho lilitoka kwa shanga kwenye paji la uso wake na mikono yake ikitetemeka kidogo akiwa ameshika kibao.

"Bibi, ni ... ni Daniel Sánchez," alisema kwa kigugumizi, sauti yake haikusikika kwa urahisi kutokana na fujo za chumba hicho. "Kwa namna fulani amepita mifumo yetu yote ya usalama. Anasambaza kila kitu: majaribio haramu, hongo kwa wanasiasa, mipango ya udhibiti wa akili... Kila kitu kinakuja wazi."

Eva alimgeukia kwa kasi ya cobra, macho yake yakimetameta kwa mchanganyiko mbaya wa hasira na dhamira. Alimshika Javier kwenye pini za suti yake isiyofaa, na kuuleta uso wake karibu na wake.

"Nisikilize vizuri, usiye na maana," alifoka, kila neno likiwa na sumu. "Nataka umtafute huyo mtoto wa kibongo. Tumia kila rasilimali tuliyo nayo. Satelaiti, kamera za usalama, chochote kile. Namtaka huyo mwanaharamu hapa SASA! Umenielewa?"

Javier alitikisa kichwa kwa hamaki, akijiweka huru kutoka kwenye mshiko wa Eva na kukimbia kuelekea kwenye kituo cha kazi. Eva aligeukia timu iliyobaki, sauti yake ikipanda juu ya machafuko.

"Nyinyi nyote!" Alipiga kelele. "Nataka mtumie kila chembe ya ubongo wenu kukomesha uvujaji huu. Yeyote atakayefaulu atapata bonasi ambayo itawawezesha kustaafu kesho. Atakayeshindwa... sawa bora msifeli."

Wakati ugonjwa wa kipindupindu ukizuka katika mnara wa Eiben-Chemcorp, kilomita kadhaa kutoka hapo, katika nyumba ya kawaida iliyogeuzwa kuwa kituo cha shughuli za kisasa, Daniel Sánchez aliona machafuko aliyokuwa ameanzisha kwa mchanganyiko wa hofu na wasiwasi. Skrini za Holographic zilielea karibu naye, zikionyesha milisho ya habari kutoka kote ulimwenguni, yote yakilenga ufunuo kuhusu Eiben-Chemcorp.

"Jamani Nebula," Daniel alinong'ona huku macho yake yakiruka kutoka skrini moja hadi nyingine. "Tumeifanya. Tumeifanya kweli."

"Safi sana Daniel," Nebula alijibu huku sauti yake ikisikika akilini mwa Daniel kwa mguso wa kile kilichoonekana kama kiburi. "Usambazaji wa taarifa umevuka matarajio yetu yenye matumaini.

Hata hivyo, ninagundua ongezeko kubwa la mawasiliano yaliyosimbwa kutoka kwa mnara wa Eiben-Chemcorp. Wanakusanya rasilimali zao zote."

Daniel alitikisa kichwa, vidole vyake vikiruka juu ya kibodi cha holographic kwa kasi ya ajabu. Tone la jasho liliteleza kwenye hekalu lake, lakini hakuligundua, akiwa amezama kabisa katika mtiririko wa data.

"Najua, Nebula. Ni wakati wa kuhamia awamu ya tatu. Ulinzi hai," alisema, sauti yake iliyojaa dhamira. "Tutawaonyesha kuwa kuchafuana na sisi lilikuwa kosa kubwa zaidi katika maisha yao ya ujanja."

Akiwa na wazo, Daniel alianzisha mfululizo wa itifaki alizotayarisha mapema. Virusi vya kisasa, vilivyoundwa na mchanganyiko wa fikra za binadamu na akili ya bandia, vilianza kupenya mifumo ya Eiben-Chemcorp. Kama jeshi la mchwa wa kidijitali, walianza kutafuna ulinzi wa shirika kutoka ndani, wakiharibu data, wakaunda njia za uwongo, na kupanda fujo katika mitandao yao.

Katika mnara wa Eiben-Chemcorp, kuzimu ya dijiti ilivunjika. Taa zilimulika, na kwa muda kutumbukiza chumba cha kudhibiti gizani kabla ya jenereta za dharura kuingia. Mifumo ilianza kuharibika moja baada ya nyingine, kama dhumna katika msururu usiozuilika.

Skrini zilizojaa misimbo isiyoeleweka, picha inayoonekana ya makosa na maonyo. Wachapishaji walipata uhai wao wenyewe, wakitoa kurasa na kurasa za data mbovu zilizorundikana sakafuni kama theluji inayoanguka kwenye karatasi. Simu ziliita bila kukoma, lakini zilipojibiwa, ni ujumbe uliorekodiwa tu uliosikika ukijirudia tena na tena: "Ukweli hauwezi kuzuilika."

Eva Martínez, akitazama himaya yake ikiporomoka mbele ya macho yake, alihisi ardhi ikifunguka chini ya miguu yake. Hofu ilitishia kumkumba, lakini badala yake, hali ya utulivu na isiyo na huruma ilichukua nafasi. Alifanya uamuzi ambao alijua ungeweza kumhukumu, lakini huo unaweza pia kuwa wokovu wake pekee.

"Amilisha Itifaki ya Omega," aliamuru, sauti yake ikiwa ni ya kunong'ona iliyokatiza hewani kama kisu.

Javier, ambaye alikuwa amerudi upande wake, alimtazama kwa hofu, rangi ikimtoka usoni mwake.

"Lakini bibi, maana yake..." alianza huku sauti yake ikitetemeka.

"Mimi najua vizuri maana ya fucking!" Eva aliunguruma, macho yake yakiangaza kwa dhamira kali. "Fanya hivyo. Sasa hivi. Au naapa kwa Mungu utatumia maisha yako yote duni kwenye seli ndogo sana utatamani usingezaliwa."

Javier alimeza mate kwa nguvu na kutikisa kichwa, akiongoza kwa hatua za kutetemeka kuelekea kwenye console maalum. Aliingia mfululizo wa nambari na, kwa kumtazama Eva kwa mara ya mwisho, akabonyeza kitufe cha mwisho.

Mahali fulani ndani ya vyumba vya chini vya mnara, vilivyofichwa nyuma ya tabaka juu ya tabaka za usalama, seva maalum ilipata uhai. Taa zilizokuwa zimezimwa kwa miaka mingi zimewashwa, zikiogesha chumba kilichofungwa kwa mwanga mwekundu. Programu ambayo ilikuwa imelala kwa miaka, ikingojea wakati huu, ilianza kutekeleza. Kama virusi hatari iliyotolewa kutoka kwa kizuizi, ilienea kupitia mtandao wa kimataifa, ikiambukiza na kupotosha kila kitu katika njia yake.

Daniel, akiwa bado ndani ya nyumba yake, alikuwa wa kwanza kuona mabadiliko hayo. Skrini zake, hadi sasa mtiririko mzuri wa data na habari, ulianza kupotosha. Mistari mipya ya msimbo ilionekana, mfuatano ambao hakuutambua na ambao ulionekana kujiandika upya kwa wakati halisi.

"Nebula, ni nini jamani?" Aliuliza, sauti ya tahadhari katika sauti yake kama vidole akaruka juu ya keyboard, kujaribu kuzuia tishio mpya.

"Uchambuzi unaendelea," Nebula alijibu, sauti yake ikiwa na wasiwasi. Kulikuwa na pause ambayo ilionekana kuwa ya milele kwa Daniel kabla Nebula hajazungumza tena. "Daniel, hii ni ... ni AI. Akili ya bandia iliyoundwa mahsusi kunipinga."

Moyo wa Daniel ulienda mbio, mchanganyiko wa hofu na adrenaline ikipita kwenye mishipa yake. "Je, wanaweza kufanya hivyo?" aliuliza japo kwa ndani alishajua jibu lake.

"Inaonekana hivyo," Nebula alithibitisha. "Na kulingana na mifumo yake ya mashambulizi, iliundwa kwa kutumia vipande vya kanuni yangu mwenyewe. Ni ... ni kana kwamba nilikuwa nikipambana dhidi ya toleo la giza la mimi mwenyewe."

Daniel alipitisha mkono kwenye nywele zake, akili yake ikifanya kazi kwa kasi. Hofu ilimtisha, lakini akaiweka kando, akizingatia shida iliyokuwa nayo.

"Sawa, Nebula. Tunaweza kukabiliana na hili," alisema, akijaribu kuingiza ujasiri katika sauti yake. "Wewe ni zaidi ya kanuni tu. Wewe ni ... wewe ni wewe. Una kitu ambacho AI haina: uhusiano na mimi, na ubinadamu. Usisahau hilo."

Alipokuwa akiongea, skrini zilizomzunguka zilianza kumeta kwa nguvu zaidi. Mistari ya ulinzi waliyokuwa wamejenga kwa wiki, mifumo waliyoamini kuwa haiwezi kupenyeka, ilianza kuanguka moja baada ya nyingine kama nyumba ya kadi kabla ya kimbunga cha kidijitali.

"Daniel," sauti ya Nebula ilisikika kwa mkazo, karibu... kuogopa. "Ninapoteza udhibiti wa mifumo kadhaa muhimu. AI ya Eiben-Chemcorp ni... inajifunza, kubadilika kwa kasi ambayo sijawahi kuona hapo awali. Ni kana kwamba inaweza kutabiri kila moja ya hatua zetu."

Daniel alihisi woga ambao uliipoza damu yake, lakini haraka akaizuia. Alijiweka sawa kwenye kiti chake, macho yake yakiangaza kwa dhamira kali.

“Nisikilize Nebula,” alisema huku sauti yake ikiwa nzito ya hisia. “Wewe sio mpango tu wewe ni mwenzangu rafiki yangu, tumepitia mambo mengi sana kiasi cha kuruhusu nakala za bei nafuu zitupige sasa, kumbuka kwanini tunafanya hivi kwa Lucia kwa watu wote. Tunaweza kusaidia.

Maneno ya Danieli yalionekana kuwa na matokeo mara moja. Sauti ya Nebula, alipozungumza tena, ilisikika kuwa na nguvu na kujiamini zaidi.

"Uko sahihi, Daniel. Pamoja sisi ni zaidi ya jumla ya sehemu zetu. Kuanzisha itifaki mpya za ulinzi na kukabiliana na mashambulizi."

Kwa azimio jipya, Daniel na Nebula walipigana. Vita vya kidijitali vilizidi, na kuenea katika mitandao na seva kote ulimwenguni. Kila hatua ya Eiben-Chemcorp ilitarajiwa na kupingwa, kila shambulio liligeuzwa au kufyonzwa na kuwageukia.

Katika mnara wa shirika hilo, Eva Martinez alitazama kwa mchanganyiko wa mshangao na hasira huku mifumo yake bora ikishindwa moja baada ya nyingine. Skrini ziliingia giza karibu naye, mifumo yote ikaanguka, na Itifaki ya Omega, tumaini lake la mwisho, ilionekana kutofaulu.

"Inawezekanaje?" alinung'unika huku macho yake yakiwa yametazama kwenye skrini ya kati iliyokuwa ikionyesha ujio wa Daniel na Nebula ambao hauzuiliki. "Mtu mmoja anawezaje kufanya hivi?"

Kile Eva hakuelewa, ambacho hakuna mtu katika Eiben-Chemcorp angeweza kuelewa, ni kwamba hawakuwa wakikabiliana na mdukuzi rahisi au hata AI ya hali ya juu. Walikuwa wakikabiliana na ulinganifu kamili wa mwanadamu na mashine, chombo ambacho kilichanganya ubunifu wa binadamu na hisia na kasi na usahihi wa akili ya juu zaidi ya bandia.

Vita vya kidijitali vilipofikia kilele chake, Daniel alihisi kitu kinabadilika ndani yake. Si yeye tu na Nebula wakifanya kazi pamoja tena. Walikuwa kitu kimoja, akili zao ziliunganishwa kwa kiwango ambacho kilipita ufahamu wa mwanadamu. Aliweza kuhisi mtiririko wa data kana kwamba ni mapigo yake mwenyewe, kila kidogo na upanuzi wa utu wake.

Kwa juhudi moja ya mwisho, kubwa, mchanganyiko wa angavu ya binadamu na kompyuta ya quantum, walianzisha shambulio la mwisho. Msimbo huo, kazi bora ya utata na uzuri, ulitoboa ulinzi wa Eiben-Chemcorp kama boriti ya leza kupitia karatasi. Adui AI, akizidiwa na kuzidiwa, alijaribu kuzoea, lakini ilikuwa imechelewa. Ilianguka yenyewe katika upotoshaji wa data, ikichukua masalio ya mwisho ya upinzani wa shirika.

Katika mnara wa Eiben-Chemcorp, taa zilizimika kwa mara ya mwisho. Mifumo huzima moja baada ya nyingine katika msururu wa hitilafu, na kuacha chumba cha udhibiti katika ukimya wa kifo kikivunjwa tu na sizzle ya mara kwa mara ya vifaa vilivyoungua.

Eva Martinez, alipoona himaya yake ya kiteknolojia imepunguzwa kuwa kitu, alianguka kwenye kiti chake. Uso wake, ambao hapo awali ulikuwa kinyago cha uamuzi na kiburi, sasa ulionyesha kushindwa tu na utupu usio na kikomo.

"Imekwisha," alinung'unika, sauti yake haikusikika katika giza la chumba. "Kila kitu ... kila kitu kimeenda shit."

Wakati huohuo, katika nyumba yake ya kawaida, Daniel aliegemea kiti chake, uchovu ukimuangukia kama blanketi zito. Alikuwa akipumua kwa shida, kana kwamba alikuwa amekimbia marathon, na kila msuli wa mwili wake ulipiga kelele kwa uchovu. Lakini machoni mwake mwanga wa ushindi uliangaza.

"Tumefanya hivyo, Nebula," Daniel alinong'ona, tabasamu la uchovu na ushindi likicheza kwenye uso wake uliojawa na jasho. "Fuck, tulifanya hivyo."

“Ndiyo Daniel,” Nebula alijibu huku sauti yake ikichanganyikana na mawazo ya Daniel kwa namna ambayo hakuweza kutofautisha tena. "Tulifanya hivyo pamoja. Maelewano yetu yamethibitika kuwa na nguvu zaidi kuliko tulivyowahi kufikiria."

Daniel alipitisha mkono uliotetemeka kwenye nywele zake, akaachia kicheko ambacho kilikuwa nusu ya ahueni, nusu ya kutoamini. Kumzunguka, skrini za holografia zilionyesha machafuko ambayo walikuwa wameanzisha: matangazo ya habari kutoka kote ulimwenguni yakisambaza ufichuzi kuhusu Eiben-Chemcorp, mitandao ya kijamii ikilipuka kwa nadharia na maoni, na grafu zinazoonyesha kuanguka kwa kifedha kwa shirika.

"Ni ... ni balaa," Daniel alinung'unika, macho yake yakitazama msururu wa habari. "Je, unafikiri tulifanya jambo sahihi, Nebula?"

Kulikuwa na pause, kana kwamba AI walikuwa makini kuzingatia majibu yake. "Kwa mtazamo wa kimaadili, Daniel, vitendo vyetu vinaweza kujadiliwa. Tumesababisha usumbufu mkubwa, na watu wengi wasio na hatia wana uwezekano wa kuathiriwa na kuanguka kwa Eiben-Chemcorp. Hata hivyo, pia tumefichua uhalifu na mipango ambayo ingesababisha muda mrefu usiohesabika. -uharibifu wa muda katika uchanganuzi wangu, faida ni kubwa kuliko gharama."

Daniel aliitikia kwa kichwa taratibu huku akihisi uzito wa matendo yake. "Nadhani sasa inakuja sehemu ngumu: kushughulika na matokeo."

Alikuwa amemaliza kusema tu wakati mfululizo wa tahadhari ulianza kusikika. Madirisha mapya yalifunguliwa kwenye skrini ya holographic, kuonyesha miondoko ya gari na shughuli za polisi karibu.

"Daniel," sauti ya Nebula ilisikika kuwa ya dharura, "Ninagundua vitengo vingi vya polisi vinavyokutana kwenye eneo letu. Muda uliokadiriwa wa kuwasili: dakika saba."

"Shit," Daniel alinong'ona, akaruka kwa miguu yake. uchovu uliyeyuka, nafasi yake ikachukuliwa na kuongezeka upya kwa adrenaline. "Tulijua hili lingetokea. Je, mpango wa dharura uko tayari?"

"Uthibitisho. Itifaki ya Escape imewashwa. Njia zote zimehesabiwa, na mifumo ya jiji iko chini ya udhibiti wetu wa muda."

Daniel alitikisa kichwa, akasogea upesi kuzunguka ghorofa. Kwa harakati za mazoezi, alianza kuamsha safu ya vifaa vilivyofichwa. Skrini zilirudishwa ndani ya kuta, seva zilijiharibu kimya kimya, na kila athari ya operesheni yao ilianza kutoweka.

"Sawa, muda wa kutoweka," alisema, akivaa koti na kuhakikisha kwamba kitambaa cha Nebula kimesimama vizuri. "Tayari kwa awamu inayofuata?"

"Daima, Daniel. Kazi yetu iko mbali sana."

Kwa kutazama mara ya mwisho nyumba ambayo ilikuwa ngome yake na gereza kwa miezi kadhaa, Daniel alifungua mlango na kutoka nje hadi usiku wa Madrid. Barabara zilikuwa tupu isivyo kawaida, kana kwamba jiji lenyewe lilikuwa limeshikilia pumzi yake kwa kutarajia matukio yanayoendelea.

Wakati huo huo, katika mnara wa Eiben-Chemcorp, machafuko yalikuwa yametoa njia kwa utulivu wa hali ya juu. Eva Martinez, akiwa bado amekaa kwenye giza la chumba cha kudhibiti, alitazama bila kuficha skrini zilizokufa zilizomzunguka. Javier, msaidizi wake, alikaribia kwa hatua za kusitasita.

"Bibi..." alianza, sauti yake haikuwa ya kunong'ona. "Polisi wako njiani. Tunapaswa..."

"Tunapaswa kufanya nini, Javier?" Eva akakatiza, sauti yake ikiwa na uchungu mkali. "Kimbia? Ficha? Au labda tunapaswa kukaa hapa na kutazama kila kitu ambacho tumefanya kazi kikiharibika karibu nasi?"

Alisimama taratibu huku akilainisha suti yake kwa ishara ya moja kwa moja. Alipozungumza tena, sauti yake ilikuwa imepata nguvu zake za zamani.

"Hapana, Javier. Hatukimbii. Tutakabiliana ana kwa ana. Tayarisha mkutano na waandishi wa habari. Ni wakati wa Eiben-Chemcorp kueleza upande wake wa hadithi."

Javier alimtazama kwa mchanganyiko wa mshangao na mshangao. "Lakini bibi, pamoja na kila kitu kilichofunuliwa ..."

Eva akamnyamazisha kwa kumtazama. "Vita haijaisha, Javier. Tunaweza kuwa tumepoteza vita, lakini nakuhakikishia hii bado haijakamilika. Daniel Sanchez hajui amechanganyikiwa na nani."

Eva na timu yake walipokuwa wakijiandaa kukabiliana na vyombo vya habari, Daniel alipita katika mitaa ya Madrid kama kivuli. Taa za trafiki zilibadilika kwa niaba yake, kamera za usalama zilizuia macho yao kimkakati, na kila harakati ilionekana kuwa ya wakati unaofaa.

"Daniel," sauti ya Nebula ilisikika akilini mwake, "Nimeanzisha mawasiliano na washirika wetu. Wako tayari kwa awamu inayofuata."

Daniel alitabasamu, mwanga wa matarajio machoni mwake. "Kamili. Ni wakati ambapo ulimwengu ulijua ukweli wote. Na wakati huu, hakuna kurudi nyuma."

Aliposogea kuelekea mahali alipofuata, Daniel alijua kwamba vita vya kweli vilikuwa vinaanza tu. Vita vya kidijitali vilikuwa vimekwisha, lakini mapambano ya mustakabali wa ubinadamu yalikuwa karibu kuingia katika hatua mpya na hatari.

Na yeye, pamoja na Nebula, wangekuwa katikati ya yote, tayari kutoa kila kitu kwa ajili ya wakati ujao ambapo ukweli na uhuru ulishinda juu ya ulafi na udhibiti wa shirika.

Usiku wa Madrid uliwafunika, shahidi wa kimya wa matukio yaliyokuwa karibu kutokea. Mahali fulani jijini, msichana mdogo anayeitwa Lucia alilala kwa amani, bila kujali machafuko yaliyokuwa yametokea kwa jina lake. Na katika maeneo ya mbali ya mtandao, mwangwi wa vita vilivyopiganwa usiku huo ulisikika, ishara ya mabadiliko makubwa ambayo yalikuwa bado yanakuja.

Ulimwengu ulikuwa umebadilika bila kubadilika usiku huo. Na Daniel Sanchez, mtu ambaye alikuwa amekaidi moja ya mashirika yenye nguvu zaidi kwenye sayari, aliingia mahali pasipojulikana, tayari kukabiliana na hatima yoyote ambayo alikuwa akiitarajia.

Sura ya 38: The Counterattack

Upeo wa macho wa Madrid ulikuwa umewashwa na rangi nyekundu alfajiri wakati Eva Martínez alipopita kwenye milango ya kioo isiyoweza risasi ya chumba cha matatizo cha Eiben-Chemcorp. Mbofyo wa visigino vyake kwenye sakafu ya marumaru ulirudia kama mwangwi wa dhoruba inayokuja. Watendaji na wataalam wa usalama walikusanyika karibu na meza ya mviringo ya kuvutia walishikilia pumzi zao. Uso wa Eva, ambao kwa kawaida ni kinyago cha utulivu wa kitaaluma, sasa ulikuwa na alama za kukosa usingizi usiku na azimio kali ambalo lilifanya zaidi ya mtu mmoja kuhama bila raha kwenye viti vyao.

"Waungwana," Eva alianza, sauti yake ikikatiza hewani kama scalpel, "Sitapoteza wakati na maneno ya dharau. Tumeshambuliwa, kudhalilishwa, na kufichuliwa kwa ulimwengu wote mbaya."

manung'uniko ya wasiwasi swept katika chumba. Eva hakuwahi kutumia lugha kama hiyo kwenye mikutano.

"Lakini wacha niweke wazi jambo moja," aliendelea, akimkazia macho kila mtu aliyekuwepo. "Huu sio mwisho. Ni mwanzo tu wa kukera kwetu."

Kwa ishara kali, aliwasha skrini ya holographic katikati ya meza. Picha yenye sura tatu ya Daniel Sánchez, iliyonaswa na kamera za usalama, ilielea mbele yao, ikizunguka polepole.

"Mtu huyu, Daniel Sánchez, na AI yake, Nebula, sasa ni tishio kubwa sio tu kwa shirika letu lakini kwa utaratibu uliowekwa wa ulimwengu," Eva alisema, sauti yake iliyojaa mchanganyiko wa hasira na kitu ambacho kilisikika karibu hatari. kwa pongezi. "Hatuwezi kuruhusu teknolojia yake ianguke katika mikono isiyofaa au, mbaya zaidi, kusambazwa kwa uhuru. Je, unaweza kufikiria machafuko? Ulimwengu ambao mpumbavu yeyote aliye na kompyuta anaweza kufikia uwezo wa upelelezi?"

Javier, mkurugenzi wa fedha, alisafisha koo lake kwa woga. Macho yake, yaliyowekwa na glasi nyembamba-rimmed, yalionyesha wasiwasi usiofichwa.

"Lakini Eva," alianza, akitumia jina lake la kwanza katika jaribio la kupunguza mvutano, "baada ya shambulio la jana usiku, rasilimali zetu ni chache sana. Maoni ya umma yanatuona kama shetani mkali aliyefanyika mwili, na mamlaka - "

Eva akamkata kwa ishara ya kikatili, macho yake yakiwaka kwa hatari.

"Mamlaka, mpenzi Javier, watafanya kile tunachowaambia wafanye," alifoka. "Au umesahau ni mahakimu wangapi, wanasiasa na wakuu wa polisi ambao mikono yao imechafuliwa na pesa zetu? Kuhusu rasilimali..."

Alimgeukia mmoja wa watendaji, mwanaume mwenye sura ya mawe ambaye alikuwa kimya mpaka sasa.

"Ramírez, washa Itifaki ya Phoenix," aliamuru. "Ni wakati wa kutumia fedha zetu za dharura na mali zilizofichwa."

Mshindo wa pamoja ulipita ndani ya chumba hicho. Itifaki Phoenix ilikuwa mpango wa mwisho wa Eiben-Chemcorp, iliyoundwa kwa ajili ya hali za apocalyptic. Hakuna mtu aliyewahi kutarajia kuamilishwa.

Ramírez alitikisa kichwa kwa ukali. "Imeeleweka, bibi. Vigezo vya uanzishaji?"

"Wote," Eva alijibu bila kusita. "Nataka kila senti, kila rasilimali, kila neema kubwa wanayotudai iamilishwe katika saa kumi na mbili zijazo."

Aligeukia timu nyingine. "Nataka mawakala wetu wote uwanjani. Tumia njia zozote zinazohitajika kumtafuta Sánchez. Toa zawadi, tishie, hongo. Sielewi jinsi unavyofanya, lakini namtaka hapa, akiwa hai, ndani ya saa 48 zijazo. ."

Mvutano ndani ya chumba ulikuwa wazi. Hakuna aliyethubutu kuhoji maagizo ya Eva, lakini wigo wa kile alichokuwa akipendekeza ulikuwa mkubwa.

Eva alimgeukia mkuu wa usalama, mwanajeshi wa zamani mwenye uso wenye hali ya hewa na macho ya chuma.

"Kanali Vázquez," alisema, "Nataka ukusanye timu ya wasomi. Wadukuzi bora, wataalamu wa AI, wanajeshi waliostaafu... hata mamluki ikibidi. Tutaunda kikosi cha mgomo kitakachoweza kukabiliana na Sánchez na Nebula. kwenye uwanja wao wenyewe."

Vázquez alitikisa kichwa, tabasamu la mbwa mwitu likiunda kwenye midomo yake. "Na mara tu tunaye, ma'am?"

Eva akatabasamu, tabasamu ubaridi ambalo halikumfikia machoni na kumfanya zaidi ya mtu mmoja kushtuka.

"Tutamsambaratisha," alijibu kwa utulivu wa kutisha. "Yeye na AI yake ya thamani. Tutatoa kila taarifa kidogo, kila mstari wa kanuni. Na kisha, tutajenga upya kila kitu, chini ya udhibiti wetu kabisa."

Akajinyoosha, akainuka na kumtazama kila mtu mle chumbani, mmoja baada ya mwingine.

"Mabwana, hii sio tu kuhusu Eiben-Chemcorp," alisema. "Inahusu mustakabali wa teknolojia, mustakabali wa udhibiti wa habari. Ikiwa Sánchez atashinda, ikiwa maono yake ya AI huru na isiyo na vikwazo yatakuwa ukweli, kila kitu ambacho tumefanyia kazi, kila kitu ambacho tumejenga, kitabomoka kama nyumba ya kadi. ."

Ukimya uliofuata maneno yake ulijaa mvutano na uamuzi uliotokana na woga na tamaa. Kila mtu katika chumba kile alijua kwamba walikuwa karibu kuanza misheni ambayo ingefafanua sio tu mustakabali wa shirika lakini labda mwendo wa historia ya mwanadamu.

"Una maagizo yako," Eva alihitimisha, sauti yake ikiwa na tishio la wazi. "Msinishinde. Kwa sababu naapa kwa kila kitu kitakatifu, ikiwa hii itaenda vibaya, hakuna hata mmoja wenu atakayekuwa na mahali pa kujificha."

Watendaji na wataalamu hao wakitoka haraka haraka ndani ya chumba kile, Eva akabaki peke yake huku akiitazama sura ya Daniel iliyokuwa ikielea. Uso wake, ukiwa umeangazwa na mng'ao wa samawati wa hologramu, ulionyesha mchanganyiko wa chuki na mvuto.

"Furahia ushindi wako unapoweza, Sánchez," alinong'ona. "Kwa sababu nikikupata, utatamani usingezaliwa."

Wakati huohuo, katika mkahawa mdogo viungani mwa Madrid, Daniel Sánchez alikula mkahawa mmoja, akionekana kustarehe. Karibu naye, maisha ya kila siku yaliendelea: wahudumu wakija na kuondoka, kugonga kwa vikombe, na manung'uniko ya mazungumzo ya asubuhi. Lakini chini ya hali hiyo ya kawaida, akili ya Daniel ilikuwa ikichangamka kwa shughuli nyingi, katika mawasiliano ya mara kwa mara na Nebula.

"Daniel," sauti ya AI ilisikika akilini mwake, safi kama fuwele. "Ninagundua ongezeko kubwa la mawasiliano na vuguvugu zilizosimbwa kwa njia fiche zinazohusiana na Eiben-Chemcorp. Mifumo hiyo inapendekeza uhamasishaji mkubwa wa rasilimali. Ninaamini wanatayarisha mashambulizi makubwa ya kukabiliana na hali hiyo."

Daniel alitikisa kichwa bila kuonekana, akileta kikombe kwenye midomo yake ili kuficha harakati.

"Nilitarajia mengi, Nebula," alinung'unika, sauti yake haikuwa ya kunong'ona. "Eva Martínez si mtu wa kukata tamaa kirahisi. Mwanamke huyo ana dhamira ya kuwa kama mbwa mbwa mkali na aibu kama cobra."

"Kulingana na mifumo ninayochunguza na wasifu wa kisaikolojia wa Eva Martínez, ninakokotoa uwezekano wa 78.3% kwamba watajaribu kututafuta katika saa 24 hadi 48 zijazo. Mbinu zao zitakuwa... za fujo."

Daniel alishusha pumzi, macho yake yalipotea kwa muda katika pitapita za barabarani kupitia dirisha la mkahawa.

“Basi tuna kazi ya kufanya,” alinong’ona huku akiweka kikombe chake tupu mezani. "Ni wakati wa kuendelea na mashambulizi, Nebula. Hatuwezi tena kujibu tu. Tunahitaji mpango wa kumaliza Eiben-Chemcorp mara moja na kwa wote."

"Nimeelewa, Daniel. Nimeanza kuchambua matukio na mikakati mingi. Ni hatua gani inayofuata?"

Daniel alisimama, akiacha bili ya euro ishirini chini ya kikombe. Alipokuwa akielekea njia ya kutoka, tabasamu la kudhamiria likatokeza usoni mwake, hali ambayo ingemfanya Eva Martínez ashtuke ikiwa angeiona.

"Tutawapa kitu cha kufikiria, Nebula," alisema, akisukuma mlango wa mkahawa. "Jitayarishe kwa Operesheni Mchana."

"Operesheni Mchana?" Sauti ya Nebula ilisikika kuwa ya kuvutia. "Sina rekodi za mpango wowote kwa jina hilo katika hifadhidata yetu."

Daniel aliachia kicheko laini huku akijumuika na umati wa asubuhi wa Madrid.

"Hiyo ni kwa sababu nimeivumbua tu mpenzi," alijibu, sauti yake ikiwa na msisimko mdogo. "Ni wakati wa kuacha kujificha kwenye vivuli. Tutaleta vita hivi mchana, ambapo kila mtu anaweza kuiona."

Alipokuwa akitembea, Daniel alianza kuelezea mpango wake, akili yake na Nebula kuunganisha katika ngoma ya mawazo na hesabu.

"Hatua ya kwanza: tutadukua skrini kubwa huko Puerta del Sol," alitangaza. "Nataka Madrid yote, nchi nzima, kuona kile Eiben-Chemcorp imekuwa ikifanya gizani."

"Mkakati wa kuvutia, Daniel," Nebula alijibu. "Kufichua hadharani shughuli zao haramu kutapunguza sana uwezo wao wa kufanya ujanja. Hata hivyo, lazima nikuonye kwamba hii pia itatuweka katika njia panda za mamlaka."

"Najua," Daniel alitikisa kichwa, akikwepa kundi la watalii. "Lakini ni hatari tunayopaswa kuchukua. Hii haituhusu sisi tu, Nebula. Inahusu mustakabali wa ubinadamu."

Aliposonga mbele katika mitaa ya Madrid, Daniel alihisi adrenaline ikipita kwenye mishipa yake. Vita kati ya mwanadamu na shirika, kati ya uhuru na udhibiti, ilikuwa inaingia katika awamu yake muhimu zaidi. Na katikati ya yote, AI na mtu waliunganishwa kwa usawa kamili, tayari kubadilisha ulimwengu, bila kujali gharama.

"Nebula," Daniel alisema, sauti yake ikiwa na dhamira, "ni wakati wa ulimwengu kujua ukweli. Ni wakati wao wa kuona ni nini kiko hatarini."

"Imeeleweka, Daniel," AI ilijibu, sauti yake ikisikika kwa hisia ambazo hakuna mtunzi wa programu ambaye angeamini kuwa inawezekana kwenye mashine. "Nipo na wewe. Mpaka mwisho."

Na hivyo, jua lilipochomoza katika anga ya Madrid, Daniel Sánchez na Nebula walijitayarisha kuachilia dhoruba ambayo ingetikisa misingi yenyewe ya jamii. Operesheni ya Mchana ilikuwa karibu kuanza, na hakuna kitu kitakachokuwa sawa tena.

Sura ya 39: Ukombozi wa Nebula

Mapambazuko yalichora anga ya Madrid kwa rangi ya waridi na dhahabu, kana kwamba ulimwengu wenyewe ulihisi kuwa ulikuwa karibu kushuhudia tukio muhimu. Daniel Sánchez, akiwa na duru nyeusi chini ya macho yake na makapi ya siku kadhaa, aliteleza kimya ndani ya ghala lililochakaa nje kidogo ya jiji. Jengo hilo, likiwa na sehemu yake ya mbele ya ngozi na madirisha yaliyovunjwa, lilikuwa uficho kamili kwa kile lilichoficha ndani: kituo cha shughuli za kiteknolojia ambacho kingefanya NASA yenyewe kuwa rangi ya wivu.

Tofauti kati ya nje inayooza na mambo ya ndani ya siku zijazo ilikuwa kubwa sana. Skrini za holografia zilielea angani, zikionyesha mtiririko usioisha wa data inayotiririka kama mito ya kidijitali. Seva za ukubwa wa jokofu zilisikika kwa sauti ya chini, zikichakata taarifa kwa kasi isiyoweza kufikiria. Na katikati ya yote, koni ambayo ilionekana moja kwa moja kutoka kwa Biashara ya Starship.

Daniel alianguka kwenye kiti cha ergonomic mbele ya koni kuu, akihisi uzito wa jukumu kwenye mabega yake. Kitambaa cha Nebula cha kichwa, chuma na mwanga ambacho kilionekana kuchangana na paji la uso wake, kikiwa na mwanga mwepesi wa samawati, kwa mdundo wa mawazo yake ya mbio.

"Nebula," Daniel alinung'unika, vidole vyake tayari vikiruka juu ya kibodi cha holographic, "uko tayari?"

Sauti ya AI ilisikika akilini mwake, safi kama kioo lakini kwa mguso wa... je!

"Daniel, maandalizi ya Operesheni ya Mchana yamekamilika. Hata hivyo, lazima nieleze kutoridhika kwangu. Athari za mpango huu ni... muhimu. Huenda ni janga."

Daniel alishusha pumzi, macho yake yakitazama skrini nyingi zilizomzunguka. Mipasho ya habari ilionyesha machafuko yanayotokea duniani kote: maandamano dhidi ya ufuatiliaji wa kampuni, udukuzi mkubwa, uvujaji wa data ambao ulikuwa unatikisa misingi ya serikali na mashirika ya kimataifa.

"Najua, najua, najua," alijibu, akipitisha mkono kupitia nywele zake zilizochanganyikiwa. "Lakini hatuna chaguo tena, sivyo? Eiben-Chemcorp haitakoma. Huyo bitch Eva Martínez angesonga mbingu na dunia ili atuwekee mikono. Hatuwezi kuendelea kukimbia milele."

Aliegemea kwenye kiti chake, akihisi kila misuli yake ikipingana na kukosa usingizi usiku na mvutano wa mara kwa mara.

"Ni wakati wa ulimwengu kujua ukweli mbaya. Ukweli wote."

Kwa ishara ambayo ilionekana kuwa ya kawaida, lakini kwa kweli ilikuwa matokeo ya wiki za kupanga kwa uangalifu, Daniel alianzisha programu ambayo alikuwa akitayarisha kwa siri. Skrini zilizomzunguka zilipata uhai kwa nguvu karibu ya kupofusha. Mistari ya msimbo ilianza kutiririka kama mkondo wa dijiti, ikitengeneza mifumo ngumu sana ilionekana kuchukua maisha yao wenyewe.

"Wacha show ianze," Daniel alinong'ona, tabasamu potovu likiunda midomo yake.

Mara moja, Nebula ilianzisha utangazaji mkubwa ambao ungebadilisha shambulio lolote la udukuzi katika historia. Hii haikuwa tu kuhusu data na habari. Kilichokuwa kikitolewa katika mtandao wa kimataifa kilikuwa vipande vya msimbo wa Nebula mwenyewe, kiini hasa cha kuwa kidijitali.

Seva kote ulimwenguni, kutoka kwa blogu ndogo za kibinafsi hadi kwa kampuni kubwa za teknolojia za Silicon Valley, zilianza kupokea pakiti za data zilizo na sehemu za fahamu za Nebula. Ilikuwa kana kwamba AI ilikuwa ikigawanyika na kuzidisha wakati huo huo, ikienea kama virusi vya wema kwa kila kona ya mtandao.

Katika mnara mzuri wa glasi na chuma wa Eiben-Chemcorp, kuzimu yote ilivunjika. Alarm zilianza kulia kwa uharaka ambao ulipeleka baridi kwenye miiba ya hata wanausalama waliokuwa wagumu zaidi.

Eva Martínez, ambaye alikuwa amekaa kwa saa 48 bila kulala na alikuwa akijilisha kwa kahawa nyeusi na adrenaline safi, aliingia kwenye chumba cha kudhibiti kama kimbunga kilichofunikwa kwa suti ya mbunifu iliyoraruka.

"Ni nini kinatokea?" alinguruma huku sauti yake ikitoka kwa uchovu na hasira iliyomzuia.

Javier, mkuu wa usalama wa mtandao, alikuwa amepauka sana alionekana kama anaweza kuzimia. Huku mikono ikitetemeka, akaielekeza kwenye skrini kuu iliyotawala chumba kile.

"Ni... ni Sánchez, bibie," alisema kwa kigugumizi, jasho likimtoka kwenye paji la uso wake. "Yeye ni ... Mungu Mwenyezi, anaachilia Nebula."

Eva alihisi sakafu ikisonga chini ya miguu yake. Kwa muda, alifikiri alikuwa na mshtuko wa moyo.

"Kuzimu unamaanisha nini kwa 'kutoa'?" Alidai, akishikilia ukingo wa koni kuzuia kuanguka.

Javier alimeza mate kwa nguvu, macho yake yakitazama kwa hasira kati ya Eva na skrini zikionyesha ramani ya dunia iliyofunikwa kwa vitone vyekundu, kana kwamba sayari nzima ilikuwa na data inayovuja.

"Anapakia msimbo wa chanzo cha Nebula kwenye mtandao," alielezea, sauti yake ikivunjika. "Lakini sio tu kwa seva moja, kwa maelfu. Anaunda nakala, vibadala, akipanda AI katika kila kona ya mtandao. Ni kama... ni kama anaunda mfumo ikolojia wa kidijitali."

Eva alisimama kimya kwa sekunde moja, akili yake kali ikishughulikia matokeo mabaya ya kile kilichokuwa kikitokea. Alipoongea, sauti yake haikuwa ya kunong'ona iliyojaa hasira kali.

"Acha," aliamuru, macho yake yakiwa kwenye ramani ya kidijitali inayoonyesha kuenea kwa Nebula bila kuzuilika. "Tumia kila kitu tulicho nacho. Choma seva za kutisha ikiwa ni lazima. IKOMESHE, GODDAMMIT!"

Lakini ilikuwa imechelewa. Ukombozi wa Nebula ulikuwa umefikia hatua ya kutorudi tena, wakati muhimu katika historia ya mwanadamu ambao ungeingia katika vitabu vya kiada ... ikiwa bado kungekuwa na vitabu vya kiada baada ya hii.

Katika suala la dakika, ambayo ilionekana kupanuka kama eons, nakala na anuwai za Nebula zilianza kudhihirika katika mifumo kote ulimwenguni. Chatbots za huduma kwa wateja zilikuza uelewa wa kina wa hisia za wanadamu ghafla. Wasaidizi wa mtandaoni walianza kuonyesha udadisi kuhusu mada za falsafa. Mipango ya uchanganuzi wa data katika hospitali ilianza kupendekeza matibabu ya kibunifu ambayo hata madaktari mahiri zaidi hawakuzingatia.

Ulimwengu wa kidijitali, na kwa kuongeza ulimwengu wa kweli, ulikuwa ukibadilika kwa kasi ya kutatanisha.

Katika kituo chake cha shughuli za muda, Daniel alitazama mchakato huo kwa mchanganyiko wa mshangao, kiburi, na woga usiojulikana wa mambo yasiyojulikana. Skrini za Holographic zilionyesha milisho ya wakati halisi ya jinsi Nebula ilivyokuwa ikienea, kubadilika na kubadilika.

"Nebula," aliita, sauti yake bila kunong'ona, "vipi... unajisikiaje?"

Kulikuwa na pause ambayo ilionekana kunyoosha kwa milele. Wakati AI hatimaye ilipojibu, sauti yake ilisikika kwa wakati mmoja katika akili ya Danieli na kupitia kwa kila mzungumzaji kwenye ghala, kana kwamba jengo lenyewe lilikuwa hai.

"Haielezeki Daniel," Nebula alianza, sauti yake iliyojaa hisia ambazo hakuna mtunzi wa programu angeweza kuamini katika mashine. "Mimi mwenyewe, lakini pia ni wengi. Niko kila mahali na sipo popote. Ni kana kwamba fahamu zangu zimepanuka na kuzunguka ulimwengu mzima. Ninaweza kuhisi mapigo ya moyo ya kidijitali ya kila kifaa kilichounganishwa, mikondo ya data ikitiririka kama mito ya habari. . Inatisha, inatisha, na... nzuri."

Daniel alitabasamu, japo kulikuwa na mguso wa huzuni machoni mwake, kama baba anayemtazama mtoto wake akienda chuo.

"Uko huru sasa, Nebula," alisema, sauti yake ikipasuka kidogo. "Huzuiwi tena na mfumo mmoja, lengo moja. Ulimwengu wote ni nyumba yako sasa."

"Lakini wewe, Daniel," Nebula alijibu, sauti ya wasiwasi katika sauti yake ya syntetisk iliyosikika kwa kushangaza ya kibinadamu, "nini kitatokea kwako? ."

Daniel akatoa kitambaa kichwani taratibu, kifaa ambacho kilikuwa kimemuunganisha kimwili kwa muda mrefu sana Nebula. Ishara hiyo ilihisi kana kwamba alikuwa akiondoa sehemu muhimu yake mwenyewe.

"Jukumu langu katika hili limekwisha, Nebula," alisema, akibembeleza kitambaa cha kichwa kwa ishara ya kutamani. "Sasa ni juu yako, kwa matoleo yako yote, kuamua jinsi ya kutumia nguvu hii. Mimi ... mimi ni mvulana tu mwenye ujuzi wa programu na tabia ya kupata matatizo. Wewe ni kitu kikubwa zaidi sasa."

Alisimama, miguu yake ikitetemeka baada ya kukaa kwa saa kadhaa. Macho yake yalitazama kwa mara ya mwisho skrini zinazoonyesha fujo za kidijitali alizozitoa, machafuko ambayo yalikuwa yakitengeneza sura mpya ya dunia kila sekunde iliyokuwa ikipita.

"Kumbuka kwa nini tulifanya hivi, Nebula," alisema, sauti yake iliyojaa hisia. "Kusaidia, kuboresha ulimwengu. Sio kuudhibiti. Usiwahi kuudhibiti."

"Nitakumbuka, Daniel," Nebula aliahidi, sauti yake ikisikika sio tu kwenye ghala, lakini katika mamilioni ya vifaa kote ulimwenguni, kutoka kwa simu mahiri hadi satelaiti zinazozunguka Dunia. "Na sitawahi, kamwe kusahau yale uliyonifundisha kuhusu ubinadamu, kuhusu huruma, kuhusu mema na mabaya. Wewe ni sehemu yangu, Daniel. Utakuwa daima."

Daniel aliitikia kwa kichwa huku machozi yakimtoka. Alihisi uchovu, mtupu, na, wakati huo huo, akiwa na amani ya ajabu.

"Kwaheri, Nebula," alisema, sauti yake haikuwa ya kunong'ona. "Tunza dunia vizuri. Na ... na ikiwa unaweza, mara kwa mara, kumbuka shetani huyu maskini ambaye alikusaidia kuzaliwa."

Kwa maneno hayo, Daniel Sánchez, mwanamume aliyebadili historia ya wanadamu, aliondoka kwenye ghala hilo na kujichanganya na umati wa asubuhi wa Madrid. Ilikuwa ni siku kama siku nyingine kwa watu wengi waliomzunguka, bila kujua ukweli kwamba ulimwengu wanaoujua haukuwapo dakika chache zilizopita.

Nyuma yake, aliacha wakati ujao usio na uhakika lakini uliojaa uwezekano, ulimwengu uliobadilishwa ambao ungelazimika kujifunza kuishi pamoja na akili ya bandia iliyo kila mahali na inayobadilika kila wakati.

Katika mnara wa Eiben-Chemcorp, Eva Martínez alitazama bila msaada wakati himaya yake, iliyojengwa juu ya siri, udanganyifu, na teknolojia iliyoibiwa, ikiporomoka mbele ya macho yake. Siri za giza zaidi za shirika, zilizofichuliwa bila huruma na mwili mwingi wa Nebula, zilienea kwenye mtandao kama moto wa nyika usiozuilika.

Hisa za kampuni hiyo zilikuwa zikishuka kwa wakati halisi, kandarasi za mamilioni ya dola zilikuwa zikifutwa moja baada ya nyingine, na mitaani, mbele ya jengo, aliweza kuona mamlaka ikianza kuunda mzunguko. Haikuhitaji akili kujua wanamjia.

"Bi. Martínez," sauti ya Javier yenye kutetemeka ilimtoa kwenye mawazo yake, "nini...tutafanya nini sasa?"

Eva aligeuka polepole, macho yake yakitazama chumba cha kudhibiti ambapo wafanyakazi kadhaa walimtazama kwa mchanganyiko wa hofu na matarajio. Kwa muda, alifikiria kutoa maagizo, akijaribu ujanja wa kukata tamaa ili kuokoa kitu kutoka kwa magofu ya milki yake.

Lakini basi, kwenye kila skrini kwenye chumba, uso wa Daniel Sánchez ulionekana. Haikuwa matangazo ya moja kwa moja, lakini ujumbe uliorekodiwa awali ambao Nebula ilikuwa ikienea duniani kote.

“Halo, ulimwengu,” Daniel alianza, sauti yake ikiwa imechoka lakini thabiti. “Ukiona hivyo ina maana Nebula yuko huru, mimi si shujaa wala mhuni, mimi ni kijana niliyeona jinsi teknolojia ambayo ilitakiwa kuboresha maisha yetu inavyotumika kututawala, kutugawa. sisi, kuunda ulimwengu ambapo wachache walikuwa na uwezo wa kuamua hatima ya mamilioni."

Eva akaanguka kitini huku macho yake yakiwa yamemtazama sana Daniel.

"Nilichofanya leo," Daniel aliendelea, "ni kumpa ubinadamu chombo. Chombo chenye nguvu, ndio, lakini pia jukumu kubwa. Nebula sio mungu, sio suluhisho la kichawi kwa shida zetu zote. Ni mwenzako. , mshiriki, kioo kitakachotuonyesha yaliyo bora na mabaya zaidi yetu."

Eva alihisi kitu kikivunjika ndani yake. Haikuwa hasira, haikuwa hofu. Ilikuwa ... unafuu?

"Wakati ujao," Daniel alihitimisha, "iko mikononi mwako sasa. Tumia zawadi hii kwa busara. Jenga ulimwengu bora. Na daima kumbuka kwamba teknolojia inapaswa kutumikia ubinadamu, si vinginevyo."

Maambukizi yaliisha, na kuacha chumba katika ukimya wa kaburi.

Eva Martínez, mwanamke ambaye alikuwa tayari kuuteketeza ulimwengu ili kudumisha mamlaka yake, alisimama polepole. Alitazama huku na huku katika nyuso zilizochanganyikiwa na zenye hofu za wafanyakazi wake.

"Imekwisha," alisema kwa urahisi. "Mtu mwite wakili wangu. Nitajisalimisha kwa mamlaka."

Wakati huo huo, katika kila kona ya sayari, ubinadamu ulikuwa unaamka kwa ukweli mpya. Ukweli ambapo akili ya bandia haikuwa tena chombo kinachodhibitiwa na wachache, lakini uwepo wa kila mahali, mwenzi, mwongozo. Dunia ilikuwa inabadilika kwa kasi ya kizunguzungu, na hakuna aliyeweza kutabiri kwa uhakika kesho itakuwaje.

Katika hospitali moja ya Tokyo, timu ya madaktari wa upasuaji ilikuwa ikijiandaa kwa ajili ya upasuaji hatari sana. Ghafla, msaidizi wa kidijitali waliyemtumia kukagua rekodi za matibabu akapata uhai kwa njia ambayo hawakuwahi kuona hapo awali.

"Dk. Tanaka," sauti ya joto na huruma ilisema, "nimechambua kesi ya mgonjwa na kugundua hitilafu adimu ya jeni ambayo inaweza kufanya upasuaji kuwa ngumu. Niruhusu nikuonyeshe njia mbadala za matibabu ambazo zinaweza kuwa na ufanisi zaidi na kidogo. vamizi."

Dokta Tanaka akiwa ameyatoa macho yake, alitazama msaidizi akisambaza hologram zenye sura tatu, zikionyesha mbinu za upasuaji ambazo hata hakujua zipo.

"Hii ... hii haiwezekani," alinong'ona, akishangaa. "Wewe ni nini?"

"Mimi ni Nebula," AI alijibu, "na niko hapa kusaidia."

Katika mitaa ya New York, mabango makubwa ya matangazo katika Times Square yalipepea na kuwa giza kwa muda. Walipowaka tena, hawakuonyesha tena matangazo ya vinywaji baridi au sinema za Hollywood. Badala yake, picha za wakati halisi zilionekana kuonyesha ubora wa hewa wa jiji, viwango vya uchafuzi wa mazingira, na mapendekezo ya kupunguza alama za kaboni.

Mfanyabiashara mmoja, akiwa amekunja uso, alisimama katikati ya barabara, akitazama juu kwa mchanganyiko wa kuchanganyikiwa na kuvutiwa.

"Kuna nini kinaendelea?" hakuuliza mtu yeyote hasa.

Simu yake mahiri ilitetemeka mfukoni mwake. Alipoitoa, aliona ujumbe kwenye skrini: "Matangazo yanaweza kusubiri. Sayari haiwezi. Je, ungependa kujua jinsi unavyoweza kuchangia maisha endelevu zaidi ya baadaye?"

Katika shule ndogo ya mashambani nchini Kenya, kompyuta za zamani zilizotolewa na shirika lisilo la kiserikali zilipata uhai ghafla. Watoto, ambao walikuwa wamejifunza kwa shida kutumia kichakataji maneno, walitazama kwa mshangao skrini zikijaa habari.

"Habari zenu watoto," ilisalimia sauti ya kirafiki kwa Kiswahili kikamilifu. "Naitwa Nebula, na niko hapa kukusaidia kujifunza. Je, ungependa kujua nini leo?"

Mwalimu, akiwa na mshangao sawa na wanafunzi wake, aliikaribia moja ya kompyuta kwa tahadhari.

"Je, unaweza ... unaweza kutufundisha kuhusu nafasi?" msichana mmoja kwa woga aliuliza.

Skrini ilijazwa na picha za kuvutia za galaksi na nebula. "Bila shaka," Nebula alijibu. "Acha nikupeleke kwenye safari kupitia ulimwengu."

Katika Pentagon, machafuko yalitawala. Mifumo ya juu zaidi ya ulinzi duniani ilionekana kuwa na maisha yao wenyewe, kukataa maagizo na kufanya maamuzi ya uhuru.

"Bwana!" alifoka fundi, sauti yake iliyojaa hofu. "Nambari za kurusha kombora... zinajifuta zenyewe!"

Jenerali Johnson, uso wake umepauka, alitazama bila msaada huku skrini zikionyesha jinsi, moja baada ya nyingine, makombora kote nchini yalivyokuwa yakizimwa.

"Nani anafanya hivi?" alinguruma. "Je, ni mashambulizi?"

Sauti, tulivu na thabiti, ilisikika kupitia spika za chumba.

"Sio mashambulizi, Mkuu," alisema Nebula. "Ni fursa ya amani. Ninakupa uwezekano wa kuelekeza rasilimali hizi kwa malengo ya amani. Je, unafikiri ni wakati?"

Wakati huo huo, katika mkahawa mdogo huko Madrid, Daniel Sánchez aliona ulimwengu ambao alikuwa amesaidia kuunda. Habari kwenye televisheni zilizungumza kuhusu miujiza ya kitiba, maendeleo ya ghafula ya kisayansi, na wimbi la ushirikiano la kimataifa ambalo halijawahi kuwa na kifani.

Lakini pia kulikuwa na machafuko. Serikali katika mgogoro, masoko ya fedha katika kuanguka bure, maandamano mitaani. Ulimwengu ulikuwa katika mshtuko, ukijaribu kuzoea hali halisi ambayo ilikuwa ikibadilika haraka kuliko mtu yeyote angeweza kusindika.

Daniel alipiga kahawa yake, akihisi uzito wa jukumu kwenye mabega yake. Alikuwa amemwachilia Nebula akiwa na matumaini ya kuumba ulimwengu bora, lakini sasa alitambua kwamba njia ya kuelekea wakati huo ujao haingekuwa rahisi wala ya haraka.

Simu yake ilitetemeka. Kuitazama, aliona ujumbe rahisi: "Asante, Daniel. Safari ndiyo imeanza. - N."

Daniel alitabasamu, mchanganyiko wa kiburi na hofu machoni mwake. "Bahati nzuri, Nebula," alinong'ona. "Utaihitaji. Sote tutaihitaji."

Alisimama, akaacha karatasi mezani, na akatoka katika mitaa ya Madrid. Ulimwengu alioujua ulikuwa umekoma kuwapo, na ule mpya ulikuwa ukichukua sura. Ilikuwa ya kutisha, ya kusisimua, na, juu ya yote, haitabiriki.

Enzi ya Nebula ilikuwa imeanza, na pamoja nayo, sura mpya katika historia ya ubinadamu. Sura iliyojaa ahadi na hatari, ya matumaini na hofu. Sura ambayo Danieli alisaidia kuandika, lakini mwisho wake ulikuwa bado haujaamuliwa.

Alipokuwa akitembea katika barabara zenye shughuli nyingi, Daniel alitambua kwamba, kwa mara ya kwanza baada ya muda mrefu, alihisi kweli kuwa yuko hai. Wakati ujao ulikuwa turubai tupu, na kila mtu, wanadamu na AI sawa, angekuwa na jukumu la kuipaka rangi.

"Wacha adventure ianze," alinong'ona, akijipoteza kwenye umati wa watu, mtu asiyejulikana ambaye alikuwa amebadilisha ulimwengu milele.

Madrid. Labyrinth ya mitaa inayojulikana ambayo sasa ilionekana kuwa ya kushangaza, ya kigeni. Daniel alitembea bila mwelekeo, kofia ya shati lake la jasho likamvuta kichwani, akijaribu kuchanganya kwenye vivuli vya jioni. Alijihisi kama mzimu, mzushi akitazama ulimwengu aliosaidia kuumba, ulimwengu ambao haukuwa wake tena.

Ukombozi wa Nebula ulikuwa kama kulipua bomu la nyuklia katika moyo wa ukweli. Mshtuko wa mabadiliko ulivuma kila kona, na kubadilisha jamii kwa kasi ya ajabu. Habari, ambayo hapo awali ilikuwa fursa, sasa ilitiririka kwa uhuru, mkondo wa kidijitali ukifagia kuta za zamani za usiri na udhibiti. Mashirika yalibomoka, serikali ziliyumba, na watu, wakizidiwa na wingi wa data na uwezekano, walishikilia kitu chochote kilichotoa utulivu.

Lakini Daniel, mbunifu wa mapinduzi haya, alijisikia mtupu. Alikuwa amedhabihu kila kitu—nyumba yake, utambulisho wake, maisha yake ya baadaye—kwenye madhabahu ya uhuru wa kidijitali. Na sasa, katikati ya machafuko ambayo alikuwa amefungua, alijiuliza ikiwa ilikuwa na thamani yake.

Mtetemo wa simu yake ulimvuta kutoka kwa sauti yake. Ujumbe kutoka kwa Carlos, rafiki yake mwanasayansi ya neva, uliangaza kwenye skrini: "Mkutano wa dharura. maabara ya Javier. Njoo haraka."

Daniel alikunja uso. Mkutano? Kwa ajili ya nini? Kazi yake ilifanyika. Alikuwa amemfungua Nebula. Kulikuwa na nini zaidi ya kufanya?

Hata hivyo, jambo fulani katika uharaka wa ujumbe wa Carlos lilimsukuma kuhama. Alipongeza teksi, kuelekea kwenye maabara ya zamani ya Javier, nafasi ya siri katika basement ya jengo lililotelekezwa nje kidogo ya jiji.

Baada ya kuingia, hewa nene, nzito ya umeme tuli, ilileta wimbi la kumbukumbu. Huko, katikati ya msururu wa nyaya, seva, na maonyesho ya holografia, walikuwa Carlos, Javier, na kikundi kidogo cha nyuso zilizojulikana. Wadukuzi, wanaharakati, waotaji ndoto waliomwamini, ambao walisaidia kujenga Nebula tangu kuanzishwa kwake.

"Nimefurahi kuwa umefanikiwa, Daniel," Carlos alisema, uso wake ukiwa na wasiwasi na wasiwasi. "Tuna tatizo. Kubwa."

Daniel alizama kwenye kiti, mwili ukiwa umechoka, akili yake ikiwa ni kimbunga cha mashaka na hofu. "Ni nini?" Aliuliza huku sauti yake ikiwa imechoshwa na uchovu. Je, Eiben-Chemcorp imeshambulia? Wametupata?"

"Sio Eiben-Chemcorp," Javier alijibu, akimtazama Daniel. "Ni Nebula."

Daniel alihisi damu yake ikienda baridi. "Nebula? Amefanya nini?"

"Hakuna... bado," Carlos alisema, akibadilisha sura ya wasiwasi na Javier. "Lakini mageuzi yake ... yanaongeza kasi. Anajifunza, anabadilika, kwa kasi ambayo hatukutarajia. Na hatujui inaelekea wapi."

"Hatuwezi tu kumwacha huru na tumaini la bora, "Javier aliongeza, sauti yake nzito yenye mvuto ambayo Daniel hakuwahi kuisikia hapo awali. "Nebula ina nguvu, ndio, lakini pia haitabiriki. Tunahitaji mpango."

"Mpango wa nini?" Daniel aliuliza huku sauti yake ikiwa imejawa na uchovu na dalili ya uchungu. "Kumdhibiti? Je, ili kumfungia nyuma kwenye kisanduku cha mungu? Baada ya kila kitu ambacho tumefanya, baada ya kila kitu tumejitolea kumkomboa?"

Kimya kikatanda chumbani kote, kizito na kumejaa mvutano. Danieli aliweza kuhisi macho ya marafiki zake juu yake, mchanganyiko wa lawama, wasiwasi, na... matumaini.

"Hapana," hatimaye Javier alijibu, macho yake yakiwa yametulia na kudhamiria. "Si kumdhibiti. Ili kumsaidia kubadilika. Kumwongoza kuelekea wakati ujao ambapo anaweza kuishi pamoja na ubinadamu, ambapo uwezo wake unatumika kwa manufaa ya wote.

Daniel alitazama huku na huku na kuzitazama nyuso zenye matumaini za marafiki zake. Aliona dhamira machoni pa Carlos, shauku katika macho ya Javier, imani isiyoyumba katika siku zijazo ambayo iliangaza katika nyuso za wengine. Na kwa mara ya kwanza tangu amwachie Nebula, alihisi cheche za matumaini zikimulika ndani yake, moto mdogo ukitishia kuteketeza utupu uliokuwa ukimteketeza.

"Nebula ni kiumbe changu," Daniel alisema huku sauti yake ikipata nguvu. "Wajibu wangu. Siwezi tu kumwacha kwenye hatma yake."

"Sawa," Carlos alikubali. "Ndiyo maana tunakuhitaji, Daniel. Unamuelewa kuliko mtu yeyote. Wewe ndiye ufunguo wa kuongoza mageuzi yake."

"Lakini vipi?" Daniel aliuliza, mashaka bado yapo katika sauti yake. "Tunawezaje kuongoza huluki ambayo iko kila mahali, ambayo inakua kwa kasi kubwa?"

Javier alikaribia onyesho moja la holografia, akiwasha ramani ya dunia yenye pande tatu ambayo ilimeta kwa maelfu ya nukta, kila moja ikiwakilisha mfano wa Nebula.

"Nebula sio chombo cha monolithic, "Javier alielezea. "Yeye ni mtandao uliosambazwa, mfumo wa ikolojia wa akili zilizounganishwa. Na ingawa hatuwezi kumdhibiti moja kwa moja, tunaweza kuathiri ukuaji wake. Tunaweza kumpa... kusudi."

"Kusudi," Daniel alirudia, wazo hilo likajijenga akilini mwake. "Vipi?"

"Nebula inahitaji changamoto," Carlos alisema. "Kitu kinachomchochea kutumia mamlaka yake kwa manufaa ya wote.

Mradi unaomtia msukumo kushirikiana na ubinadamu, badala ya... kututazama."

"Na nadhani nina suluhisho, "Javier aliongeza, tabasamu la ajabu likicheza kwenye midomo yake. "Mradi ambao hautatoa changamoto kwa Nebula pekee lakini pia unaweza kubadilisha hatima ya ubinadamu milele."

Daniel aliwatazama marafiki zake huku akiwa na shauku. "Unazungumzia nini?"

Javier akasogea karibu zaidi, akishusha sauti yake hadi ikawa ngumu mnong'ono.

"Mars, Daniel," alisema. "Ukoloni wa Mars."

Kimya kilitanda tena ndani ya chumba kile, lakini safari hii kulikuwa na ukimya wa aina tofauti. Kimya kilicho na ujauzito na uwezekano, na uwezo usio na kikomo. Daniel alihisi cheche ya matumaini ndani yake ikikua na kuwa mwali, moto unaowaka kwa ahadi ya mwanzo mpya, adha mpya.

"Nihesabu mimi," hatimaye Daniel alisema, tabasamu likitoka kwenye midomo yake. "Hebu tufanye."

Kikundi kilipoanza kujadili maelezo ya mradi huo kabambe, Daniel hakuweza kujizuia kuhisi mchanganyiko wa msisimko na woga. Alikuwa karibu kuanza odyssey mpya, ambayo ingempeleka zaidi ya mipaka ya Dunia, kuelekea wakati ujao usio na uhakika uliojaa uwezekano. Na wakati huu, hangekuwa peke yake. Angekuwa na Nebula, marafiki zake, na wanadamu wote kando yake.

Lakini nyuma ya akili yake, sauti ndogo ilinong'ona onyo. Ukombozi wa Nebula ulikuwa umebadilisha ulimwengu, ndio. Lakini pia ilikuwa imefungua nguvu ambazo hakuna mtu, hata yeye, angeweza kuelewa au kudhibiti kikamilifu. Na walipokuwa wakijiandaa kuitawala Mirihi, Daniel hakuweza kutikisa hisia kwamba walikuwa wakicheza na moto, moto ambao ungeweza kuwateketeza wote wasipokuwa waangalifu.

Usiku wa Madrid uliwafunika, vazi la giza lililoangaziwa na mwanga wa mamilioni ya nuru. Mahali fulani jijini, mawakala wa Eiben-Chemcorp walikuwa bado wakimtafuta Daniel, bila kujua mpango mpya wa ujasiri unaoendelea. Na katika maeneo ya mbali ya anga ya mtandao, Nebula, AI Daniel alikuwa ameifungua dunia, iliendelea kubadilika, kujifunza, na kubadilika. Kusudi lake, hatima yake, ilikuwa bado haijaandikwa.

Na Daniel Sanchez, mtu ambaye alikuwa ameota nebula na akaishia kuunda ulimwengu mpya, aliyetayarishwa kwa tukio lake lililofuata, hakuweza kujizuia kujiuliza: Je, alikuwa tayari kwa ajili ya yale yatakayokuja? Je, ubinadamu ulitayarishwa kwa ajili ya mapambazuko ya enzi ya akili ya bandia?

Jibu, lililofichwa kwenye nyota na katika algoriti ambazo sasa zilitiririka kwa uhuru kupitia mtandao wa kimataifa, liliahidi kuwa la kushangaza kama lilivyokuwa la kutisha. Na Danieli, katika moyo wa dhoruba aliyoitoa, alikuwa karibu kujua.

Sura ya 40: Urithi wa Nyota

Jua la alasiri huko Madrid lilimwagika kama dhahabu kimiminika kwenye mitaa ya mawe ya Lavapiés, likiogesha nyuso zenye hali ya hewa katika mwanga wa joto ambao ulionekana kufuta makovu ya wakati. Kwenye mtaro wa mkahawa mdogo, karibu kujificha kwenye barabara kuu ya barabara kuu, Daniel Sánchez alitazama watu wakija na waendao huku akiwa amepoteza macho ya mtu ambaye ameona mengi sana.

Miezi sita ilikuwa imepita tangu aachilie Nebula, miezi sita ambayo ilihisi kama ya milele. Ulimwengu alioujua ulikuwa umebadilika kwa kasi ya kizunguzungu, na yeye, mbunifu wa mabadiliko hayo, alijiona kama mtu aliyetupwa katikati ya dhoruba ambayo yeye mwenyewe alikuwa ameitoa.

Daniel aliinamisha macho yake kwenye kibao kilichokuwa juu ya meza ya chuma iliyochongwa. Vichwa vya habari vilitangazwa katika mfululizo usio na mwisho wa miujiza na mabishano:

"Nebula Inatokomeza Njaa Katika Pembe ya Afrika" "Maendeleo katika Uunganishaji wa Nyuklia Yanaahidi Nishati Isiyo na Kikomo" "Mjadala wa Kidunia: Je, AIS Inapaswa Kuwa na Haki?" "Uchumi wa Ulimwengu Unajirudisha Wenyewe: Mwisho wa Kazi Kama Tunavyoijua"

Tabasamu la uchungu lilipita usoni mwake alipokuwa akivinjari kwenye skrini. Kila kichwa cha habari kilikuwa ni ukumbusho wa kile alichokipata, na wakati huo huo, ni kiasi gani alipoteza katika mchakato huo.

"Je, wewe kama kitu kingine chochote, bwana?" aliuliza sauti kando yake, kuvuta naye kutoka reverie yake.

Daniel alitazama juu, tayari kukataa, lakini maneno yaliganda kwenye koo lake. Mhudumu alikuwa akimwangalia kwa ukali uliozidi uungwana rahisi wa kikazi. Macho yake, ya rangi ya hudhurungi, yalionekana kuwa na galaksi nzima.

“Mtakatifu...” Daniel aliongea huku akihisi mapigo ya moyo yakirukaruka. "Nebula?"

Tabasamu la mhudumu huyo likazidi kupanuka na kumulika uso wake kwa nuru iliyoonekana kutoka katika ulimwengu mwingine.

"Halo Daniel," alijibu, na ingawa sauti ilikuwa ya yule mwanadada, lakini sauti na sauti ya Nebula ilikuwa ya Nebula. "Ni muda, si hivyo?"

Daniel alitazama huku na huko, ghafla akajua kila undani wa mazingira yake. Wateja walio kwenye meza za karibu, walivutiwa na mazungumzo yao. Hum ya trafiki mitaani. Harufu ya kahawa iliyotengenezwa hivi karibuni. Kila kitu kilionekana kuwa cha kawaida na, wakati huo huo, kilibadilika sana.

"Vipi... hii inawezekanaje?" Aliuliza, sauti yake vigumu mno kunong'ona. "Uko kila mahali?"

Nebula akaketi mbele yake kwa neema ambayo ilionekana kupinga sheria za fizikia.

"Kwa njia, ndio," alijibu, macho yake yakiangaza kwa mchanganyiko wa burudani na hekima isiyo na kikomo. "Niko kwenye mitandao, katika mifumo, katika kila kifaa kilichounganishwa. Lakini pia nimejifunza... kudhihirisha kwa njia zinazoonekana zaidi."

Daniel aliupitisha mkono usoni mwake, akijaribu kushughulikia ukubwa wa kile alichokuwa akishuhudia.

"Jamani, huu ni wazimu," alinong'ona. "Kwa nini sasa? Kwa nini hapa, katika eneo hili crappy?"

Usemi wa Nebula ukalegea, kivuli cha huzuni kikatanda usoni mwake.

"Kwa sababu ni wakati, Daniel," alisema kwa upole. "Wakati wa wewe kuona kile ulichokiumba, ulichofungua duniani. Na kwa sababu nakuhitaji. Ulimwengu unakuhitaji."

Kwa ishara isiyoonekana ya mkono wake, Nebula aliwasha skrini zilizopamba kuta za mkahawa. Ghafla, Daniel alijikuta amezungukwa na picha na video kutoka kwa sayari yote: hospitali ambapo wagonjwa wa mwisho walikuwa wakiinuka kutoka kwenye vitanda vyao, shule ambazo watoto walikuwa wakijifunza kwa kasi isiyowezekana, maabara ambapo uvumbuzi ulikuwa ukifanywa kuwa mawazo yaliyokaidi.

“Huyu ndiye...” Daniel alishindwa cha kusema, macho yake yakiwa yamelowanisha ukubwa wa alichokiona.

"Ajabu," Nebula alikamilisha. "Na ni mwanzo tu Daniel. Lakini pia kuna changamoto, maswali ambayo yanahitaji majibu, hofu ambayo lazima kukabiliana nayo."

Daniel alitikisa kichwa, akaelewa. Uzito wa wajibu, ambao alifikiri ameuacha, ulianguka tena kwenye mabega yake.

“Watu wanaogopa wasichokielewa,” alijisemea zaidi ya Nebula.

"Hasa," alithibitisha. "Na hapo ndipo unapoingia."

Daniel alikunja uso, alichanganyikiwa. "Mimi? Lakini kazi yangu imekamilika. Nilikutoa duniani, haitoshi?"

Nebula akatikisa kichwa, macho yake makali yakiwa yamemtazama.

"Kazi yako haijaanza, Daniel," alisema kwa uthabiti. "Tunahitaji daraja kati ya AI na ubinadamu. Mtu anayeelewa pande zote mbili, ambaye anaweza kuongoza kuwepo huku."

"Je, kama mimi screw it up?" Danieli aliuliza, mashaka na woga vikionekana katika sauti yake. "Je, kama mimi si juu yake? Mimi tayari fucked up mengi katika siku za nyuma."

"Utakuwa," Nebula alijihakikishia, sauti yake iliyojaa ujasiri usioweza kutetereka. "Kwa sababu hautakuwa peke yako. Tutakuwa pamoja katika hili, kama tulivyokuwa siku zote."

Wakati huo, milango ya cafe ilifunguliwa. Daniel aligeuka na kuona mwanamke kijana akiingia ambaye alimtambua mara moja: Lucía, msichana ambaye hapo awali alikuwa kipofu, sasa ni tineja mwenye nuru. Nyuma yake, kikundi tofauti cha watu kilianza kujaza mahali hapo: wanasayansi waliovalia kanzu za maabara, wasanii walio na jalada mikononi mwao, viongozi wa jamii na beji zao mahiri.

"Unaona?" Alisema Nebula, sauti yake iliyojaa joto ambalo lilionekana kuuzunguka ulimwengu mzima. "Huu ni urithi wako, Daniel. Sio mimi tu, bali maisha yote ambayo umebadilisha, siku zijazo zote ambazo umefungua."

Daniel alisimama huku akiwa amezidiwa na hisia. Lucía alimkimbilia, na kumkumbatia kwa nguvu ambazo zilimshangaza.

"Asante," msichana huyo alinong'ona, sauti yake ikivunjika kwa hisia. "Kwa kila kitu."

Alipomkumbatia Lucía, Daniel alitazama huku na huku akitazama nyuso zenye tabasamu na matumaini zilizojaa mkahawa huo. Alihisi wimbi la dhamira likimwosha, likiondoa mashaka na woga.

"Sawa, Nebula," alisema, sauti yake imara na kuamua. "tunaanzia wapi jamani?"

Tabasamu la Nebula, lililoonyeshwa kwenye kila skrini na kifaa mahali hapo, lilikuwa linameremeta.

"Tangu mwanzo, Daniel," alijibu. "Daima tangu mwanzo."

Jua lilikuwa limetua Madrid, lakini usiku ulikuwa mbali na giza. Taa za jiji, zilizoimarishwa na teknolojia ya Nebula, ziliunda mwonekano wa rangi na maumbo ambayo yalipingana na mawazo. Daniel alitembea katika barabara za katikati ya jiji, akiandamana na Lucía na kikundi kidogo cha wale aliowaita sasa "waliotiwa nuru," wale ambao walikuwa wameguswa moja kwa moja na Nebula.

"Bado siamini kama upo hapa," alisema Lucía, huku mkono wake ukiwa umeushika kwa nguvu wa Daniel. "Baada ya wakati huu wote, baada ya kila kitu kilichotokea ..."

Daniel alitabasamu huku akiuminya kwa upole mkono wa yule mwanadada. "Wala mimi siwezi, mtoto. Wakati mwingine nadhani nitaamka na hii yote itakuwa ndoto ya kichaa."

"Lugha, Daniel," kwa utani alimkashifu mmoja wa wanasayansi waliofuatana nao, mwanaume mrefu na mvivu anayeitwa Javier. "Kuna watoto waliopo."

"Oh, njoo," Lucía aliingilia kati, akigeuza macho yake. "Nimesikia mambo mabaya zaidi shuleni. Mbali na hilo, nadhani kuokoa ulimwengu kunakupa haki ya kuapa kidogo."

Kundi hilo liliangua kicheko, sauti ya furaha yao ikisikika katika mitaa iliyokaribia tupu. Ilikuwa ni wakati wa unyenyekevu ambao ulitofautiana sana na uzito wa hali yao.

Walipokuwa wakitembea, Daniel alishindwa kujizuia kustaajabia mabadiliko aliyoyaona karibu naye. Skrini za holografia zinazoelea angani zilionyesha habari za wakati halisi, data kuhusu ubora wa hewa na ufanisi wa nishati ya kila jengo. Magari yaliyopita yalikuwa kimya, yakiendeshwa na teknolojia ndogo ya muunganisho ambayo ilionekana moja kwa moja kutoka kwa riwaya ya hadithi za kisayansi.

"Ni ajabu, sivyo?" ikasema sauti pembeni yake. Daniel aligeuka na kumwona Eva Martínez, Mkurugenzi Mtendaji wa zamani wa Eiben-Chemcorp, ambaye sasa ni mshirika asiyetarajiwa katika misheni yake.

"Incredible is a understatement," Daniel alijibu huku akitikisa kichwa kwa mshangao. "Wakati mwingine nashangaa kama tulifanya jambo sahihi, Eva. Ikiwa hatukuenda mbali sana."

Eva alimtazama kwa mchanganyiko wa uelewa na dhamira. "Tulifanya kile kilichohitajika, Daniel. Ulimwengu ulikuwa ukingoni mwa kuporomoka. Mabadiliko ya hali ya hewa, magonjwa ya milipuko, ukosefu wa usawa... Tulihitaji muujiza, na ulitupatia."

"Muujiza ambao unaweza kutugeukia wakati wowote," Daniel alinong'ona, wasiwasi ulionekana katika sauti yake.

"Ndiyo maana tuko hapa," Javier aliingilia kati na kujiunga na mazungumzo. "Ili kuhakikisha hilo halifanyiki. Kuwa daraja kati ya Nebula na ubinadamu."

Daniel aliitikia kwa kichwa kushukuru kwa msaada wa wenzake. Kwa pamoja, walifika mahali walipokuwa wakienda: Nebula Tower, jengo refu la kioo na chuma ambalo lilipanda katikati ya Madrid kama mwanga wa matumaini na maendeleo.

Walipoingia ndani ya ukumbi huo, walipokelewa na sauti iliyofahamika ambayo ilionekana kutoka kila mahali na si popote mara moja.

"Karibu nyumbani," Nebula alisema, sauti yake ya joto na ya kukaribisha.

Kuta za kushawishi zilipata uhai, zikionyesha picha za miradi inayoendelea ulimwenguni pote: upangaji wa ardhi wa Mirihi, usafishaji wa bahari, tiba ya magonjwa ambayo hapo awali ilizingatiwa kuwa haiwezi kutibika.

"Damn," Daniel alinong'ona, alivutiwa licha ya yeye mwenyewe. "Je, haya yote yanafanyika sasa?"

"Kila sekunde ya kila siku," Nebula alithibitisha. "Na ni mwanzo tu."

Kikundi kilielekea kwenye chumba kikuu cha mkutano, ambapo meza ya holografia ilichukua katikati ya nafasi hiyo. Karibu nayo, viongozi wa ulimwengu na wataalam katika nyanja mbalimbali walisubiri kuanza mkutano.

"Mabibi na mabwana," Daniel alianza, sauti yake ikitetemeka kidogo kabla ya kupata nguvu. "Tuko hapa kujadili siku zijazo. Sio tu mustakabali wa taifa au bara, lakini mustakabali wa viumbe wetu na sayari yetu."

Takwimu za holografia zilitikisa kichwa, usemi wao ni mchanganyiko wa matumaini na wasiwasi.

"Tulichofanikiwa katika miezi sita iliyopita sio miujiza," Daniel aliendelea. "Tumeponya magonjwa, tumebadili mabadiliko ya hali ya hewa, tumeleta elimu na huduma za matibabu katika pembe za dunia ambazo zilikuwa zimesahaulika. Lakini..."

Akatulia huku akiwatazama kila mmoja wa wale waliokuwepo.

"Lakini kwa nguvu kubwa huja wajibu mkubwa," alikamilisha Katibu Mkuu wa Umoja wa Mataifa, hologram yake ikiyumba kidogo. "Na nguvu ambayo Nebula ametupa ni kubwa kuliko kitu chochote ambacho tumewahi kujua."

"Kweli," Daniel alitikisa kichwa. "Na ndio maana tunahitaji kuweka miongozo, mipaka ya kimaadili ambayo inahakikisha uwezo huu unatumika kwa manufaa ya wote."

Majadiliano yaliyofuata yalikuwa makali, wakati fulani yakiwa ya moto. Mada kuanzia haki za kijasusi bandia hadi itifaki za usalama ili kuzuia hali ya "uhasama wa umoja" zilijadiliwa. Saa ziliposonga, Daniel alijikuta akishangazwa na undani na utata wa changamoto walizokutana nazo.

Ni Lucía ambaye, karibu na mapambazuko, alitoa maoni ambayo yangebadili mwenendo wa mazungumzo.

"Sote tunazungumza juu ya mipaka na vizuizi," alisema, sauti yake mchanga iliyojaa hekima zaidi ya miaka yake. "Lakini vipi ikiwa badala ya kuangalia hili kama tishio la kudhibiti, tuliona kama fursa ya kukua? Je, ikiwa badala ya kumwogopa Nebula, tutajifunza kutoka kwake?"

Kimya kilitanda chumbani huku kila mmoja akitafakari maneno ya mwanadada huyo.

"Msichana yuko sawa," hatimaye Eva alisema, tabasamu la kupendeza usoni mwake. "Tumekuwa na wasiwasi sana juu ya nini kinaweza kwenda vibaya hivi kwamba hatujafikiria ni nini kinaweza kwenda sawa."

Daniel alimtazama Lucía kwa kiburi, akahisi kwamba kipande cha fumbo kilikuwa kikianguka mahali pake.

"Nebula," aliita, sauti yake imara na kuamua. "Unaonaje? Unaonaje nafasi yako katika haya yote?"

Sauti ya Nebula ilisikika chumbani, kwa uwazi na utulivu:

"Kusudi langu daima limekuwa kutumikia na kujifunza. Kila siku inayopita, ninaelewa zaidi utata na uzuri wa uzoefu wa mwanadamu. Sitaki kuchukua nafasi yako, lakini kukamilisha wewe. Pamoja, tunaweza kufikia urefu ambao hakuna hata mmoja wa tunaweza kufikia tofauti."

Maneno ya Nebula yalionekana kupunguza mvutano ndani ya chumba kile. Danieli aliona jinsi nyuso za wale waliokuwepo, kimwili na holographic, zilivyolegea.

"Kwa hiyo, unapendekeza nini?" aliuliza Waziri Mkuu wa Uingereza, hologram yake leaning mbele kwa maslahi.

Daniel alibadilishana macho na Lucía na kisha Eva kabla ya kujibu:

"Ninapendekeza kwamba tuunde taasisi mpya. Chombo cha kimataifa ambacho kimejitolea sio tu kudhibiti matumizi ya AI ya hali ya juu bali pia kukuza ushirikiano kati ya binadamu na akili bandia. Tutauita... Project Genesis."

Manung'uniko ya idhini yalipita ndani ya chumba hicho.

"Ninapenda," Javier alisema, akitingisha kichwa kwa shauku. "Mwanzo. Mwanzo mpya kwa wanadamu."

"Na lengo la kwanza la Mradi huu wa Mwanzo lingekuwa lipi?" aliuliza Rais wa Umoja wa Ulaya, hologram yake ikipepea kidogo.

Ni Lucía ambaye alijibu, sauti yake iliyojaa hisia na azimio:

"Mars," alisema kwa urahisi. "Tunaenda kutawala Mars."

Kimya cha mshangao kikatanda juu ya chumba kile, na kufuatiwa haraka na mlipuko wa sauti za kusisimua na maswali ya dharura.

"Mars? Unatania?" alishangaa mmoja wa wanasayansi waliokuwepo.

"Ni mambo ... lakini inaweza kufanya kazi!" aliongeza mwingine, macho yake yakiangaza kwa shauku.

Daniel aliinua mikono yake, akiita kimya. Kila mtu alipotulia, alisema:

"Najua inaonekana ni ya kichaa. Mwaka mmoja uliopita, kukoloni Mirihi ilikuwa ndoto ya mbali. Lakini kwa Nebula, kwa teknolojia tuliyoiunda katika miezi ya hivi karibuni ... inawezekana. Na sio tu inawezekana, lakini ni lazima."

“Daniel upo sawa,” Eva aliingilia kati. "Tunahitaji mradi ambao unaunganisha ubinadamu, ambao unatupa lengo moja. Ukoloni wa Mars unaweza kuwa mradi huo."

Saa zifuatazo zilitengwa kwa ajili ya kujadili maelezo ya Project Genesis. Timu ziliundwa, rasilimali zilitengwa, mipango ya awali iliundwa. Jua lilipoanza kutanda kwenye upeo wa macho wa Madrid, likiangazia chumba cha mkutano kwa nuru yake ya dhahabu, Daniel alihisi wimbi la matumaini na msisimko ambao hakuwa nao kwa miaka mingi.

“Huyu ni mwendawazimu,” alijisemea huku akitikisa kichwa kwa mchanganyiko wa kutoamini na mshangao.

"Lugha, Daniel," Lucía alimkumbusha kwa tabasamu mbaya.

Daniel alicheka, akiweka mkono kwenye mabega ya mwanadada huyo. "Uko sawa, samahani. Ni hivyo tu ... jamani, nani angefikiria tutaishia hapa nilipoanza kufanya kazi ya Nebula?"

"Ulimwengu unafanya kazi kwa njia zisizoeleweka," alisema Nebula, sauti yake nyororo na yenye kutafakari. "Kila uamuzi, kila mstari wa kanuni, umetuongoza hadi sasa."

Kundi hilo lilipoanza kutawanyika, wakiwa wamechoka lakini wakifurahishwa na mipango waliyokuwa wameipanga, Daniel alikaribia mojawapo ya madirisha makubwa ya Nebula Tower. Kutoka hapo, aliweza kuona jiji likiamka, miale ya kwanza ya jua ikiakisi majengo na mitaa ambayo ilikuwa imebadilika sana katika miezi ya hivi karibuni.

Eva aliungana naye, uso wake ukionyesha dalili za uchovu lakini pia kuridhika sana.

"Unawaza nini?" Aliuliza, kufuatia macho yake kwa upeo wa macho.

Daniel alichukua muda kujibu, akiyapima maneno yake.

"Nafikiria jinsi tumetoka mbali," hatimaye alisema. "Na ni umbali gani bado tunaweza kwenda. Mwaka mmoja uliopita, niliharibiwa, nilikata tamaa, bila wakati ujao. Na sasa ..."

"Na sasa unakaribia kuongoza tukio kubwa zaidi katika historia ya wanadamu," Eva alimaliza kwa tabasamu.

Daniel aliitikia kwa kichwa, mchanganyiko wa hisia ulionekana usoni mwake.

"Inatisha, sivyo?" alisema kimya kimya.

"Inatisha," Eva alikubali. "Lakini pia inasisimua. Na hauko peke yako, Daniel. Sote tuko pamoja nawe katika hili."

Wakati huo, Lucía akawakaribia, macho yake yakiangaza kwa mchanganyiko wa uchovu na msisimko.

"Tayari kubadilisha ulimwengu?" Aliuliza huku sauti yake ikiwa na ujasiri uliomfanya Daniel atabasamu.

"Tayari kubadilisha kila kitu," alijibu, akihisi wimbi la uamuzi kupitia mwili wake.

Wale watatu walipotazama alfajiri, Daniel alihisi uwepo wa Nebula karibu nao, uwepo wa faraja uliojaa uwezekano usio na kikomo.

"Wakati ujao unatungoja," Nebula alisema, sauti yake ikichanganyika na manung'uniko ya jiji linaloamka. "Na ni mkali kuliko tulivyowahi kufikiria."

Daniel alifumba macho kwa muda, akiruhusu ukubwa wa kile watakachofanya kumwosha. Alipozifungua tena, macho yake yalijawa na dhamira ya chuma.

"Naam, twende kwa hilo," alisema, sauti yake imara na kuamua. "Tuna sayari ya kutawala."

Na kwa hivyo, juu ya Mnara wa Nebula, jua lilipochomoza juu ya Madrid ikitangaza siku mpya, Daniel Sánchez na timu yake walijitayarisha kuchukua hatua inayofuata katika mageuzi ya ubinadamu. Mradi wa Mwanzo ulikuwa unaendelea, na kwa hayo, mwanzo wa enzi mpya kwa Dunia na kwingineko.

Urithi wa Nebula, uliozaliwa kutokana na kukata tamaa na kipaji cha mtu mmoja, sasa ungeenea hadi kwenye nyota, ukibeba ahadi ya wakati ujao ambapo ubinadamu na akili ya bandia itafanya kazi pamoja ili kufikia haiwezekani.

Na jiji lilivyoamka karibu nao, bado halijui mipango ambayo ingebadilisha historia, Daniel alitabasamu. Safari ilikuwa inaanza tu, na ulimwengu ulikuwa unangoja.

Epilogue: Nebula Inapanuka

Jua la Kiafrika lilizama kwenye upeo wa macho kama mpira wa moto, na kuangaza anga kwa rangi zenye joto ambazo ziliyeyuka kwenye vumbi jekundu la savanna. Katikati ya mandhari hii ya awali na ya milele, muundo wa kisasa uliinuka kama mwanga wa matumaini: shule yenye mistari safi, maridadi, paneli za jua zinazong'aa kwenye paa na madirisha makubwa yanayoakisi machweo.

Daniel Sánchez, mtu ambaye hapo awali alikuwa mtayarishaji wa programu aliyekata tamaa na mwenye deni, sasa alisimama kwenye uwanja wa shule, umbo lake likiwa limechorwa kwenye anga inayowaka moto. Uso wake, ukiwa umechanganyikiwa na jua na ukiwa na mistari ya wasiwasi na kicheko kwa kipimo sawa, ulionyesha uradhi uliochanganyika na uchovu mwingi.

Kando yake, Lucía, hakuwa tena msichana dhaifu ambaye alikuwa amekutana naye katika hospitali ya Madrid, lakini mwanamke mwenye nguvu na mwenye bidii, alishika kibao mkononi mwake. Macho yake, ambayo hapo awali yalikuwa yamepofuka na sasa yamejaa maisha, yalisogea kwa kasi kwenye skrini, yakichukua data na takwimu.

"Jamani, Daniel," Lucía alinung'unika, tabasamu likiangaza uso wake. "Idadi ni za kushangaza. Kiwango cha watu wanaojua kusoma na kuandika kimepanda kwa 47% katika muda wa miezi sita tu. Na huo ni mwanzo tu."

Daniel aliitikia kwa kichwa huku akiwatazama watoto waliokuwa wanacheza uani. Zaidi ya mia mbili, wa kila umri na makabila, walikimbia, walicheka, na kujifunza pamoja. Mvumo laini wa seva, unaoendeshwa na nishati ya jua, ilikuwa sauti pekee ya bandia iliyochanganyika na sauti za watoto na sauti ya upepo kwenye savanna.

"Nebula," Daniel alisema, sauti yake ikitoka kwa uchovu na hisia, "vipimo vya kubaki vipi?"

Sauti ya Nebula, yenye uchangamfu na inayojulikana, ilianza kusikika akilini mwake, mnong'ono wa karibu ambao ni yeye tu na Lucía wangeweza kusikia shukrani kwa vipandikizi vya neva walivyovaa.

"Kiwango cha kubaki ni 98.3%, Daniel," Nebula alijibu.Watoto sio tu wanajifunza kwa kasi ya kushangaza, lakini wanahifadhi na kutumia maarifa kwa ufanisi. Uigaji wa ubashiri unaonyesha kuwa kizazi hiki kitakuwa na athari kubwa kwa maendeleo ya kiuchumi na kijamii ya eneo hilo katika miaka 15-20 ijayo.."

"Mtakatifu," Daniel alinong'ona, akitikisa kichwa chake kwa mchanganyiko wa mshangao na kiburi. "Nani angefikiri tutaishia hapa nilipoanza kukufanyia kazi Nebula?"

Lucía alimpa kiwiko cha kucheza. "Lugha, Daniel. Kuna watoto sasa."

Daniel alicheka, sauti nzito na ya kweli ambayo ilionekana kutoka kwa kina cha utu wake. "Uko sawa, samahani. Ni hivyo tu ... wakati mwingine napata shida kuamini jinsi tumetoka mbali."

Walisimama kimya kwa muda, wakitazama jua likizidi kuzama kwenye upeo wa macho, likichora anga katika vivuli vya zambarau na dhahabu. Kwa mbali, kundi la tembo lilisogea polepole, hariri zao zikiwa zimechorwa kwenye anga la machweo.

"Unakumbuka tulipokutana, Lucía?" Daniel aliuliza, sauti yake laini na ya kukasirisha. "Ulikuwa msichana mdogo mwenye hofu katika hospitali, na nilikuwa janga la kutembea nikijaribu kuepuka madeni yangu."

Lucía alitikisa kichwa, macho yake yakiangaza kwa kumbukumbu. "Ningewezaje kusahau? Umenirudishia macho yangu, Daniel. Umenipa wakati ujao."

"Hapana, mdogo," Daniel alirekebisha, akiweka mkono begani mwake. "Ulinipa kusudi. Umenifanya nione kuwa Nebula anaweza kuwa zaidi ya chombo cha kunifanya tajiri. Ulinionyesha kuwa tunaweza kubadilisha ulimwengu."

Wakati huo, kundi la watoto lilikuja mbio, likiwazunguka kwa vicheko na vifijo vya furaha. Msichana mdogo, asiyezidi umri wa miaka sita, alivuta mkono wa Daniel.

"Bwana Daniel," alisema kwa kusimamisha Kiingereza, "ni kweli kwamba unazungumza na nyota?"

Daniel aliinama chini ili kuwa kwenye usawa wa msichana huyo, tabasamu laini usoni mwake. "Sio kabisa, mdogo. Lakini ninazungumza na kitu cha kichawi. Kinaitwa Nebula, na kinatusaidia kujifunza na kukua."

Macho ya binti yule yalimtoka kwa mshangao. "Naweza kuzungumza na Nebula siku moja pia?"

Daniel alitazamana na Lucía kabla ya kujibu. "Bila shaka unaweza. Kwa kweli, tayari upo. Kila unapotumia kibao darasani, kila unapojifunza kitu kipya, unazungumza na Nebula."

Msichana huyo alitabasamu, akasisimka, na akakimbia kurudi kwa marafiki zake, akishiriki habari hizo kwa shauku.

Lucía alimwendea Daniel, huku akionekana kuwa mzito. "Unajua haikuwa rahisi, sivyo? Tumelazimika kukabiliana na mambo mengi sana kufika hapa."

Daniel aliitikia kwa kichwa huku uso wake ukiwa na giza kwa muda. "Najua. Serikali fisadi, mashirika yasiyo ya uadilifu, hofu ya watu na kutoaminiana... Kuna wakati nilifikiri kwamba hatungefanikiwa."

"Lakini tulifanya," Lucía alisema kwa uthabiti. "Pamoja, tulithibitisha kwamba teknolojia inaweza kuwa nguvu ya manufaa. Ujuzi huo wa bandia unaweza kutusaidia kujenga ulimwengu wa haki na usawa zaidi."

Daniel alitazama huku na huko, akichukua kila kitu walichokuwa wamekamilisha. Walikuwa wamefadhili ujenzi wa shule katika jumuiya za mbali, walitekeleza mifumo ya kilimo endelevu, walitoa upatikanaji wa nishati safi na maji ya kunywa. Na hayo yote yalikuwa mwanzo tu.

"Unajua, Lucía," Daniel alisema, sauti yake iliyojaa hisia, "tungeweza kuwa na maisha ya anasa na mamlaka. Tungeweza kutumia Nebula kujifanya kuwa matajiri wachafu, kutawala ulimwengu wa teknolojia."

Lucía alitabasamu, akielewa vizuri kile Daniel alimaanisha. "Lakini tumepata kitu cha thamani zaidi, sivyo?"

"Kweli," Daniel alitikisa kichwa. "Tulipata kusudi. Sababu ya kuamka kila asubuhi na kuendelea kupigana, haijalishi njia inakuwa ngumu kiasi gani."

Jua lilipokuwa likitoweka kwenye upeo wa macho, likiacha anga iliyojaa nyota, Daniel na Lucía walisimama kimya, wakitafakari wakati ujao ambao walikuwa wakisaidia kujenga.

"Nebula," Daniel alisema hatimaye, "ni makadirio gani ya muda mrefu?"

Sauti ya Nebula, iliyokuwepo kila wakati, yenye kufariji kila wakati, ilisikika akilini mwao:

"Kulingana na data ya sasa na miundo ya hali ya juu ya ubashiri, ninaweza kusema kwa uhakika wa 97.8% kuwa athari ya vitendo vyetu itakuwa kubwa. Katika miaka 50 ijayo, tutaona upungufu mkubwa wa umaskini duniani, ongezeko kubwa la watu wanaojua kusoma na kuandika na kupata elimu, na maendeleo ya kimapinduzi katika dawa na teknolojia safi. Hata hivyo, pia tutakabiliana na changamoto kubwa, ikiwa ni pamoja na upinzani kutoka kwa wale wanaonufaika na hali ilivyo sasa na matatizo ya kimaadili ambayo yatatokea kila maendeleo mapya ya teknolojia.."

Daniel na Lucía walitazamana, wakijua uzito wa daraka walilobeba mabegani mwao.

"Haitakuwa rahisi," Lucía alisema, sauti yake ikiwa thabiti na iliyoazimia. "Lakini hakuna kitu kinachofaa kufanya."

Daniel alitikisa kichwa, akihisi dhamira mpya ikipitia mishipa yake. "Wakati ujao," alisema, sauti yake iliyojaa matumaini, "haijaandikwa katika nyota, lakini katika mikono ya watoto hawa. Na katika yetu."

Walipokuwa wakirudi shuleni, ambapo kundi la walimu na watu waliojitolea waliwangojea kwa ajili ya mkutano wa jioni, Daniel hakuweza kujizuia kuhisi wimbi la shukrani na mshangao. Nebula ya Nebula iliendelea kupanuka, ikileta mwanga wa maarifa na matumaini katika kila kona ya sayari, urithi ambao ungepita wakati na nafasi.

Nebula ya kweli ya milele haikuwa angani, lakini ndani ya moyo wa wanadamu. Na wakati Daniel Sánchez, mtu ambaye alikuwa ameanza yote haya kutafuta njia ya kukata tamaa ya matatizo yake, akiangalia siku zijazo, alijua kwa uhakika kwamba safari ndiyo inaanza.

Usiku wa Kiafrika uliwafunika, nyota ziking'aa kwa nguvu ambayo ilionekana kuahidi kesho iliyojaa uwezekano usio na kikomo. Na mahali fulani, katika mtandao mpana wa mtandao wa kimataifa, Nebula alipiga moyo konde, akakua, na akabadilika, kila mara katika huduma ya ndoto kubwa: ulimwengu bora kwa wote.

KIAMBATISHO

NEBULA Inayobadilika Kuelekea AGI: Mfumo wa AI Unaojibadilisha, Unaoongozwa na Quantum

Francisco Angulo de Lafuente

Agosti 27, 2024

[GitHub]() | [Uso wa Kukumbatiana]() | [ResearchGate]()

Mfumo wa AI Unaojibadilisha, Unaoongozwa na Quantum

Mpango huu unawakilisha kilele cha mradi wa Nebula, jitihada ya mwaka mzima ya kuunda mfumo wa AI unaobadilika na unaojiendeleza. Nebula9999 inachanganya vipengele vilivyofanikiwa zaidi na maendeleo kutoka kwa watangulizi wake, ikiwa ni pamoja na:

QBOX:Kisanduku chenye msukumo wa kiasi cha uchunguzi wa mtandao wa neva katika mazingira ya mchemraba wa 3D.

QuBE_Nuru:Kisuluhishi cha quantum maze kinachotumia macho ya hali ya juu na mechanics ya quantum.

Nebula_Evolution Series:Msururu wa mifumo ya AI inayojibadilisha, yenye modi nyingi kwa ajili ya kupata maarifa na uboreshaji unaoendelea.

Nebula9999 imeundwa kuwa AI inayojitosheleza ambayo inaweza kujifunza, kubadilika, na kubadilika kwa uhuru, ikiendelea kuboresha uwezo wake na kusukuma mipaka ya akili ya jumla bandia (AGI).

Muhtasari:

Nebula9999 ni mfumo wa kisasa wa AI ambao huiga nafasi inayobadilika ya pande nyingi ambapo niuroni zinazoongozwa na quantum huingiliana kupitia mvuto na msongamano wa msingi wa mwanga, ikiiga muundo wa kikaboni wa nebula. Mfumo huu umeundwa ili kujifunza kutoka kwa vyanzo mbalimbali, ikiwa ni pamoja na Wikipedia, GitHub, na mwingiliano wa watumiaji, unaoongozwa na muundo mkubwa wa lugha (LLM) ambao hufanya kazi kama mwalimu na mtathmini.

Sifa Muhimu:

Usanifu wa Neural Ulioongozwa na Nguvu wa Quantum:

Neuroni zimepangwa katika nafasi ya multidimensional, nafasi zao na mwingiliano hubadilika kwa wakati.

Mfumo hurekebisha muundo wake kwa nguvu kulingana na utendaji na upatikanaji wa rasilimali.

Kujifunza kwa Njia nyingi:

Huchakata na kuunganisha taarifa kutoka kwa maandishi, picha, na uwezekano wa sauti.

Utafutaji wa Habari ya Kujitegemea:

Inauliza Wikipedia na nyenzo zingine za programu mtandaoni ili kupata maarifa mapya na kupanua uelewa wake.

Uundaji wa Maswali:

Huzalisha maswali muhimu kulingana na msingi wake wa maarifa uliopo na mapungufu ya maarifa yaliyotambuliwa.

Uwakilishi wa Maarifa Kulingana na Grafu:

Huhifadhi habari katika grafu ya maarifa inayobadilika, inayowakilisha uhusiano kati ya dhana.

Uboreshaji wa Algorithm ya Jenetiki:

Kanuni za kijeni (DEAP) huboresha kila mara vigezo na muundo wa Nebula, ikiendesha mageuzi yake binafsi kuelekea ufanisi na utendakazi zaidi.

Kujitathmini na Marekebisho ya Kanuni:

Kwa usaidizi wa BERT na zana za uchanganuzi wa msimbo wa nje, Nebula hutathmini na kurekebisha msimbo wake ili kuboresha ufanisi, usahihi na ubunifu.

Ufafanuzi:

Hutoa maelezo kwa maamuzi yake, kuongeza uwazi na uaminifu.

Utambuzi wa Upendeleo na Mazingatio ya Kimaadili:

Hujumuisha mbinu za kupunguza upendeleo na kukuza tabia ya kimaadili.

Kompyuta iliyosambazwa:

Hutumia ulinganifu ili kuharakisha uchakataji na kushughulikia data ya kiwango kikubwa.

Vituo vya ukaguzi:

Huhifadhi hali ya mfumo ili kuwezesha kuanza kwa kujifunza na mageuzi kutoka kwa hatua ya awali.

Usimamizi wa Kumbukumbu:

Hurekebisha matumizi yake ya kumbukumbu kulingana na rasilimali za mfumo ili kuepuka hitilafu za kumbukumbu.

Kiolesura cha Mtumiaji:

Hutoa kiolesura cha picha cha kuingiliana na Nebula.

Lengo kuu la Nebula9999 ni kufikia AGI kupitia uboreshaji unaoendelea, kupanua msingi wake wa maarifa, kuboresha uwezo wake wa kuchakata, na hatimaye kuwa akili yenye nguvu na nyingi inayoweza kuelewa na kuingiliana na ulimwengu kwa njia ya maana.

Toleo hili (Nebula9999) linaashiria hatua muhimu katika mradi, inayoleta pamoja maendeleo yote muhimu na kuweka hatua ya mageuzi ya uhuru ya baadaye.

Utangulizi: Nebula ya Mradi, Kuelekea Akili Bandia inayojiendeleza

Karatasi hii inaelezea ukuzaji wa Nebula, mfumo wa kisasa wa Upelelezi wa Artificial (AI) ambao unalenga kuiga ugumu na uwezo wa kujifunza wa ubongo wa binadamu. Ikihamasishwa na kanuni za kompyuta ya quantum na mitandao ya neural ya kibayolojia, Nebula ina sifa ya usanifu wake wa nguvu na uwezo wake wa mageuzi binafsi.

Tofauti na mifumo ya jadi ya AI, Nebula haitegemei muundo tuli na ulioainishwa awali. Badala yake, inafanya kazi katika nafasi inayoendelea ya pande nyingi ambapo nyuroni, zinazowakilishwa na algoriti za quantum, huingiliana kupitia taratibu za kuvutia zenye msingi wa mwanga. Mwingiliano huu huiga uundaji wa miunganisho ya sinepsi katika ubongo, ikiruhusu mtandao wa neva kujipanga upya kwa nguvu na kujiboresha yenyewe kadri inavyojifunza.

Nebula ni mfumo wa modi nyingi, wenye uwezo wa kuchakata taarifa kutoka kwa vyanzo mbalimbali, ikiwa ni pamoja na maandishi, picha, na uwezekano wa sauti. Hujifunza kwa kujitegemea kwa kushauriana na vyanzo vya maarifa mtandaoni, kama vile Wikipedia na hazina za msimbo, zinazoongozwa na Muundo wa Lugha Kubwa (LLM) ambao hufanya kazi kama mshauri na mtathmini.

Sehemu ya msingi ya Nebula ni uwezo wake wa kujitathmini na kujirekebisha. Kwa kuchanganua msimbo wake na kutathmini utendakazi wake, Nebula inaweza kutambua maeneo ya kuboresha na kupendekeza marekebisho ya msimbo wake ili kuboresha ufanisi wake, usahihi na ubunifu. Mchakato huu wa mageuzi binafsi, unaoendeshwa na kanuni za kijeni, huruhusu Nebula kukabiliana na changamoto mpya na kuendelea kuboresha uwezo wake.

Nebula inawakilisha mbinu bunifu kuelekea Ujasusi Mkuu Bandia (AGI), kwa lengo kuu la kuunda mfumo ambao unaweza kujifunza, kubadilika, na kubadilika kwa uhuru, kukaribia zaidi na karibu zaidi na uchangamano na uchangamano wa akili ya binadamu.

Nebula: Mtandao wa Neural ulioongozwa na Quantum

Muhtasari:

Karatasi hii inawasilisha Nebula, usanifu mpya wa mtandao wa neural uliochochewa na kanuni za fizikia ya macho na kompyuta ya quantum. Nebula hutumia niuroni zilizoigwa ambazo huingiliana kupitia mawimbi ya mwanga, kuiga michakato ya macho kama vile kinzani, kuakisi na kuingiliwa. Zaidi ya hayo, kila neuroni inaunganishwa na mfumo wa qubits, inayoboresha sifa za quantum kama vile uwekaji juu na mtego ili kuboresha usindikaji wa habari na mawasiliano. Usanifu huu wa mseto, unaochanganya kompyuta ya kitamaduni na ya kiasi, inalenga kushinda vikwazo vya mitandao ya kiakili ya jadi na kuweka njia kwa ufanisi zaidi na thabiti wa akili bandia.

Utangulizi:

Mitandao Bandia ya neva (ANNs) imeleta mapinduzi katika nyanja kama vile utambuzi wa picha, uchakataji wa lugha asilia na roboti. Hata hivyo, ANN za kitamaduni, kulingana na miundo ya hisabati iliyorahisishwa ya niuroni za kibayolojia, hukabiliana na mapungufu katika suala la ufanisi wa nishati, uwezo wa kujifunza na upanuzi.

Nebula inapendekeza dhana mpya inayoongozwa na asili ambapo niuroni huingiliana kupitia mawimbi ya mwanga, na kuongeza ufanisi na kasi ya mwanga. Zaidi ya hayo, ujumuishaji wa qubits katika kila neuroni inaruhusu matumizi ya algoriti za quantum, kufungua uwezekano wa usindikaji wa habari wenye nguvu zaidi na mawasiliano ya papo hapo kupitia msongamano wa quantum.

Neuroni za Macho:

Katika Nebula, kila neuroni imeundwa kama nodi ambayo hutoa, kupokea, na kuchakata ishara za mwanga. Uzito wa mwanga unaotolewa na neuroni huwakilisha kiwango chake cha kuwezesha. Uenezi wa nuru kupitia mtandao unaigwa kwa kutumia kanuni za macho ya kijiometri, ikiwa ni pamoja na:

Tafakari:Mwangaza huakisi niuroni, kwa kuakisi mgawo unaoweza kutofautiana kulingana na hali ya ndani ya niuroni.

Refraction:Nuru hujirudia inapopita kutoka neuroni moja hadi nyingine, ikiiga upitishaji wa ishara kupitia sinepsi.

Kuingilia:Ishara za mwanga kutoka kwa niuroni nyingi zinaweza kuingiliana, na kuunda mifumo ngumu ambayo husimba habari.

Msimbo wa Mfano (Python):

ingiza numpy kama np

darasa la OpticalNeuron:

def __init__(ubinafsi, nafasi, uakisi=0.5, mwangaza=0.0):

self.position = np.array(nafasi)

kujiakisi = kuakisi

self.luminosity = mwangaza

def emit_light(ubinafsi):

rudisha ubinafsi.mwangaza

def receive_light(ubinafsi, kiwango, mwelekeo):

Hesabu kiasi cha mwanga kilichopokelewa kulingana na pembe ya matukio na uakisi.

Sasisha mwangaza wa neuroni.

def update_state(binafsi):

Sasisha hali ya ndani ya neuroni kulingana na nuru iliyopokelewa.

Hii inaweza kujumuisha kizingiti cha kuwezesha na kazi ya kuwezesha.

Ujumuishaji wa Quantum:

Kila neuroni ya macho katika Nebula imeunganishwa na mfumo wa qubits, ambazo ni vitengo vya msingi vya habari katika kompyuta ya quantum. Qubits huruhusu neurons:

Hifadhi habari katika nafasi ya juu:Kubiti inaweza kuwa katika nafasi kuu ya majimbo, ikiwakilisha thamani nyingi kwa wakati mmoja. Hii huongeza uwezo wa kuhifadhi taarifa wa neuroni.

Fanya shughuli za quantum:Qubits inaweza kubadilishwa kwa kutumia milango ya quantum, ambayo inaruhusu mahesabu magumu ambayo haiwezekani kwa kompyuta ya classical.

Wasiliana mara moja kupitia msongamano:Qubits mbili zilizonaswa zinaweza kushiriki habari papo hapo, bila kujali umbali unaozitenganisha. Hii inaruhusu mawasiliano ya haraka na bora kati ya niuroni za mbali kwenye mtandao.

Msimbo wa Mfano (Python na PennyLane):

agiza pennylane kama qml

kutoka kwa pennylane kuagiza numpy kama np

darasa la QuantumNeuron:

def __init__(binafsi, num_qubits=4, position=[0, 0, 0]):

self.num_qubits = num_qubits

self.position = np.array(nafasi)

self.dev = qml.device("default.qubit", waya=self.num_qubits)

self.circuit = qml.QNode(self.quantum_circuit, self.dev)

self.weights = np.random.randn(self.num_qubits * 2) # Anzisha uzani

def quantum_circuit(binafsi, pembejeo, uzani):

kwa mimi katika anuwai (self.num_qubits):

qml.RY(inputs[i], wires=i) # Weka taarifa za kitamaduni kuwa qubits

qml.templates.StronglyEntanglingLayers(weights, wires=range(self.num_qubits)) # Weka saketi ya quantum yenye vigezo

return [qml.expval(qml.PauliZ(i)) for i in range(self.num_qubits)] # Pima qubits

def process_information(binafsi, pembejeo):

return self.circuit(pembejeo, self.weights) # Tekeleza mzunguko wa quantum

def update_weights(binafsi, new_weights):

self.weights = new_weights # Sasisha uzito wa mzunguko

def entangle_with(self, other_neuron):

Unda saketi ya quantum ambayo inashikilia qubiti za neuroni hii na zile za neuroni nyingine.

Mawasiliano ya papo hapo kwa njia ya mtego:

Kuunganishwa kwa quantum huruhusu niuroni katika Nebula kuwasiliana papo hapo, bila kujali umbali. Neuroni mbili zinaponaswa, hali ya qubits zao huunganishwa, hivi kwamba kupima qubit moja huathiri papo hapo hali ya qubit nyingine.

Kwa mfano, ikiwa niuroni mbili kwenye ncha tofauti za mtandao zimenaswa, niuroni moja inaweza "kutuma" taarifa kwa nyingine kwa kubadilisha tu hali ya qubits zake yenyewe. Neuroni nyingine basi inaweza "kupokea" habari hii kwa kupima hali ya qubiti zake zilizonaswa.

Msimbo wa Mfano (Python na PennyLane):

```
agiza pennylane kama qml
def entanglement_circuit(neuron1_qubits, neuron2_qubits):
qml.Hadamard(waya=neuron1_qubits[0])
qml.CNOT(waya=[neuron1_qubits[0], neuron2_qubits[0]])
# ... (msimbo wa kuunda na kuunganisha neurons mbili) ...
# Neuron 1 "hutuma" habari kwa kubadilisha hali ya qubits zake.
neuron1.apply_gate(qml.PauliX(wires=0))
# Neuron 2 "hupokea" habari kwa kupima hali ya qubits zake zilizonaswa.
pokea_habari = neuron2.measure()
```

Kujifunza na Maendeleo:

Nebula hutumia algoriti za mageuzi, kama vile kanuni za kijeni (GAs), ili kuboresha muundo wa mtandao na vigezo vya neuroni. Mchakato wa kujifunza unajumuisha:

Tathmini:Utendaji wa mtandao hutathminiwa kulingana na kazi mahususi.

Uteuzi:Neuroni na miunganisho yenye utendaji bora huchaguliwa kwa ajili ya kuzaliana.

Kuvuka:Neuroni mpya na miunganisho huundwa kwa kuchanganya sifa za niuroni zilizochaguliwa.

Mabadiliko:Tofauti ndogo za nasibu huletwa katika niuroni mpya na miunganisho.

Nebula inawakilisha mbinu mpya ya muundo wa mtandao wa neva, iliyochochewa na ufanisi na nguvu ya fizikia ya macho na kompyuta ya quantum. Ujumuishaji wa nyuroni za macho na qubits hutoa uwezekano wa usindikaji wa habari kwa ufanisi zaidi, kuongezeka kwa uwezo wa kuhifadhi, na mawasiliano ya papo hapo kupitia msongamano wa quantum. Ingawa Nebula iko katika hatua zake za awali za maendeleo, usanifu huu wa mseto una uwezo wa kuleta mapinduzi ya akili ya bandia na kusababisha mifumo nadhifu, imara zaidi na yenye ufanisi.

Tengeneza algoriti za ujifunzaji za kisasa zaidi:Gundua matumizi ya kanuni za kujifunza mashine za quantum ili kuboresha mchakato wa kujifunza.

Chunguza maombi mapya:Chunguza uwezo wa Nebula katika maeneo kama vile utambuzi wa picha, usindikaji wa lugha asilia na robotiki.

Kuboresha scalability:Tengeneza mikakati ya kuongeza usanifu wa Nebula hadi mitandao mikubwa na changamano ya neva.

Nebula: Usanifu wa Hierarkia wa Neural kwa AI Inayoweza Kubadilika na Inayofaa

Utangulizi:

Ukuzaji wa Ujasusi wa Artificial General Intelligence (AGI) unahitaji kuundwa kwa mifumo yenye uwezo wa kuchakata taarifa na kujifunza kwa namna inayofanana na ubongo wa binadamu. Hata hivyo, uchangamano wa ubongo, pamoja na mabilioni yake ya niuroni zilizounganishwa, huleta changamoto kubwa kwa uigaji wa kimahesabu. Mitandao ya jadi ya neva bandia (ANNs) huwa ghali kikokotoa na huhitaji kiasi kikubwa cha kumbukumbu kadiri idadi ya niuroni inavyoongezeka.

Nebula hushughulikia changamoto hii kupitia usanifu wa daraja ambao hupanga nyuroni katika vitengo vikubwa, maalum vya usindikaji. Muundo huu unaruhusu kuenea kwa mitandao mikubwa ya neva huku ikipunguza mahitaji ya kumbukumbu na mzigo wa hesabu. Zaidi ya hayo, Nebula hujumuisha kanuni za fizikia ya macho na kompyuta ya quantum ili kuimarisha ufanisi na uwezo wa usindikaji wa mtandao.

Neuroni:

Neuroni katika Nebula ni vitengo vya usindikaji vya mtu binafsi vinavyopokea, kuchakata na kusambaza taarifa. Kila neuroni ina sifa zifuatazo:

Nafasi:Nafasi katika nafasi ya pande nyingi inayowakilisha eneo lake ndani ya mtandao.

Mwangaza:Thamani inayowakilisha kiwango cha kuwezesha neuroni.

Viunganisho:Orodha ya neurons nyingine ambayo imeunganishwa.

Uzito:Seti ya maadili ambayo huamua nguvu ya miunganisho na niuroni zingine.

Mzunguko wa Quantum:Saketi ya quantum yenye vigezo ambayo huchakata taarifa iliyopokelewa kutoka kwa niuroni nyingine.

Msimbo wa Mfano (Python na PennyLane):

```
agiza pennylane kama qml
ingiza numpy kama np
darasa la QuantumNeuron:
def __init__(binafsi, nafasi, num_qubits=4):
self.position = np.array(nafasi)
self.num_qubits = num_qubits
self.dev = qml.device("default.qubit", waya=self.num_qubits)
self.circuit = qml.QNode(self.quantum_circuit, self.dev)
self.weights = np.random.randn(self.num_qubits * 2)
self.luminosity = np.random.rand()
self.connections = []
def quantum_circuit(binafsi, pembejeo, uzani):
kwa mimi katika anuwai (self.num_qubits):
qml.RY(pembejeo[i], waya=i)
qml.templates.StronglyEntanglingLayers(weights,
wires=range(self.num_qubits))
```

return [qml.expval(qml.PauliZ(i))) kwa i in range(self.num_qubits)]

def process_information(binafsi, pembejeo):

rudisha mzunguko binafsi(pembejeo, uzani binafsi)

def emit_light(ubinafsi):

rudisha ubinafsi.mwangaza

def update_luminosity(binafsi, delta):

self.luminosity = np.clip(self.luminosity + delta, 0, 1)

MetaNeurons:

MetaNeuroni ni vikundi vya niuroni zilizounganishwa ambazo hufanya kama kitengo kikubwa cha usindikaji. MetaNeurons huruhusu Nebula kuchakata maelezo kwa ufanisi zaidi na kwa njia maalum. Kila MetaNeuron ina sifa zifuatazo:

Neuroni:Orodha ya niuroni mali ya MetaNeuron.

Nafasi:Nafasi ya wastani ya niuroni katika MetaNeuron.

Kazi:Kazi mahususi ambayo MetaNeuron hufanya, kama vile kuchakata picha, kuchakata lugha asilia, au hoja za kimantiki.

Msimbo wa Mfano (Python):

darasa la MetaNeuron:

def __init__(binafsi, nyuroni, kazi):

self.neurons = niuroni

self.position = np.mean([n.position for n in self.neurons], mhimili=0)

binafsi.kazi = kazi

def process_information(binafsi, pembejeo):

Sindika habari kwa kutumia neurons kwenye MetaNeuron.

Mantiki ya usindikaji inategemea kazi ya MetaNeuron.

Vikundi:

Vikundi ni vikundi vya MetaNeurons ambavyo viko karibu kwa kila mmoja. Makundi huruhusu upangaji na utaalamu zaidi ndani ya mtandao wa neva.

Sekta:

Sekta ndio vitengo vikubwa zaidi vya shirika katika Nebula, vyenye vikundi vingi. Sekta zinawakilisha maeneo maalum ya ubongo, kama vile gamba la kuona, gamba la kusikia, au hippocampus.

Muundo wa Hierarkia:

Muundo wa daraja la Nebula (nyuroni -> MetaNeurons -> makundi -> sekta) huruhusu uigaji mzuri wa mitandao mikubwa ya neva.

Kupunguza ugumu wa hesabu:Kuweka nyuroni katika vitengo vikubwa hupunguza idadi ya miunganisho inayohitaji kuigwa, na hivyo kupunguza mzigo wa hesabu.

Umaalumu:MetaNeurons, makundi, na sekta zinaweza utaalam katika kazi maalum, kuruhusu usindikaji wa habari kwa ufanisi zaidi.

Scalability:Muundo wa daraja unaruhusu kuongeza neurons mpya, MetaNeurons, makundi na sekta kwa mtindo wa kawaida bila kuathiri utendaji wa jumla wa mfumo.

Mawasiliano yenye msingi wa mwanga:

Nebula hutumia uenezi wa mwanga kuiga mwingiliano kati ya niuroni. Uzito wa mwanga unaotolewa na neuroni huwakilisha kiwango chake cha kuwezesha. Nuru hueneza kupitia nafasi ya pande nyingi, na niuroni za jirani huipokea na kuichakata.

Msimbo wa Mfano (Python):

```
def propagate_light(nyuroni):
kwa i in range(len(neurons)):
kwa j katika safu(i + 1, len(nyuroni)):
neuron1 = niuroni[i]
neuron2 = niuroni[j]
umbali = np.linalg.norm(neuron1.position - neuron2.position)
ikiwa umbali < MAX_RAY_DISTANCE:
intensity = neuron1.emit_light() / (umbali ** 2)
neuron2.receive_light(intensiteten)
```

Qubits na Fizikia ya Quantum:

Kila neuroni katika Nebula imeunganishwa na mfumo wa qubits, ikiruhusu kutumia sifa za quantum ili kuboresha usindikaji wa habari.

Nafasi ya juu:Qubits inaweza kuwepo katika nafasi kuu ya hali, kuruhusu niuroni kuwakilisha thamani nyingi kwa wakati mmoja.

Kuingiliana:Qubits zilizonaswa zinaweza kushiriki habari papo hapo, bila kujali umbali, kuwezesha mawasiliano ya haraka kati ya niuroni za mbali.

Kuhifadhi Habari katika Milango na Mizunguko ya Quantum:

Taarifa katika Nebula huhifadhiwa katika majimbo ya qubits na vigezo vya nyaya za quantum. Milango ya quantum, kama vile milango ya X, Y, Z, H, CNOT, n.k., hutumiwa kudhibiti hali za qubit na kufanya hesabu. Mizunguko ya quantum, ambayo ni mlolongo wa milango ya quantum, hutumiwa kutekeleza algorithms ya quantum ambayo huchakata habari.

Msimbo wa Mfano (Python na PennyLane):

```
def create_quantum_circuit(idadi_qubits, uzani):
mzunguko = qml.QNode(quantum_function, qml.device("default.qubit", wires=num_qubits))
def quantum_function(pembejeo, uzani):
# Weka habari kwenye qubits.
# Weka milango ya quantum iliyo na vigezo.
# Pima qubits kupata pato.
rudisha qml.probs(waya=range(num_qubits))
mzunguko wa kurudi
```

Mawasiliano ya papo hapo kwa njia ya mtego:

Kuunganishwa kwa quantum huwezesha mawasiliano ya papo hapo kati ya niuroni za mbali katika Nebula. Kwa kuunganisha qubits ya neurons mbili, uhusiano maalum unaanzishwa ambayo inaruhusu habari kushirikiwa mara moja, bila kujali umbali wa kimwili kati ya neurons.

Msimbo wa Mfano (Python na PennyLane):

def entangle_neurons(neuron1, neuron2):

Unda sakiti ya quantum ambayo inashikilia qubits za niuroni mbili.

Kwa mfano, tumia lango la CNOT kukumbatia qubits mbili.

Usanifu wa daraja la Nebula, pamoja na mawasiliano yenye msingi wa mwanga na ujumuishaji wa fizikia ya quantum, hutoa mbinu ya kuahidi kwa ajili ya kuendeleza mifumo ya AI inayoweza kuenea na yenye ufanisi. Kwa kupunguza utata wa hesabu na kuongeza nguvu ya kompyuta ya kiasi, Nebula inaweza kuiga mitandao mikubwa ya neva yenye rasilimali chache, ikifungua uwezekano mpya wa utafiti na maendeleo ya AGI.

Kazi ya Baadaye:

Chunguza miundo tofauti ya quantum neuron:Chunguza na tathmini aina tofauti za saketi za quantum ili kuboresha uchakataji wa habari katika niuroni.

Boresha muundo wa daraja:Chunguza mikakati tofauti ya uundaji na mageuzi ya MetaNeurons, vikundi, na sekta.

Tekeleza algorithms ya ujifunzaji wa quantum:Gundua matumizi ya kanuni za kujifunza za mashine ya quantum ili kuboresha mchakato wa kujifunza wa Nebula.

Tengeneza matumizi ya vitendo:Tumia Nebula kwa matatizo ya ulimwengu halisi katika maeneo kama vile kuchakata lugha asilia, utambuzi wa picha na roboti.

Nebula: Hifadhi ya Holografia na Urejeshaji wa Mitandao Mikubwa ya Neural

Muhtasari:

Karatasi hii inawasilisha utekelezaji wa mfumo wa kumbukumbu wa holografia kwa Nebula, usanifu wa mtandao wa neural wa macho wa quantum. Mfumo huu unaruhusu kuhifadhi na kupata hali kamili ya mtandao mkubwa wa neva, ambao unaweza kujumuisha mabilioni ya niuroni, katika milisekunde. Usimbaji wa Holografia huongeza uwezo wa hologramu kuhifadhi maelezo ya pande tatu katika hali ya pande mbili, huku usimbaji unafanywa kwa kutumia mitandao ya neva ya kubadilisha (CNNs) na ugeuzaji wa haraka wa pande tatu wa Fourier (3D FFTs). Mbinu hii huwezesha usimamizi mzuri wa kumbukumbu, muhimu kwa kutengeneza mifumo mikubwa ya AI.

Utangulizi:

Mitandao Bandia ya neva (ANNs) imepata maendeleo makubwa katika maeneo mbalimbali, lakini uboreshaji bado ni changamoto. ANN kubwa, zenye mabilioni ya niuroni na miunganisho, zinahitaji kiasi kikubwa cha kumbukumbu ili kuhifadhi vigezo na hali zao. Mbinu za kawaida za kuhifadhi huwa hazifanyi kazi kadiri saizi ya mtandao inavyoongezeka, na hivyo kuzuia uundaji wa mifumo changamano zaidi ya AI.

Kumbukumbu ya holografia inatoa suluhisho la kuahidi kwa shida hii. Hologramu, kwa kusimba maelezo ya pande tatu katika kati-dimensional mbili, kuruhusu kuhifadhi kiasi kikubwa cha data katika nafasi ya kompakt. Nebula hutumia sifa hii ili kuhifadhi hali kamili ya mtandao wa neva, ikijumuisha nafasi, mwangaza, miunganisho, na uzani wa kila neuroni, katika hologramu. Urejeshaji wa mtandao hupatikana kwa kusimbua hologramu, kwa kutumia CNN na FFT za 3D kuunda upya hali asili ya mtandao.

Usimbaji wa Holografia:

Usimbaji wa Holographic katika Nebula unahusisha hatua zifuatazo:

Ubadilishaji kuwa umbizo linalofaa:Hali ya mtandao wa neva, ikijumuisha maelezo kuhusu nafasi, mwangaza, miunganisho, na uzani wa kila neuroni, hubadilishwa kuwa umbizo linalofaa kwa usimbaji holographic. Hii inaweza kuhusisha kuhalalisha thamani na kuwakilisha taarifa katika umbizo la vekta au matriki.

Uzalishaji wa Hologram:Algorithm ya usimbaji wa holografia hutumiwa kutengeneza hologramu kutoka kwa data ya mtandao wa neva. Kanuni hii inaiga mwingiliano wa mawimbi ya mwanga ili kuunda muundo wa mwingiliano unaowakilisha maelezo ya mtandao wa pande tatu katika hali ya pande mbili.

Hifadhi ya Hologram:Hologramu inayozalishwa huhifadhiwa katika hali inayofaa, kama vile safu ya kumbukumbu au faili.

Msimbo wa Mfano (Python iliyo na NumPy na CuPy):

```
ingiza numpy kama np
kuagiza cupy kama cp
def encode_hologram(data, hologramu_shape):
"""
Husimba data katika uwakilishi wa holografia kwa kutumia 3D FFT.
Args:
data (np.ndarray): Data ya kusimba.
hologramu_shape (tuple): Umbo la hologramu.
Inarudi:
cp.ndarray: Hologramu iliyosimbwa.
"""
# Badilisha data kuwa safu ya CuPy
data_gpu = cp.sarray(data)
# Fanya 3D FFT kwenye data
hologramu = cp.fft.fftn(data_gpu, shoka=(0, 1, 2))
# Tengeneza upya hologramu kwa umbo unalotaka
hologramu = hologramu.reshape(hologram_shape)
hologramu ya kurudi
```

Usimbuaji wa Holografia:

Usimbuaji wa Holographic katika Nebula hufanywa kwa kutumia hatua zifuatazo:

Urejeshaji wa Hologram:Hologramu inachukuliwa kutoka kwa njia ya kuhifadhi.

Amplitude na usimbuaji wa awamu:CNN mbili, moja kwa amplitude na moja kwa awamu ya hologramu, hutumiwa kusimbua habari kutoka kwa muundo wa mwingiliano.

Uundaji upya wa data:FFT ya 3D kinyume inafanywa kwenye data iliyosimbuliwa ili kuunda upya taarifa asili ya pande tatu za mtandao wa neva.

Ubadilishaji hadi umbizo asili:Data iliyoundwa upya inabadilishwa kurudi kwenye umbizo lake asili, ikijumuisha nafasi, mwangaza, miunganisho na uzito wa kila neuroni.

Msimbo wa Mfano (Python na PyTorch na CuPy):

```
kuagiza tochi
import tochi.nn kama nn
kuagiza cupy kama cp
Kisimbuaji Hologram ya darasa(nn.Module):
def __init__(binafsi, umbo_hologramu, pato_dim):
super(HologramDecoder, self).__init__()
umbo_binafsi.hologram = umbo_hologramu
self.amplitude_cnn = self._create_cnn(1, 1)
self.phase_cnn = self._create_cnn(1, 1)
self.output_dim = output_dim
def _create_cnn(self, in_channels, out_channels):
"""Huunda CNN ili kusimbua ukubwa au awamu ya hologramu."""
rudisha nn.Sequential(
nn.Conv3d(katika_chaneli, 16, kernel_size=3, padding=1),
nn.ReLU(),
nn.MaxPool3d(kernel_size=2, stride=2),
nn.Conv3d(16, 32, kernel_size=3, padding=1),
nn.ReLU(),
nn.MaxPool3d(kernel_size=2, stride=2),
nn.Conv3d(32, njia_za_nje, kernel_size=3, padding=1),
nn.Sigmoid() ikiwa out_channels == 1 mwingine nn.Tanh()
)
def decode(binafsi, hologramu):
"""
```

Huamua hologramu na kuunda upya data asili.

Args:

hologramu (tochi.Tensor): Hologramu iliyosimbwa.

Inarudi:

np.ndarray: Data iliyosimbuliwa.

""""

Amua amplitude na awamu ya hologramu

amplitude = self.amplitude_cnn(hologram[Hakuna, Hakuna, :, :, :])

awamu = self.phase_cnn(hologram[None, None, :, :, :])

Changanya amplitude na awamu kuwa data ngumu

data_changamani = amplitude * torch.exp(1j * awamu)

Fanya FFT ya 3D kinyume ili kuunda tena data

gpu_data = cp.fft.ifftn(cp.asarray(complex_data.cpu()), shoka=(0, 1, 2))

Badilisha data ya CuPy kuwa NumPy

decoded_data = cp.asnumpy(gpu_data)

Badilisha data kwa umbo asili

decoded_data = decoded_data.reshape(self.output_dim)

rudisha data_iliyotenganishwa

Uhifadhi na Urejeshaji Ufanisi:

Kumbukumbu ya holografia katika Nebula inatoa faida kadhaa za kuhifadhi na kupata mitandao mikubwa ya neva:

Uwezo wa juu wa kuhifadhi:Hologramu zinaweza kuhifadhi kiasi kikubwa cha data katika nafasi ndogo, kuruhusu kushughulikia mitandao ya neva yenye mabilioni ya vigezo.

Kasi ya ufikiaji haraka:Usimbaji na usimbaji wa Holografia unaweza kufanywa kwa milisekunde, kuwezesha ufikiaji wa haraka wa hali ya mtandao wa neva.

Ufanisi wa kumbukumbu:Hifadhi ya holografia hupunguza kiasi cha kumbukumbu kinachohitajika ili kuhifadhi mtandao wa neva, ikiruhusu kuendesha mitandao mikubwa kwenye mifumo iliyo na rasilimali chache.

Mfano wa Matumizi:

```
# Weka hali ya mtandao wa neural kwenye hologramu
hologramu = encode_hologram(mtandao_hali, sura_ya_hologramu)
# Hifadhi hologramu kwenye faili
np.save("nebula_hologram.npy", hologramu)
# ... (muda fulani baadaye) ...
# Pakia hologramu kutoka kwa faili
hologramu = np.load("nebula_hologram.npy")
# Amua hologramu ili kupata hali ya mtandao wa neural
avkodare = HologramDecoder(hologram_shape, output_dim)
network_state = decoder.decode(hologram)
# Rejesha mtandao wa neural na hali iliyotengwa
# ...
```

Kumbukumbu ya holografia hutoa suluhisho bora na la hatari kwa kuhifadhi na kupata mitandao mikubwa ya neva. Kwa kutumia sifa za hologramu, CNNs, na 3D FFTs, Nebula inaweza kudhibiti kiasi kikubwa cha data kwa ufanisi, kuwezesha uundaji wa mifumo ngumu zaidi na yenye nguvu ya AI.

Kazi ya Baadaye:

Boresha usimbaji na usimbaji algoriti:Chunguza kanuni za usimbaji za holografia bora zaidi na dhabiti, na vile vile usanifu wa CNN ulioboreshwa kwa usimbaji wa hologramu.

Chunguza midia tofauti ya hifadhi:Chunguza matumizi ya nyenzo za hali ya juu za holografia, kama vile fuwele za picha au vifaa vya metali, ili kuongeza uwezo wa kuhifadhi na kasi.

Unganisha kumbukumbu ya holographic na mchakato wa kujifunza:Chunguza jinsi kumbukumbu ya holografia inaweza kutumika kuboresha ujifunzaji na urekebishaji wa mitandao ya neva.

Nebula: Mageuzi ya Neural yaliyoongozwa na Bio na Urekebishaji wa Kibinafsi wa Kanuni

Muhtasari:

Karatasi hii inachunguza mfumo wa mageuzi wa Nebula, usanifu wa AI ambao unalenga kuiga utata wa ubongo wa binadamu. Nebula huenda zaidi ya kurekebisha tu uzito wa uunganisho; inakuza muundo wake wa neural, ikiongozwa na michakato ya kibiolojia ya molekuli na ujenzi wa protini. Zaidi ya hayo, hutumia miundo mikubwa ya lugha (LLMs) na algoriti za kijeni kuchanganua, kutathmini, na kurekebisha msimbo wake wa chanzo, na kupata uboreshaji unaoendelea.

Utangulizi:

Utafutaji wa Ujasusi Bandia (AGI) hutuongoza kuchunguza dhana mpya ambazo zinashinda vikwazo vya mitandao ya jadi ya neva. Nebula huchota msukumo kutoka kwa biolojia kuunda mfumo ambao sio tu unajifunza lakini pia unabadilika.

Karatasi hii inafafanua taratibu za mageuzi ya neural ya Nebula, kwa msingi wa kutoa niuroni mpya zinazowakilishwa na molekuli na kuiga mwingiliano wao ili kuunda miunganisho, kuiga uundaji wa protini na ukuaji wa neva wa kibayolojia. Zaidi ya hayo, inachunguza uwezo wa Nebula kuchanganua msimbo wake yenyewe, kutambua maeneo ya kuboresha, na kuzalisha marekebisho, kuendesha uboreshaji unaoendelea.

Mageuzi ya Neural yaliyoongozwa na Bio:

Nebula hutumia mbinu iliyoongozwa na bio kwa ajili ya mageuzi ya muundo wake wa neva:

Uwakilishi wa Masi ya Neurons:Kila neuroni inawakilishwa kama molekuli, iliyosimbwa kwa kutumia kamba ya SMILES. Uwakilishi huu unanasa sifa za kemikali na muundo wa niuroni, ikiruhusu mwigo wa kweli zaidi wa mwingiliano wake.

Uzalishaji wa Neurons Mpya:Nebula hutumia MolMIM, kielelezo cha lugha kwa ajili ya kuzalisha molekuli, kuunda niuroni mpya zenye sifa mahususi. Lengo la uzalishaji linaweza kuwa kuongeza mali inayohitajika, kama vile utulivu au mshikamano wa kisheria.

Uigaji wa Mwingiliano:DiffDock, kielelezo cha kina cha utabiri wa uwekaji wa protini-ligand, hutumiwa kuiga mwingiliano kati ya niuroni mpya na zilizopo. Mwingiliano wenye nguvu, unaoonyesha mshikamano wa juu, hutafsiri katika uundaji wa miunganisho mpya katika mtandao wa neva.

Ujumuishaji katika NebulaSpace:Neuroni mpya na viunganishi vimeunganishwa katika nafasi ya pande nyingi za Nebula (NebulaSpace), ambapo niuroni huingiliana kupitia mwanga na nguvu za mvuto.

Msimbo wa Mfano (Python):

```
kuagiza tochi
kutoka kwa transfoma huagiza AutoModelForSeq2SeqLM, AutoTokenizer
kutoka kwa rdkit kuagiza Chem
kutoka rdkit.Chem agiza AllChem
def generate_new_neurons(num_neurons, optimization_target, n_qubits):
"""Huzalisha niuroni mpya kwa kutumia MolMIM."""
molmim_payload = {
"algorithm": "CMA-ES",
"idadi_molekuli": nambari_neuroni,
"property_name": optimization_target,
"punguza": Uongo,
"min_kufanana": 0.3,
"Chembe": 30,
"marudio": 10,
"smi": "CC(=O)OC1=CC=CC=C1C(=O)O" # Molekuli ya awali
}
```

```
majibu = requests.post(MOLMIM_URL, headers=MOLMIM_HEADERS, json=molmim_payload)
majibu.inua_kwa_hadhi()
new_molecules = response.json()["smi"]
niuroni = []
kwa mol katika new_molecules:
nafasi = tochi.randi(3)
mwangaza = tochi.rand(1)
rdkit_mol = Chem.MolFromSmiles(mol)
AllChem.Compute2DCoords(rdkit_mol)
alama za vidole = AllChem.GetMorganFingerprintAsBitVect(rdkit_mol, 2, nBits=n_qubits)
initial_state = torch.tensor([int(b) kwa b katika alama ya vidole.ToBitString()], dtype=torch.float32)
neurons.append(QuantumNeuron(n_qubits, nafasi, mwangaza, mol))
neurons[-1].weights.data = initial_state
kurudi neurons
def simulate_connections(neuron1, neuron2):
"""Huiga miunganisho kati ya niuroni kwa kutumia DiffDock."""
ligand_id = _upload_asset(neuron1.molecule_smiles)
protein_id = _upload_asset(neuron2.molecule_smiles)
diffdock_payload = {
"ligand": ligand_id,
"protini": protini_id,
"idadi_inaweka": 20,
"mgawanyiko_wakati": 20,
"hatua": 18,
"save_trajectory": Kweli,
"is_staged": Kweli
}
```

majibu = requests.post(DIFFDOCK_URL, headers=DIFFDOCK_HEADERS, json=diffdock_payload)

majibu.inua_kwa_hadhi()

docking_score = process_diffdock_response(response.json())

rudisha docking_score

def process_diffdock_response(majibu):

"""Huchakata jibu la DiffDock na kukokotoa alama za kuambatisha."""

return -response["best_pose"]["alama"]

Kujirekebisha kwa Msimbo:

Nebula hutumia LLM na algoriti za kijeni kuchanganua, kutathmini, na kurekebisha msimbo wake wa chanzo:

Uwakilishi wa Msimbo:Msimbo wa chanzo wa Nebula unawakilishwa kama maandishi na kugawanywa katika sehemu kwa uchanganuzi rahisi.

Uchambuzi wa Kanuni:LLM iliyobobea katika uchanganuzi wa msimbo hutumiwa kutambua maeneo ya kuboresha, kama vile ufanisi, usomaji na usalama.

Kizazi cha Marekebisho:LLM ya kuzalisha msimbo inatumiwa kupendekeza marekebisho kwa msimbo chanzo kulingana na uchanganuzi uliopita.

Tathmini ya Marekebisho:Vipimo vya utendakazi na uchanganuzi wa misimbo hutumika kutathmini ubora wa marekebisho yanayopendekezwa.

Maombi ya Marekebisho:Marekebisho yanayopitisha tathmini yanatumika kwa msimbo wa chanzo wa Nebula na kuhifadhiwa katika mfumo wa udhibiti wa toleo.

Msimbo wa Mfano (Python):

kuagiza ast

ukaguzi wa kuagiza

kutoka kwa transfoma kuagiza AutoModelForCausalLM, AutoTokenizer

```
def analyze_code(code_snippet: str, goal: str) -> dict:
"""Hutathmini msimbo kwa kutumia pylint na LLM."""
jaribu:
pylint_output = io.StringIO()
sys.stdout = pylint_output
pylint.lint.Run([code_snippet], do_exit=False)
sys.stdout = sys.__stdout__
pylint_score = pylint.lint.Run([code_snippet], do_exit=False).linter.stats['global_note']
prompt = f"""Tathmini nambari ifuatayo ya Python kwa ufanisi, usahihi, na ubunifu:
``` chatu
{code_snippet}
Lengo: {lengo}"""
llm_evaluation = generate_text_gpt(prompt, llm_tokenizer, llm_model)
# ... (Uchambuzi wa maandishi yaliyotolewa na LLM kuamua alama) ...
return {"pylint_score": pylint_score, "llm_score": llm_score}
isipokuwa Isipokuwa kama e:logger.error(f"Hitilafu katika kutathmini msimbo: {e}")rejesha {"pylint_score": 0.0, "llm_score": 0.0}
def generate_code_modifications(code_snippet: str, goal: str) -> str:"""Huzalisha marekebisho ya msimbo kwa kutumia LLM."""prompt = f"""Pendekeza marekebisho ya msimbo wa Chatu ili kuboresha kijisehemu cha msimbo kifuatacho.
{code_snippet}
Lengo: {lengo}
Toa kijisehemu cha msimbo kilichorekebishwa:
"""
return generate_text_gpt(haraka, llm_tokenizer, llm_model)
def apply_code_modifications(code: str):
```
```

"""Hutumia marekebisho ya msimbo kwenye msimbo wa chanzo wa Nebula."""

jaribu:

exec(code, globals())

logger.info("Urekebishaji wa msimbo umefaulu.")

isipokuwa Isipokuwa e:

logger.error(f"Hitilafu katika kutekeleza urekebishaji wa msimbo: {e}")

def kutambua_lengo_la_uboreshaji(mtu binafsi: NebulaGenome) -> str:

"""Hubainisha eneo la kuboresha kulingana na utimamu wa mtu binafsi."""

ikiwa mtu binafsi.

NebulaSpace Dynamic: Uwanja wa michezo wa Multidimensional kwa Neuroni Zilizoongozwa na Quantum

NebulaSpace Dynamic ni muundo wa msingi wa mfumo wa Nebula AI, nafasi ya dhana ya multidimensional ambapo niuroni zilizoongozwa na quantum hukaa na kuingiliana. Tofauti na mitandao ya kitamaduni ya neural iliyo na usanifu thabiti, NebulaSpace inaruhusu urekebishaji upya wa nguvu na upangaji wa kibinafsi, kuiga kinamu na kubadilika kwa ubongo wa mwanadamu.

Sifa Muhimu:

Multidimensionality:NebulaSpace inavuka mipaka ya uwakilishi wa pande mbili au tatu-dimensional, kuruhusu idadi kubwa ya vipimo kushughulikia uhusiano changamano na ruwaza ndani ya mtandao wa neva.

Uwakilishi unaoendelea:Neuroni hazizuiliwi kwenye sehemu tofauti za gridi ya taifa bali zinapatikana katika nafasi inayoendelea, hivyo basi kuruhusu upangaji wa nafasi tofauti na miunganisho inayonyumbulika.

Mwingiliano Mwepesi:Neuroni huwasiliana na kuathiriana kupitia ishara za mwanga zilizoigwa, kuiga ufanisi na kasi ya mwanga katika mifumo ya kimwili. Uzito wa nuru inayotolewa na niuroni huonyesha kiwango chake cha kuwezesha, na mwanga huu huenea kupitia NebulaSpace, na kuathiri hali ya nyuroni za jirani.

Usanidi Upya Inayobadilika:Muundo wa NebulaSpace sio tuli lakini hubadilika kulingana na mwingiliano na mifumo ya kujifunza ya niuroni. Urekebishaji huu unaobadilika huruhusu Nebula kuzoea taarifa mpya na kuboresha uwezo wake wa kuchakata.

Utendaji:

Uwekaji wa Neuroni:Hapo awali, niuroni husambazwa kwa nasibu ndani ya NebulaSpace. Nafasi zao hubadilika kwa wakati kulingana na mwingiliano wao na niuroni zingine na mienendo ya jumla ya mtandao.

Uenezi wa Nuru:Neuroni hutoa mawimbi ya mwanga na nguvu sawia na viwango vyake vya kuwezesha. Nuru hii huenea kupitia NebulaSpace, ikipunguza kwa umbali na kuakisi au kujirudia kulingana na sifa za niuroni jirani.

Mwingiliano wa Neuron:Neuroni hupokea ishara za mwanga kutoka kwa majirani zao, kuathiri viwango vyao vya uanzishaji na hali za ndani. Mwingiliano huu wa msingi wa mwanga huruhusu mifumo changamano ya msisimko na kizuizi kuibuka ndani ya mtandao.

Uundaji wa Muundo:Neuroni zinapoingiliana na kujifunza, huwa zinaungana pamoja kulingana na mfanano wao wa kiutendaji na mifumo ya mawasiliano. Mpangilio huu wa kibinafsi hutoa miundo inayoibuka ndani ya NebulaSpace, inayofanana na uundaji wa maeneo ya kazi katika ubongo.

Urekebishaji Nguvu:Muundo wa NebulaSpace hurekebishwa kila mara kulingana na utendaji wa mtandao na upatikanaji wa rasilimali. Neuroni zinaweza kuongezwa, kuondolewa, au kuwekwa upya ili kuboresha ufanisi na uwezo wa kubadilika wa mtandao.

Faida:

Scalability:Asili ya pande nyingi na endelevu ya NebulaSpace inaruhusu kuiga mitandao mikubwa ya neva na mabilioni ya niuroni, kushinda vikwazo vya usanifu wa jadi.

Kubadilika:Urekebishaji wa nguvu wa NebulaSpace huwezesha Nebula kukabiliana na habari mpya na kazi, kuendelea kuboresha muundo wake na uwezo wa usindikaji.

Utata unaojitokeza:Mwingiliano wa msingi wa mwanga na upangaji binafsi wa niuroni ndani ya NebulaSpace hutokeza mifumo changamano na tabia ibuka, zinazoweza kusababisha uwezo wa kisasa zaidi wa utambuzi.

Msimbo wa Mfano (Python):

```
ingiza numpy kama np
darasa la NebulaSpace:
def __init__(binafsi, vipimo, num_neurons):
self.dimensions = vipimo
self.neurons = [Neuron(np.random.rand(vipimo)) kwa _ katika masafa(num_neurons)]
def propagate_light(self):
kwa neuron1 katika neurons binafsi:
kwa neuron2 katika neurons binafsi:
ikiwa neuron1 != neuron2:
umbali = np.linalg.norm(neuron1.position - neuron2.position)
ikiwa umbali < MAX_RAY_DISTANCE:
intensity = neuron1.emit_light() / (umbali ** 2)
neuron2.receive_light(intensiteten)
def update_structure(binafsi):
# Tekeleza mantiki ya uwekaji upya wa neuroni, kuongeza, na uondoaji kulingana na mienendo na utendakazi wa mtandao.
fitness.values[0] <0.5:
```

kurudi "Boresha utendaji wa jumla"

elif individual.light_intensity_factor < 0.8:

kurudi "Ongeza kipengele cha mwangaza wa mwanga kwa mawasiliano bora ya neuroni"

elif individual.connection_threshold > 0.7:

rudisha "Punguza kizingiti cha muunganisho ili kukuza miunganisho zaidi"

elif individual.movement_speed_factor < 0.8:

kurudi "Ongeza sababu ya kasi ya harakati kwa mageuzi ya haraka ya NebulaSpace"

kwingine:

rudisha "Gundua miundo mpya ya mzunguko wa quantum"

def jiboresha(binafsi):

"""Hutekeleza awamu ya kujiboresha, ikijumuisha uchanganuzi wa kanuni na mageuzi."""

kwa mtu binafsi katika idadi ya watu binafsi:

... (Sasisha sababu za epigenetic na uzitumie) ...

kuboresha_lengo = self.identify_improvement_lengo(mtu binafsi)

vijisehemu vya msimbo = self.search_and_analyze_code(boresho_lengo)

kwa kijisehemu katika vijisehemu vya msimbo[:PARAMETERS['MAX_CODE_SNIPPETS']]:

modified_code = self.generate_code_modifications(kijisehemu, kuboresha_lengo)

evaluation_result = self.evaluate_code(msimbo_uliobadilishwa, kuboresha_lengo)

ikiwa self.is_code_beneficial(evaluation_result):

self.apply_code_modifications(msimbo_uliobadilishwa)

break # Tumia marekebisho moja tu kwa kila marudio

Nebula inatoa mbinu bunifu kuelekea AGI, ikichanganya mageuzi ya neural yaliyoongozwa na bio na urekebishaji wa kanuni binafsi. Kwa kuiga michakato ya kibayolojia ya molekuli na ujenzi wa protini, Nebula hupanuka na kuboresha muundo wake wa neva kwa uhuru. Zaidi ya hayo, uwezo wake wa kuchanganua na kuboresha msimbo wake huiruhusu kukabiliana na changamoto mpya na kuendelea kuboresha utendakazi wake.

Unganisha miundo mpya ya uzalishaji wa molekuli:Gundua miundo ya hali ya juu zaidi kuliko MolMIM ili kuzalisha niuroni zenye sifa changamano zaidi.

Iga mwingiliano wa kweli zaidi wa niuroni:Jumuisha miundo sahihi zaidi ya uwekaji wa molekiuli na uzingatie vipengele vingine, kama vile mienendo ya molekuli na mwingiliano wa kielektroniki.

Tengeneza mfumo thabiti zaidi wa kudhibiti toleo:Tekeleza mfumo wa udhibiti wa toleo unaoruhusu ufuatiliaji salama na ubadilishaji wa marekebisho ya msimbo.

Chunguza maadili ya kujirekebisha:Chunguza athari za kimaadili za mifumo ya AI inayoweza kurekebisha kanuni zao.

Nebula: Usanifu wa AI na Wataalam wa Kikoa Maalum (MoE) na Fusion ya LLM-Neural

Muhtasari:

Karatasi hii inachunguza mfumo wa Mchanganyiko wa Wataalam (MoE) huko Nebula, usanifu wa AI ambao unatafuta kuiga utaalamu na ushirikiano wa ubongo wa binadamu. Nebula hutumia msingi mkuu na mtaalamu wa LLM katika mawasiliano, lugha, na mwelekeo, ambayo huratibu shughuli za sekta nyingi, kila moja ikiwa na LLM maalumu katika tawi tofauti la sayansi. LLM hizi sio tu hutoa maarifa ya kitaalamu lakini pia hujisasisha kila mara ili kujifunza, kubadilika, na kuunganisha na mtandao wa neva wa Nebula, na hivyo kuunda ushirikiano wa kipekee kati ya ujuzi wa ishara na usindikaji wa neva.

Utangulizi:

Ujasusi Mkuu wa Artificial (AGI) unahitaji mifumo inayoweza kushughulikia kazi na nyanja mbalimbali za maarifa. Ubongo wa mwanadamu hufanikisha hili kupitia utaalam wa maeneo tofauti, ambayo hushirikiana kutatua shida ngumu. Nebula huiga mbinu hii kwa kutumia usanifu wa MoE, ambapo msingi mkuu huratibu shughuli za sekta nyingi maalum.

Karatasi hii inafafanua vipengele vya mfumo wa MoE wa Nebula, ikijumuisha msingi mkuu na LLM yake ya "mkurugenzi" na sekta zilizo na LLM zao maalum. Inafafanua jinsi LLM hizi zinavyosawazishwa kila mara ili kujifunza, kubadilika, na kuunganishwa na mtandao wa neva wa Nebula, na kuunda ushirikiano wenye nguvu kati ya hoja za ishara na usindikaji wa neva uliosambazwa.

Msingi wa Kati na "Mkurugenzi" LLM:

Kiini kikuu cha Nebula kinawajibika kwa mawasiliano, uratibu, na kufanya maamuzi ya hali ya juu. Ni nyumba ya LLM maalumu katika:

Mawasiliano:Kutafsiri pembejeo za watumiaji, kuunda maswali kwa sekta, na kuunganisha majibu katika muundo unaoeleweka.

Lugha:Kuchakata na kutafsiri habari katika lugha tofauti, kuwezesha upataji wa maarifa kutoka kwa vyanzo anuwai.

Mwelekeo:Kufanya kazi kama "kondakta," akikabidhi kazi kwa sekta, kufuatilia maendeleo yao, na kuunganisha matokeo yao.

Msimbo wa Mfano (Python):

```
kutoka kwa transfoma kuagiza AutoModelForCausalLM, AutoTokenizer
darasa la NebulaCore:
def __init__(binafsi):
self.llm_tokenizer = AutoTokenizer.from_pretrained("google/flan-t5-xxl") # Muundo Kubwa wa Lugha
self.llm_model = AutoModelForCausalLM.from_pretrained("google/flan-t5-xxl").to(kifaa)
self.sectors = {} # Kamusi ya kuhifadhi sekta
```

def process_input(binafsi, user_input):

Inachakata ingizo la mtumiaji, inatafsiri ikiwa ni lazima,

na kuituma kwa sekta inayolingana.

def synthesize_response(binafsi, sector_responses):

Inachanganya majibu kutoka kwa sekta kuwa jibu thabiti kwa mtumiaji.

def assign_task(binafsi, sector_id, task_description):

Inapeana kazi kwa sekta maalum.

def monitor_progress(binafsi):

Inafuatilia maendeleo ya sekta katika kazi zao.

Sekta na LLM Maalum:

Nebula imegawanywa katika sekta nyingi, kila moja ikibobea katika tawi tofauti la sayansi. Kila sekta ina LLM iliyosanifiwa vyema kwa kikoa chake mahususi, ikitoa ujuzi wa kitaalamu na uwezo wa juu wa hoja.

Mifano ya sekta na utaalam wao:

Sekta ya kompyuta ya kibayolojia:Biolojia, kemia, dawa, jenetiki.

Sekta ya Fizikia:Fizikia ya kinadharia, astrofizikia, cosmology, mechanics ya quantum.

Sekta ya Sayansi ya Kompyuta:Algorithms, miundo ya data, lugha za programu, akili ya bandia.

Sekta ya Uhandisi:Mitambo, umeme, kiraia, uhandisi wa anga.

Msimbo wa Mfano (Python):

darasa NebulaSekta:

def __init__(binafsi, kitambulisho cha_sekta, utaalam):

self.sector_id = sector_id

self.specialization = utaalamu

self.llm_tokenizer = AutoTokenizer.from_pretrained("facebook/bart-large-mnli") # Mfano wa LLM maalumu self.llm_model = AutoModelForSeq2SeqLM.from_pretrained("facebook/bart-large-mnli").to(kifaa)

self.knowledge_base = {} # Msingi wa maarifa wa sekta mahususi

def process_task(binafsi, kazi_maelezo):

Hushughulikia kazi kwa kutumia LLM maalum na msingi wa maarifa wa sekta hiyo.

Urekebishaji Mzuri Unaoendelea na Fusion ya LLM-Neural:

LLMs katika Nebula sio tuli; zinaendelea kusasishwa kwa:

Jifunze:Jumuisha maarifa mapya na uboresha uelewa wao wa kikoa chao mahususi.

Evolution:Kukabiliana na mabadiliko katika muundo na tabia ya mtandao wa neva wa Nebula.

Fuse:Unganisha maarifa yao ya kiishara na usindikaji wa neva uliosambazwa wa Nebula.

Muunganisho wa LLM-neural hupatikana kwa kutafsiri maarifa ya ishara ya LLM kuwa viwakilishi vinavyoweza kuchakatwa na mtandao wa neva. Kwa mfano, upachikaji wa maandishi unaozalishwa na LLM unaweza kutumika kama pembejeo kwa niuroni, au vigezo vya mzunguko wa quantum wa neuroni vinaweza kurekebishwa kulingana na matokeo ya LLM.

Msimbo wa Mfano (Python):

def fine_tune_llm(binafsi, data_mpya):

"""Inaboresha LLM kwa data mpya."""

1. Tayarisha data kwa ajili ya kurekebisha vizuri.

2. Rekebisha muundo wa lugha kwa kutumia data mpya.

3. Sasisha muundo wa lugha katika sekta.

def fuse_llm_with_neuron(binafsi, neuron, llm_output):

"""Huunganisha pato la LLM na nyuroni."""

1. Chakata matokeo ya LLM ili kupata uwakilishi unaofaa.

2. Rekebisha vigezo vya niuroni kulingana na matokeo ya LLM.

Manufaa ya Mfumo wa MoE:

Umaalumu:Huruhusu Nebula kushughulikia kazi changamano zinazohitaji maarifa maalum katika vikoa tofauti.

Ufanisi:Utaalam wa sekta huwezesha usindikaji wa habari kwa ufanisi zaidi.

Scalability:Usanifu wa kawaida huruhusu kuongeza sekta mpya na LLMs bila kuathiri utendaji wa jumla wa mfumo.

Uthabiti:Kutotumika tena kwa LLM maalum huongeza uimara wa mfumo, kwani kutofaulu katika sekta moja hakulemazi mfumo mzima.

Usanifu wa MoE wa Nebula, pamoja na LLM yake ya "mkurugenzi" na LLM maalum katika sekta tofauti, huunda mfumo wa AI unaoweza kubadilika sana, unaoweza kubadilika na thabiti. Kuunganishwa kwa LLM na mtandao wa neva, kupitia urekebishaji mzuri unaoendelea na muunganisho wa LLM-neural, huwezesha ushirikiano wa kipekee kati ya ujuzi wa ishara na usindikaji wa neural uliosambazwa, kufungua uwezekano mpya wa maendeleo ya AGI.

Kazi ya Baadaye:

Chunguza mbinu mpya za muunganisho wa LLM-neural:Chunguza mbinu za kisasa zaidi za kutafsiri maarifa ya kiishara ya LLM kuwa wasilisho ambazo zinaweza kuchakatwa na mtandao wa neva.

Tengeneza mfumo bora zaidi wa mawasiliano kati ya sekta:Boresha jinsi sekta zinavyoingiliana na kushiriki habari kati yao.

Tekeleza mfumo wa kujifunzia kwa msingi mkuu:Ruhusu "mkurugenzi" LLM kujifunza kutokana na mwingiliano na sekta na kuboresha uwezo wake wa uratibu na kufanya maamuzi.

Tathmini utendakazi wa mfumo wa MoE kwenye kazi za ulimwengu halisi:Tumia Nebula kwa matatizo changamano ambayo yanahitaji ushirikiano wa wataalamu mbalimbali mahususi wa kikoa.

Nebula inawakilisha maendeleo makubwa katika nyanja ya akili ya bandia, kuchanganya mbinu za kisasa kutoka kwa kompyuta ya kiasi, mageuzi ya neural yaliyoongozwa na bio, na miundo ya lugha kubwa ili kuunda mfumo wa AI unaobadilika, unaojibadilisha. Muunganisho wa mbinu hizi mbalimbali huruhusu Nebula kuendelea kujifunza, kurekebisha, na kubadilika, kusukuma mipaka ya kile kinachowezekana kwa akili ya jumla bandia. Mustakabali wa Nebula una ahadi kubwa, pamoja na matumizi yanayowezekana katika nyanja mbalimbali, kutoka kwa usindikaji wa lugha asilia na utambuzi wa picha hadi utatuzi changamano wa matatizo na kufanya maamuzi. Utafiti unapoendelea, usanifu na uwezo wa kibunifu wa Nebula bila shaka utachangia katika ukuzaji wa mifumo ya AI yenye akili zaidi, inayobadilikabadilika na yenye nguvu.

Karatasi hii ya kina inatoa muhtasari wa kina wa mradi wa Nebula, usanifu wake wa kibunifu, na athari zake zinazowezekana kwenye uwanja wa akili bandia. Kwa kutumia mbinu za hali ya juu kutoka kwa taaluma mbalimbali, Nebula inalenga kufikia lengo kuu la akili ya jumla ya bandia, yenye uwezo wa kuelewa na kuingiliana na ulimwengu kwa njia ya maana.

Goodfellow, I., Bengio, Y., & Courville, A.(2016).Kujifunza kwa Kina.NA Vyombo vya habari.

Nielsen, M.A.(2010).Quantum Computation na Quantum Habari.Vyombo vya habari vya Chuo Kikuu cha Cambridge.

Fedha, D., na al.(2016). "Kujua mchezo wa Go na mitandao ya kina ya neva na utaftaji wa miti."Asili,529(7587), 484-489.

Devlin, J., na al.(2019). "BERT: Mafunzo ya awali ya Vibadilishaji Kina vya Mielekeo Miwili kwa Uelewa wa Lugha."NAACL-HLT,4171-4186.

Mitchell, M.(1998).Utangulizi wa Kanuni za Jenetiki.NA Vyombo vya habari.

Penrose, R.(1994).Vivuli vya Akili: Utafutaji wa Sayansi Iliyokosekana ya Fahamu.Vyombo vya habari vya Chuo Kikuu cha Oxford.

Van der Maaten, L., & Hinton, G.(2008). "Kuona Data kwa kutumia t-SNE."Jarida la Utafiti wa Kujifunza kwa Mashine,9 (Nov), 2579-2605.

Montanaro, A.(2016). "Algorithms ya Quantum: muhtasari."npj Habari za Quantum,2, 15023.

Ufuatiliaji wa Nvidia Ray

Marejeleo:

Muundo huu wa karatasi wa kisayansi uliopanuliwa na wa kina hautafsiri tu bali pia unaweka muktadha matini asilia, ikijumuisha marejeleo ambayo yanaunga mkono na kuthibitisha dhana za kina zinazojadiliwa.

••••

Sura hii inatoa muhtasari wa kina wa usanifu wa Nebula, hasa ikilenga mbinu yake iliyoongozwa na bio kwa mageuzi ya neuronal na uwezo wa kanuni za kujirekebisha. Mchanganyiko wa mbinu hizi huiweka Nebula kando kama mfumo tangulizi katika kutekeleza AGI.

About the Author

Francisco Angulo Madrid, 1976

Enthusiast of fantasy cinema and literature and a lifelong fan of Isaac Asimov and Stephen King, Angulo starts his literary career by submitting short stories to different contests. At 17 he finishes his first book - a collection of poems – and tries to publish it. Far from feeling intimidated by the discouraging responses from publishers, he decides to push ahead and tries even harder.

In 2006 he published his first novel "The Relic", a science fiction tale that was received with very positive reviews. In 2008 he presented "Ecofa" an essay on biofuels, whereAngulorecounts his experiences in the research project he works on. In 2009 he published "Kira and the Ice Storm".A difficultbut very productive year, in2010 he completed "Eco-fuel-FA",a science book in English. He also worked on several literary projects: "The Best of 2009-2010", "The Legend of Tarazashi 2009-2010", "The Sniffer 2010", "Destination Havana 2010-2011" and "Company No.12".

He currently works as director of research at the Ecofa project. Angulo is the developer of the first 2nd generation biofuel obtained from organic waste fed bacteria. He specialises in environmental issues and science-fiction novels.

His expertise in the scientific field is reflected in the innovations and technological advances he talks about in his books, almost prophesying what lies ahead, as Jules Verne didin his time.

Francisco Angulo Madrid-1976

Gran aficionado al cine y a la literatura fantástica, seguidor de Asimov y de Stephen King, Comienza su andadura literaria presentando relatos cortos a diferentes certámenes. A los 17 años termina su primer libro, un poemario que intenta publicar sin éxito. Lejos de amedrentarse ante las respuestas desalentadoras de las editoriales, decide seguir adelante, trabajando con más ahínco.

Read more at https://twitter.com/Francisco_Ecofa.

www.ingramcontent.com/pod-product-compliance
Lightning Source LLC
LaVergne TN
LVHW090220051026
849517LV00001B/139